பாராட்டு மழையில்!

“வெற்றிப் படிக்கட்டுகளில் இரண்டிரண்டு படிகளாகத் தாவி ஏற இந்நூல் உங்களுக்கு உதவும். இதை வாங்குங்கள். படியுங்கள். பத்திரப்படுத்துங்கள்.”

- ஜெஃப்ரி கிட்டோமர்
பிரபல நூலாசிரியர்

“இந்நூல், விஷயங்களை எளிமையாகவும் நேரடியாகவும் சுற்றி வளைக்காமலும் விவரிக்கிறது. எனக்கும் இன்னும் பல தலைசிறந்த தொழிலதிபர்களுக்கும் இது ஒரு வழிகாட்டியாக விளங்கியுள்ளது.”

- டோனி டாய்ஷ்
தொலைக்காட்சி ஒருங்கிணைப்பாளர்

“சாதாரணமான பொது அறிவைச் செம்மையான முறையில் செயல்படுத்தினால், அது அசாதாரணமான விளைவுகளை ஏற்படுத்தும் என்பதை இந்நூல் நிரூபிக்கிறது.”

- டெனிஸ் வெயிட்லி
நூலாசிரியர், பேச்சாளர்

“வெற்றியின் அடிப்படைகளை அறிந்துள்ளவர் டேரன் ஹார்டி. வெற்றிகளைக் குவிக்க அடிப்படைகள்மீது கவனம் செலுத்த வேண்டும் என்று இந்நூல் வற்புறுத்துகிறது.”

- டாக்டர் டோனி அலசான்ட்ரா
பிரபல நூலாசிரியர்

"இந்நூல் மூலம், தலைசிறந்த சுயமுன்னேற்ற நூலாசிரியர்களின் வரிசையில் டேரன் ஹார்டியும் சேர்ந்துவிட்டார். நீங்கள் வெற்றியின்மீதும் உங்களுடைய முழு ஆற்றலைப் பயன்படுத்திக் கொள்வதன்மீதும் தீவிரமாக இருந்தால், நீங்கள் இந்நூலை அவசியம் படிக்க வேண்டும். வெற்றியை அடைவதற்கான ஒரு நடைமுறைக் கையேடாக இது விளங்கும்."

- விக் கோனன்ட்

நைட்டிங்கேல் கோனன்ட் நிறுவனத்தின் தலைவர்

"ஏகப்பட்ட கவனச்சிதறல்களுடன் வாழ்க்கை படுவேகமாக ஓடிக் கொண்டிருக்கிறது. வாழ்க்கையில் நீங்கள் ஆற்றலுடன் முன்னேற விரும்பினால், இந்நூலைப் படித்துவிட்டு, படித்தவற்றை நடைமுறைப்படுத்துங்கள்."

- டோனி ஜியரி

நிர்வாகிகளின் பயிற்றுவிப்பாளர்

"வெற்றியைத் தேடிக் கொண்டிருப்பவர்கள் அவசியம் படிக்க வேண்டிய ஒரு புத்தகம் இது. வெற்றிக்கு எவையெல்லாம் தேவை, அவற்றை அடைய என்ன செய்ய வேண்டும் போன்ற சகல விஷயங்களும் இதில் அடங்கியுள்ளன."

- கீத் ஃபெர்ராஸி

பிரபல நூலாசிரியர்

"வெற்றியை அடைவதற்கான ஆற்றல்வாய்ந்த, முழுமையான ஒரு கையேடு இந்நூல். இந்நூலைப் படியுங்கள். இதில் குறிப்பிட்டுள்ளவற்றைச் செய்யுங்கள். வெற்றிக்கனியைச் சுவையுங்கள்."

- ஜெஃப்ரி ஹெய்ஸ்லெட்

பிரபல நூலாசிரியர்

"இந்நூலில் கூறப்பட்டுள்ள அடிப்படைகளை நன்றாக உள்வாங்கிக் கொள்ளுங்கள். வருங்காலத்தை உங்கள் வசப்படுத்துங்கள்."

- டான் ஹட்சன்

பிரபல நூலாசிரியர்

“ஒன்று, வெற்றியை அடைவது எப்படி என்று வாழ்நாள் முழுவதும் நீங்கள் தேடிக் கொண்டிருக்கலாம். அல்லது இந்நூலில் கூறப்பட்டுள்ள நிரூபணமான கொள்கைகளை நீங்கள் பின்பற்றலாம். தேர்ந்தெடுப்பு உங்கள் கரங்களில்: வெற்றியை நீங்கள் கடினமான வழியில் அடையலாம் அல்லது புத்திசாலித்தனமான வழியில் அடையலாம்.”

- ஜான் அஸாரஃப்
பிரபல நூலாசிரியர்

“நீங்கள் எடுத்து வைக்கும் ஒவ்வோர் அடியின் நிகர விளைவுதான் உங்களுடைய வாழ்க்கை. சரியான தேர்ந்தெடுப்புகளை மேற்கொள்ளவும், சிறப்பான பழக்கவழக்கங்களை வளர்த்துக் கொள்ளவும், சீரிய சிந்தனைகளைச் சிந்திக்கவும் இந்நூல் உங்களுக்கு வழிகாட்டும்.”

- ஜிம் கேத்கார்ட்
பேச்சாளர் மற்றும் நூலாசிரியர்

கூட்டு விளைவு

உங்கள் வருமானத்தையும்
உங்கள் வாழ்க்கையையும்
உங்கள் வெற்றியையும்
முடுக்கிவிடுங்கள்

டேரன் ஹார்டி

தமிழில்: PSV குமாரசாமி

MANJUL
மஞ்சுள் பப்ளிஷிங் ஹவுஸ்

First published in India by

MANJUL

Manjul Publishing House

Corporate and Editorial Office

• 2nd Floor, Usha Preet Complex, 42 Malviya Nagar, Bhopal 462 003 - India

Sales and Marketing Office

• C-16, Sector 3, Noida, Uttar Pradesh 201301, India

Website: www.manjulindia.com

Distribution Centres

Ahmedabad, Bengaluru, Kochi, Kolkata, Chennai,
Hyderabad, Mumbai, New Delhi, Pune

Tamil translation of *The Compound Effect*

This edition published by agreement with
Folio Literary Management, LLC

This edition first published in 2021
Sixth impression 2024

ISBN 978-93-90924-06-6

Author photograph © Aaron Hammock

Translated by PSV Kumarasamy
Edited by Nagalakshmi Shanmugam
Layout by Manoranjan Kumar

Printed and bound in India by Thomson Press (India) Ltd.

சமர்ப்பணம்

என்னுடைய சிறந்த நண்பரும் என் தந்தையுமான ஜெர்ரி ஹார்டிக்கு: தன்னுடைய எடுத்துக்காட்டின் மூலமாக எனக்குக் கூட்டு விளைவைக் கற்றுக் கொடுத்தவர் அவர்.

என்னுடைய வழிகாட்டியான ஜிம் ரானுக்கு: எண்ணற்ற விஷயங்களோடு கூடவே, அக்கறை கொண்டுள்ள மக்களுக்கு முக்கியமானவையாக இருக்கின்ற விஷயங்களைப் பற்றிப் பேசுவதற்கு எனக்குக் கற்றுக் கொடுத்தவர் அவர்.

எச்சரிக்கை!

இந்நூலிலுள்ள அத்தியாயங்களின் தலைப்புகள் பார்ப்பதற்கு எளிமையாக இருப்பதுபோல உங்களுக்குத் தோன்றக்கூடும். வெற்றியை அடைவதற்கான உத்திகள் இப்போது எல்லோருக்கும் வெளிச்சமாகிவிட்டன. ஆனால் பெரும்பாலான மக்கள் அவற்றை அலட்சியம் செய்கின்றனர். வெற்றி அடைவதற்கான இரகசியம் உங்களுக்குத் தெரியுமென்று நீங்கள் நினைக்கிறீர்களா? கிட்டத்தட்ட எல்லோருமே அப்படித்தான் நினைத்துக் கொண்டிருக்கின்றனர். ஆனால் இந்நூலில் குறிப்பிடப்பட்டுள்ள ஆறு உத்திகளை அவற்றின் வரிசைப்படி நீங்கள் உங்கள் வாழ்வில் செயல்படுத்தினால், முன்னெப்போதும் இல்லாத விதத்தில் உங்கள் வாழ்க்கை மேம்படும், உங்கள் வருவாய் பெருகும், வெற்றிகள் அதிகரிக்கும்.

வெற்றி ஊடகத் துறையில் இருபத்தைந்து ஆண்டுகளுக்கும் மேலாக இருந்து அனைத்தையும் பார்த்தவன் என்ற முறையில், எளிமையான நடவடிக்கைகளைச் சரியான முறையில் நீண்ட காலம் தொடர்ந்து மேற்கொள்வதன் மூலம் ஏற்படுகின்ற கூட்டு விளைவின் ஆற்றலுக்கு எதுவும் நிகராகாது என்று என்னால் உறுதிபடக் கூற முடியும்.

உங்கள் கனவு, விருப்பம் அல்லது இலக்கு எதுவாக இருந்தாலும் சரி, அதை அடைவதற்கான திட்டம், உங்கள் கைகளில் தவழ்ந்து கொண்டிருக்கும் இந்நூலில் இருக்கிறது. இதைப் படியுங்கள்! இது உங்கள் உலகை புரட்டிப் போட அனுமதியுங்கள்!

உள்ளடக்கம்

நீங்கள் எதைக் கற்றுக் கொண்டாலும் சரி, எந்த உத்தியைக் கையாண்டாலும் சரி, கூட்டு விளைவின் பயனாலேயே வெற்றி உங்களை வந்தடையும்.

அணிந்துரை:
டோனி ராபின்ஸ்

இக்கணத்தில் உங்கள் வாழ்க்கை இருக்கும் நிலை குறித்து நீங்கள் திருப்திகரமாக இருக்கிறீர்களா? அல்லது இப்புத்தகத்தால் உங்கள் வாழ்க்கையில் ஒரு மாற்றத்தை ஏற்படுத்த முடியுமா என்பதைக் கண்டறிவதற்காக இதை ஆவலுடன் புரட்டிக் கொண்டிருக்கிறீர்களா? நீங்கள் இந்தப் புத்தகத்தை வாங்கியிருப்பதை வைத்துப் பார்த்தால், உங்கள் வாழ்க்கையில் குறைந்தபட்சம் ஏதாவது ஓர் அம்சத்திலாவது நீங்கள் அதிருப்தி அடைந்திருப்பீர்கள் என்பது என் ஊகம். அப்படிப்பட்ட அதிருப்தி நல்லதுதான். ஏனெனில், நீங்கள் விடைகளைத் தேடிக் கொண்டிருக்கிறீர்கள், வளர்ச்சியடையத் தயாராக இருக்கிறீர்கள் என்று பொருள்.

மாற்றங்களும் தனிப்பட்ட வளர்ச்சியும் கடினமானவை என்று ஏராளமானோர் நினைத்துக் கொண்டிருக்கின்றனர். ஆனால் உங்கள் கனவுகளை நனவாக்குவதும் இலக்குகளை எட்டுவதும் சிக்கலானதாகவோ அல்லது உங்களுக்கு மன அழுத்தத்தை உண்டாக்குவதாகவோ இருக்க வேண்டிய அவசியமில்லை என்று நான் நம்புகிறேன். வெற்றி என்பது எளிதானது. என்னுடைய வாழ்க்கையிலும் என்னுடைய பயிற்றுவிப்பு வகுப்புகளிலும் நான் பயன்படுத்திக் கொண்டிருக்கின்ற ஒரு கொள்கையின் அடிப்படையில் அமைந்துள்ளது இந்நூல். உங்களுடைய தீர்மானங்கள்தாம் உங்களுடைய தலைவிதியைத் தீர்மானிக்கின்றன என்பதுதான் அது. சிறிய அளவில் மேற்கொள்ளப்படுகின்ற அன்றாடத் தீர்மானங்கள், ஒன்று, நீங்கள் கனவு காண்கின்ற வாழ்க்கைக்கு இட்டுச் செல்லும் அல்லது உங்களைப்

பேரழிவில் கொண்டு போய் நிறுத்தும். உண்மையில் சிறுசிறு தீர்மானங்கள்தாம் நம் வாழ்க்கையை வடிவமைக்கின்றன. நாம் எதை உண்ண வேண்டும் என்ற தீர்மானத்திலிருந்து எங்கு வேலை பார்க்க வேண்டும், யாருடன் நேரம் செலவிட வேண்டும், உங்களுடைய நாளை எவ்வாறு கழிக்க வேண்டும் என்பது போன்ற தீர்மானங்கள்வரை, நீங்கள் தேர்ந்தெடுக்கின்ற ஒவ்வொரு தேர்ந்தெடுப்பும், இன்றைய தினமும் உங்கள் வாழ்வின் எஞ்சிய நாட்களிலும் நீங்கள் எப்படி வாழப் போகிறீர்கள் என்பதை வடிவமைக்கும்.

வெற்றி என்பது பல்வேறுபட்ட ஐயாயிரம் விஷயங்களைச் சரியாகச் செய்வதல்ல. வெற்றி என்பது சரியான விஷயங்களை ஐயாயிரம் முறை சரியாகச் செய்வதாகும். இந்நூலில் டேரன் ஹார்டி கொடுத்திருக்கும் விஷயங்களின் சாரம் அதுதான். வெற்றிக்கு அத்தியாவசியமாகத் தேவைப்படுகின்ற முக்கியக் கொள்கைகளை எப்படி உங்களுடைய அன்றாட வாழ்வின் ஒரு பகுதியாக ஆக்கிக் கொள்வது என்பதுதான் அது. நீண்டகால நோக்கில் வெற்றியை அப்படித்தான் உங்களால் உருவாக்கிக் கொள்ள முடியும்.

நீங்கள் கனவு காண்கின்ற வாழ்க்கையை நீங்கள் கைவசப்படுத்த உங்களுக்கு உதவ ஒருவரை நீங்கள் தேர்ந்தெடுக்கும் பட்சத்தில், வெறுமனே அவர் கூறுவதை மட்டும் கேட்டுக் கொண்டிருக்காதீர்கள்; அவர் என்ன செய்து கொண்டிருக்கிறார் என்பதையும் பாருங்கள். எவரும் என்ன வேண்டுமென்றாலும் சொல்லலாம். ஆனால் ஒருவரின் செயல்நடவடிக்கை அவரைப் பற்றிய உண்மைகளைத் திரை விலக்கிக் காட்டிவிடும். டேரனின் விஷயத்தில் அவருடைய செயல்நடவடிக்கையை நான் மிகவும் மதிக்கிறேன். அவர் தன் சொற்படி நடப்பவர். அவருடைய வாழ்க்கையில் அவருக்கு எவையெல்லாம் பலனளித்தனவோ அவற்றைப் பற்றித்தான் அவர் இந்நூலில் பேசுகிறார். என் விஷயத்திலும் அவை பலனளித்துள்ளன.

எங்களுடைய வாழ்க்கையை எங்களுடைய முழுக் கட்டுப்பாட்டில் எடுத்துக் கொள்வதென்று நானும் டேரனும் எங்களுடைய இளம் வயதிலேயே தீர்மானித்தோம். நாங்கள் எப்படிப்பட்ட வாழ்க்கையை வாழ விரும்பினோமோ அத்தகைய வாழ்க்கையை வாழ்ந்து

கொண்டிருந்தவர்களை நாங்கள் அணுகி அவர்களிடமிருந்து கற்றுக் கொண்டோம். பின்னர் அவற்றை நாங்கள் எங்கள் வாழ்வில் அமல்படுத்தினோம். அதனால், நாங்கள் இருவருமே ஜிம் ரான்தான் எங்களுடைய வழிகாட்டி என்று கூறிக் கொள்வதில் வியப்பில்லை. உண்மையான வெற்றி விதிகளைப் பிறருக்குப் புரிய வைப்பதில் அவர் வல்லவராக இருந்தார். சாதனை என்பது அறிவியல்பூர்வமானது என்பதை அவர் எங்களுக்குக் கற்றுக் கொடுத்தார். மனிதர்கள் பல்வேறுபட்டவர்கள் என்பது உண்மைதான் என்றாலும் வெற்றி விதிகள் எல்லோருக்கும் பொருந்தும் என்பதில் மாற்றுக் கருத்து இருக்க முடியாது. நீங்கள் எதை விதைக்கிறீர்களோ அதைத்தான் உங்களால் அறுவடை செய்ய முடியும். நீங்கள் அதிகமான அன்பைப் பெற விரும்பினால், பிறருக்கு அதிகமான அன்பைக் கொடுங்கள். நீங்கள் மாபெரும் வெற்றியை அடைய விரும்பினால் பிறர் சாதிக்க உதவுங்கள். சாதனை அறிவியலைப் பற்றிப் படித்தறிந்து அதில் வல்லவராக ஆகும்போது வெற்றி சாத்தியமாகும்.

டேரன் ஹார்டி இத்தத்துவத்திற்கான ஒரு சிறந்த எடுத்துக்காட்டாகத் திகழ்கிறார். வெற்றிக்கான எளிய அடிப்படைகளைப் பின்பற்றி டேரன் தன்னுடைய இருபத்து நான்காவது வயதிலேயே ஒரு மில்லியனராக ஆனார். பின்னர் அவர் தன்னுடைய இருபத்தேழு வயதிற்குள் ஐம்பது மில்லியன் டாலர்கள் பெறுமானமுள்ள ஒரு நிறுவனத்தை நிறுவி அதை வெற்றிகரமாக நடத்திக் கொண்டிருந்தார்.

டேரனின் வாழ்க்கையே வெற்றி குறித்த ஒரு பரிசோதனைச்சாலையாக விளங்கியது. ஆயிரக்கணக்கான யோசனைகளையும் உத்திகளையும் அவர் தன்மீதே பரிசோதித்துக் கொண்டார். அவற்றில் வெற்றிகளும் அடங்கும் தோல்விகளும் அடங்கும். அவற்றின் ஊடாக, எந்த யோசனைகள் பலனளிக்கவல்லவை, எவை உருப்படாதவை என்பதை அவர் அறிந்து கொண்டார்.

கடந்த இருபத்தைந்து ஆண்டுகளில் எங்களுடைய வாழ்க்கைப் பாதைகள் ஒன்றோடொன்று பலமுறை குறுக்கிட்டுள்ளன. தனிப்பட்ட வளர்ச்சித் துறையின் தலைவர் என்ற முறையில் அவர் நூற்றுக்கணக்கான சிறந்த

எழுத்தாளர்கள், பேச்சாளர்கள் மற்றும் தலைவர்களோடு இணைந்து பணியாற்றியுள்ளார், ஆயிரக்கணக்கான தொழிலதிபர்களைப் பயிற்றுவித்துள்ளார். ஏராளமான பெருநிறுவனங்களுக்கு ஆலோசனைகள் வழங்கியுள்ளார். ஆயிரக்கணக்கான நிர்வாக அதிகாரிகள், சாதனையாளர்கள் போன்றோருக்குத் தனிப்பட்ட முறையில் வழிகாட்டியாக இருந்துள்ளார்.

ஒரு வெற்றிகரமான தொலைக்காட்சித் தயாரிப்பாளர் என்ற முறையிலும், சக்சஸ் பத்திரிகையின் பதிப்பாசிரியர் என்ற முறையிலும், ரிச்சர்டு பிரான்சன், ஜெனரல் காலின் பாவெல், செரீனா வில்லியம்ஸ் உட்பட, எண்ணற்றச் சாதனையாளர்களை அவர் பேட்டி கண்டுள்ளார். அவர்களுடைய சிறந்த யோசனைகளைத் தொகுத்து, அவற்றிலிருந்த ஆற்றல்மிக்க அடிப்படைகளைத் தொகுத்துள்ளார்.

இந்நூலில் டேரன் குறிப்பிட்டுள்ளவற்றை நீங்கள் உங்கள் வாழ்கையில் அமல்படுத்தினால் உங்களால் எதை வேண்டுமென்றாலும் சாதிக்க முடியும்.

எதிர்காலம் என்பது நீங்கள் உருவாக்கிக் கொள்கின்ற ஒன்றுதான். அதனால் உங்கள் வாழ்க்கையை உங்கள் கட்டுப்பாட்டில் எடுத்துக் கொண்டு, நீங்கள் விரும்புகின்ற ஒரு வாழ்க்கையை வடிவமைக்கின்ற தீர்மானங்களை மேற்கொள்ளுங்கள். அதற்கு உதவுகின்ற நடைமுறைக்கு உகந்த செயற்திட்டம்தான் இந்நூல். இது உங்களுடைய எதிர்பார்ப்புகளை அசைத்துப் பார்க்கட்டும், உங்களுடைய அனுமானங்களைப் பொடிப்பொடியாக்கட்டும், உங்களுடைய ஆர்வத்தைத் தூண்டி அதைத் தீவிரமாக்கட்டும்; மொத்தத்தில், உங்கள் வாழ்வின் மதிப்பைக் கூட்டட்டும்!

- டோனி ராபின்ஸ்

நூலாசிரியர், தொழிலதிபர் &

ஊக்குவிப்புப் பேச்சாளர்

பத்தாம் ஆண்டுப் பதிப்பிற்கான சிறப்பு முன்னுரை

இப்புத்தகம் வெளிவந்து பத்தாண்டுகள் ஓடிவிட்டன. அப்போது நான் சக்சஸ் பத்திரிகையின் பதிப்பாசிரியராக இருந்தேன். வெற்றி குறித்த உண்மை நிலைநிறுத்தப்பட வேண்டும் என்றும், வெற்றியை அடைவதற்கான செயற்திட்டம் நேரடியாகச் சொல்லப்பட வேண்டும் என்றும் நான் விரும்பினேன்.

ஆனால் இப்புத்தகம் நூலகங்களிலும் புத்தகக் கடைகளிலும் சுயமுன்னேற்றப் புத்தக அலமாரியை அலங்கரித்துக் கொண்டிருக்கின்ற மற்றொரு புத்தகமாக இருக்காமல் மாபெரும் வெற்றியைப் பெறப் போகிறது என்பதை அப்போது நான் அறிந்திருக்கவில்லை. சாதனையாளர்களுக்குத் தீனி போடுகின்ற மாபெரும் உத்வேக சக்தியாக இது உருவெடுத்தது.

இந்நூல், நியூயார்க் டைம்ஸ் பத்திரிகை தொகுத்து வழங்கும் 'சிறப்பாக விற்பனையாகிக் கொண்டிருக்கும் நூல்களின் பட்டியலில்' இடம் பிடித்தது, பத்து இலட்சம் பிரதிகள் விற்பனையாகி ஒரு மாபெரும் சாதனையைப் படைத்தது. இந்நூலைப் படித்தவர்கள் இதை வாங்கிப் பலருக்கும் கொடுத்தனர். இப்படிப்பட்டத் தொடர்விளைவை நான் எதிர்பார்த்திருக்கவில்லை.

தாங்கள் படித்ததோடு மட்டுமல்லாமல் பிறரோடும் பகிர்ந்து கொள்ள இப்புத்தகத்திலுள்ள எந்த அம்சம் மக்களைத் தூண்டுகின்றது என்று நான் பல முறை வியந்துள்ளேன். இதில் கூறப்பட்டுள்ள கொள்கைகள் காலத்தை விஞ்சி நிற்பதும், ஒருவருடைய இனம், சமூக

அந்தஸ்து, அரசியல், சார்ந்துள்ள துறை ஆகியவற்றைக் கடந்து எல்லோருக்கும் புரிகின்ற விதத்தில் எளிமையாகவும், தெளிவாகவும் நேரடியாகவும் இருப்பதுமே அதற்குக் காரணம் என்று எனக்குத் தோன்றுகிறது.

வித்தியாசமாக இருக்க முயலும் எவரும், இன்னும் பத்தாண்டுகள் அல்லது ஐம்பது ஆண்டுகள் கழித்தும் இந்நூலில் கூறப்பட்டுள்ள கருத்துகளோடு ஒத்துப் போவர் என்று நான் உறுதியாக நம்புகிறேன். நம்மைச் சுற்றியுள்ள உலகம் எவ்வளவுதான் மாறிக் கொண்டிருந்தாலும், மனிதர்களின் நிலையும், அவர்களுடைய அகவளர்ச்சிப் பயணமும் மாறாமல் அப்படியேதான் இருக்கும்.

பத்து ஆண்டுகளுக்கு முன்பிருந்ததைவிட, இப்புத்தகத்திற்கானதேவை இப்போதுதான் அதிகரித்துள்ளது என்று நான் நம்புகிறேன். முன்னைவிட இப்போதுதான் வம்புச் செய்திகளுக்கும் எதிர்மறைத் தகவல்களுக்கும் முன்னுரிமை கொடுக்கின்ற ஊடகங்களாலும், சமூக ஊடகங்களின் புற்றீசல் பெருக்கத்தாலும் நாம் அதிகமாகத் திணறடிக்கப்படுகிறோம். தங்களைத் தாங்களே ஆசான்களாக வரித்துக் கொண்டிருக்கின்ற நபர்களின் "உடனடித் தீர்வு" தந்திர வித்தைகளால் நாம் திக்குமுக்காட வைக்கப்படுகிறோம். ஆனால் வெற்றியின் அடிப்படைகள் ஒருபோதும் மாறாது. "புராதனப் பொருட்களை உற்பத்தி செய்து தருவதாக வாக்குறுதி கொடுப்பவனை சந்தேகப்படு," என்று என்னுடைய வழிகாட்டியான ஜிம் ரான் கூறுவார்.

இப்புத்தகத்துடனான அறிமுகம் இப்போதுதான் உங்களுக்குக் கிடைத்துள்ளது என்றால், இது கண்டிப்பாக உங்களுடைய வாழ்க்கையில் ஒரு திருப்புமுனையாக அமையும் என்று நான் நம்புகிறேன். ஏனெனில், இது எண்ணற்றோருக்கு அப்படி இருந்துள்ளது. பின்னாளில், நீங்கள் இப்புத்தகத்தை முதன்முதலாகப் படித்த நாளைத் திரும்பிப் பார்த்து, "நான் 'கூட்டு விளைவு' நூலைப் படித்தப் பிறகு என் வாழ்க்கை அடியோடு மாறிவிட்டது. பன்மடங்கு பெருகியுள்ள என் வருவாய், நான் அடைந்துள்ள மாபெரும் வெற்றிகள் ஆகியவை அதற்கான சாட்சிகள்," என்று நீங்கள் கண்டிப்பாகக் கூறுவீர்கள்.

அப்போது உங்கள் முகத்தில் பிரகாசித்துக் கொண்டிருக்கும் பெருமையையும், உங்களுடைய

உதடுகளில் மலர்ந்திருக்கும் புன்னகையையும் மறைக்க முடியாமல் நீங்கள் தவிப்பீர்கள். ஏனெனில், உங்கள் வாழ்க்கையில் கூட்டு விளைவை நீங்கள் ஏற்கனவே முடுக்கிவிட்டிருப்பீர்கள். அந்த முடுக்கிகள் இந்நூலின் பக்கங்களில் விரவிக் கிடக்கின்றன.

மாபெரும் வெற்றியை நோக்கிய உங்களுடைய பயணத்தில் நீங்கள் இனியும் தனியாக இல்லை என்பதை நீங்கள் உணர்ந்து கொள்ளுங்கள். இப்போது நான் உங்கள் பக்கம் இருக்கிறேன்.

மரியாதையுடனும் அன்புடனும்,

- டேரன் ஹார்டி

முன்னுரை

இப்புத்தகம் வெற்றியைப் பற்றியது. அதை அடைய உண்மையிலேயே என்ன செய்ய வேண்டும் என்பதைப் பற்றியது. ஒளிவுமறைவின்றி யாராவது ஒருவர் இதை உங்களிடம் கூறியாக வேண்டிய வேளை வந்துவிட்டது: நெடுங்காலமாகவே நீங்கள் முட்டாளாக்கப்பட்டு வந்துள்ளீர்கள்.

வெற்றிக்கு இரகசியச் சூத்திரங்களோ, உடனடித் தீர்வுகளோ கிடையாது. இணையத்தில் தினமும் இரண்டு மணிநேரம் மேய்ந்துவிட்டு ஆண்டுக்கு இரண்டு இலட்சம் டாலர்களைச் சம்பாதித்துவிட முடியாது; "ஹாலிவுட் பத்திய உணவு" ஒன்றை உட்கொண்டு ஒரே வாரத்தில் இருபது கிலோ எடையைக் குறைத்துவிட முடியாது; ஏதோ ஒரு களிம்பை உங்கள் முகத்தில் பூசி உங்களுடைய முகத்தை இருபது ஆண்டுகள் இளமையாக ஆக்கிவிட முடியாது; ஒரு மாத்திரையை உட்கொண்டு உங்களுடைய தாம்பத்தியப் பிரச்சனையைத் தீர்த்துவிட முடியாது; உடனடியாகப் பணக்காரனாக ஆகும் திட்டத்தின் மூலம் ஒரு நிலையான வெற்றியை உருவாக்கிக் கொள்ள முடியாது. உங்களுடைய வெற்றியை, பிரபலத்துவத்தை, சுயமதிப்பை, நல்ல உறவுகளை, மற்றும் ஆரோக்கியத்தை உள்ளூர்ப் பல்பொருள் அங்காடியில் வாங்கிக் கொள்ள முடிந்தால் நன்றாகத்தான் இருக்கும். ஆனால் விஷயங்கள் அப்படி நடைபெறுவதில்லை.

ஒரே இரவில், கடினமான முயற்சிகள் எதுவுமின்றி, மூன்று தவணைகளில் 39.95 டாலர்கள் பணம் செலுத்திப் பணக்காரராக ஆவது எப்படி, உடலை மெலிய வைப்பது எப்படி, இளமையாக மாறுவது எப்படி, வசீகரமாக

ஆவது எப்படி போன்ற விளம்பரங்களால் நாம் தொடர்ந்து புரட்டி எடுக்கப்பட்டுக் கொண்டிருக்கிறோம். இந்தத் தொடர்ச்சியான மார்க்கெட்டிங் தாக்குதல்கள், வெற்றி பெறுவதற்கு உண்மையிலேயே என்ன தேவை என்ற நம்முடைய கண்ணோட்டங்களை சின்னாபின்னமாக்கிவிடுகின்றன. இதன் காரணமாக, வெற்றி பெறுவதற்குத் தேவையான எளிய, ஆனால் ஆற்றல்மிக்க அடிப்படைகள் நம் கண்களில் படாமல் போய்விடுகின்றன.

இவற்றை இனியும் என்னால் சகித்துக் கொண்டிருக்க முடியாது. மக்களைத் தடம் புரள வைக்கின்ற இச்செய்திகளைப் பார்த்துக் கொண்டு என்னால் அமைதியாக இருக்க முடியாது. அடிப்படைகளை நோக்கி உங்களை அழைத்துச் செல்வதற்காகவே நான் இந்நூலை எழுதியுள்ளேன். தேவையில்லாதவற்றைத் தூக்கியெறிந்துவிட்டு, வெற்றிக்கு அத்தியாவசியமாகத் தேவைப்படுகின்ற அடிப்படைகளின்மீது கவனத்தைக் குவிக்க நான் உங்களுக்கு உதவப் போகிறேன். இப்புத்தகத்தில் கூறப்பட்டுள்ள, காலத்தால் நிரூபிக்கப்பட்டுள்ள கொள்கைகளை உங்களால் எளிதில் கடைபிடிக்க முடியும், இதில் இடம் பெற்றுள்ள பயிற்சிகளை உங்களால் சுலபமாக நடைமுறைப்படுத்த முடியும். அதோடு, அது உங்களுடைய வாழ்வில் விளைவிக்கின்ற, நீடித்து நிலைக்கின்ற விளைவுகளை உங்களால் கணக்கிடவும் முடியும்.

கூட்டு விளைவின் ஆற்றலை அறுவடை செய்ய நான் உங்களுக்கு உதவுகிறேன். கூட்டு விளைவு என்ற செயல்முறைதான் உங்களுடைய வாழ்க்கையை எப்போதும் வழிநடத்தி வந்துள்ளது. அது நல்ல விளைவுகளையும் ஏற்படுத்தியுள்ளது, மோசமான விளைவுகளையும் ஏற்படுத்தியுள்ளது. இதை நீங்கள் உங்களுக்குச் சாதகமாகப் பயன்படுத்திக் கொண்டால், உங்கள் வாழ்க்கையில் உங்களால் ஒரு புரட்சியை ஏற்படுத்த முடியும். நீங்கள் மனம் வைத்தால் உங்களால் எதை வேண்டுமென்றாலும் சாதிக்க முடியும் என்பதை நீங்கள் கேள்விப்பட்டிருக்கக்கூடும். ஆனால், அதை எப்படிச் செய்ய வேண்டும் என்பதை நீங்கள் அறிந்திருந்தால் மட்டுமே அது சாத்தியப்படும். அச்செயல்முறையில் கைதேர்ந்து விளங்க இந்நூல்

உங்களுக்குக் கற்றுக் கொடுக்கும். அதன் பிறகு உங்களால் எதை வேண்டுமென்றாலும் பெற முடியும், எதை வேண்டுமென்றாலும் சாதிக்க முடியும்.

உச்சகட்ட வெற்றிக்கு, கூட்டு விளைவு என்கிற இந்த ஒரு செயல்முறை மட்டுமே போதும் என்று என்னால் எப்படி உறுதியாகக் கூற முடியும் என்று நீங்கள் கேட்கலாம். முதலாவதாக, இக்கொள்கைகளை என்னுடைய சொந்த வாழ்வில் நான் பயன்படுத்தியுள்ளேன். எழுத்தாளர்கள் தங்களுடைய புகழைப் பற்றியும் செல்வத்தைப் பற்றியும் மார்தட்டிக் கொள்வதை நான் வெறுக்கிறேன் என்றாலும், நான் என்னுடைய சொந்த அனுபவத்திலிருந்து இவற்றைப் பேசுகிறேன் என்பதை நீங்கள் அறிந்து வைத்திருப்பது முக்கியம் என்று நான் நினைக்கிறேன். பல முறை கூறப்பட்டுள்ள ஒரு கோட்பாட்டை நான் உங்கள் முன் வைக்கவில்லை. மாறாக, நிரூபணமான, நடைமுறைக்கு உகந்த ஒரு செயல்முறையை உங்கள் முன் சமர்ப்பிக்கிறேன். டோனி ராபின்ஸ் தன்னுடைய அணிந்துரையில் குறிப்பிட்டிருந்ததைப்போல, நான் என்னுடைய தொழில் முயற்சிகளில் குறிப்பிடத்தக்க வெற்றிகளை ஈட்டியிருந்தேன். இப்புத்தகத்தில் நீங்கள் படிக்கவிருக்கும் அதே கொள்கைகளைப் பயன்படுத்தித்தான் நான் மாபெரும் வெற்றிகளைச் சாதித்திருந்தேன்.

கடந்த முப்பது ஆண்டுகளுக்கும் மேலாக, வெற்றியைப் பற்றியும் மனிதச் சாதனைகளைப் பற்றியும் நான் தீவிரமாகப் படித்து வந்துள்ளேன். நூற்றுக்கணக்கான யோசனைகளையும் கொள்கைகளையும் கோட்பாடுகளையும் பரிசோதிக்க இலட்சக்கணக்கான டாலர்களை நான் வாரி இறைத்திருக்கிறேன். நீங்கள் எதைக் கற்றுக் கொண்டாலும் சரி, நீங்கள் எந்த உத்தியைக் கையாண்டாலும் சரி, கூட்டு விளைவு எனும் செயற்திட்டத்தின் விளைவாகவே வெற்றி உங்களை வந்தடைகிறது என்பதை என்னுடைய சொந்த அனுபவங்கள் சந்தேகத்திற்கு இடமின்றி எனக்கு நிரூபித்துக் காட்டியுள்ளன.

இரண்டாவதாக, கடந்த இருபத்தைந்து ஆண்டுகளாக, வெற்றி ஊடகத் தொழிற்துறையில் மிகமிக முக்கியமான பங்கை நான் ஆற்றியுள்ளேன். மதிப்பிற்குரிய தலைவர்கள், சிந்தனாவாதிகள், பிரபலமான பேச்சாளர்கள்,

விற்பனையில் சாதனை புரிந்துள்ள நூலாசிரியர்கள் போன்ற எண்ணற்றோருடன் இணைந்து நான் பணியாற்றியுள்ளேன். பெருநிறுவனங்களின் நிர்வாகிகளுக்கும் உயர்மட்டச் சாதனையாளர்களுக்கும் ஆலோசனையாளராகப் பணியாற்றியுள்ளேன், ஆயிரக்கணக்கான தொழிற்தலைவர்களுக்குப் பயிற்சியளித்து அவர்களுடைய வழிகாட்டியாகப் பணிபுரிந்துள்ளேன். இவற்றிலிருந்து, வெற்றிக்கு எவையெல்லாம் உதவும், எவையெல்லாம் உதவாது என்பதை நான் தெளிவாக அடையாளம் கண்டு கொண்டுள்ளேன்.

மூன்றாவதாக, வெற்றியின்மீது கவனத்தைக் குவித்த மூன்று தொலைக்காட்சி நெட்வொர்க்குகளை நடத்தி வந்தவன் என்ற முறையிலும், சக்சஸ் பத்திரிகையின் பதிப்பாசிரியர் என்ற முறையிலும், மிகச் சிறந்த வெற்றியாளர்களைப் பற்றி அலசி ஆராய்ந்து, அவர்களில் யார் தொலைக்காட்சி நிகழ்ச்சிகளில் பங்கேற்க வேண்டும், யார் பத்திரிகையின் பக்கங்களை அலங்கரிக்க வேண்டும் என்பதை நான் தீர்மானிக்க வேண்டியிருந்தது. அப்படித் தேர்ந்தெடுக்கப்பட்ட ஆறு நபர்களை ஒவ்வொரு மாதமும் நான் பேட்டி கண்டேன். மொத்தத்தில், தனிப்பட்ட முறையிலும் தொழில்ரீதியாகவும் சாதனைகளுக்கு வித்திட்டிருந்த யோசனைகள், சிந்தனைகள், உத்திகள் போன்றவற்றில் நான் தினந்தோறும் நீந்திக் கொண்டிருந்தேன்.

நான் சொல்ல வருவது இதுதான்: இப்படி உலகின் தலைசிறந்த ஆயிரக்கணக்கான வெற்றியாளர்களின் பழக்கவழக்கங்களை ஆராய்கின்றபோது, அங்கு ஓர் அற்புதமான தெளிவு உருவாகிறது. அவற்றிலிருக்கும் அடிப்படை உண்மை தெள்ளத் தெளிவாகிறது.

இந்நூலில் கூறப்பட்டுள்ள அரை டஜன் அடிப்படைகளை உள்ளடக்கிய கூட்டு விளைவு எனும் செயல்முறையில் கவனத்தைக் குவித்து அதில் நீங்கள் வல்லவராக ஆகும்போது, உங்களால் எந்த இலக்கை வேண்டுமானாலும் அடைய முடியும், நீங்கள் கனவு காண்கின்ற வாழ்க்கையை உங்களால் வாழ முடியும்.

இந்த இடத்தில் நான் ஒன்றை உங்களுக்குச் சுட்டிக்காட்ட விரும்புகிறேன். வெற்றியைச் சம்பாதிப்பது

கடினம். இச்செயற்திட்டம் உழைப்புமிக்கது, சலிப்பூட்டுவது. சில சமயங்களில் இது சுவாரசியமற்றதாகவும் இருக்கக்கூடும். உங்கள் துறையில் தலைசிறந்தவராக, செல்வந்தராக, செல்வாக்குமிக்கவராக ஆவது என்பது கடினமானது, மெதுவானது. நான் சொல்வதைத் தவறாகப் புரிந்து கொள்ளாதீர்கள். இப்புத்தகத்தில் குறிப்பிடப்பட்டுள்ளவற்றை நீங்கள் பின்பற்றினால் உங்கள் வாழ்க்கையில் ஏற்படுகின்ற நேர்மறையான விளைவுகளை உங்களால் உடனடியாகப் பார்க்க முடியும். ஆனால் கடின உழைப்பு, கட்டுப்பாடு, அர்ப்பணிப்பு போன்றவற்றை நீங்கள் வெறுத்தால், இதைப் படிப்பதை நிறுத்திவிட்டு, ஊடகங்களில் இடம் பெறுகின்ற "ஓரே இரவில் வெற்றி" திட்டங்களில் சேர்ந்து கொள்ளுங்கள்.

வெற்றி பெறுவதற்கு எவையெல்லாம் தேவை என்பது உங்களுக்கு ஏற்கனவே நன்றாகத் தெரியும். நீங்கள் கூடுதலாக எதையும் கற்றுக் கொள்ளத் தேவையில்லை. நமக்குத் தேவைப்படுபவை கூடுதல் தகவல்கள் மட்டும்தான் என்று இருந்தால், இணையத் தொடர்பு இருக்கின்ற ஒவ்வொருவரும் இன்று ஒரு மாளிகையில் வசித்துக் கொண்டிருக்க வேண்டும், கட்டான மேனியைக் கொண்டிருக்க வேண்டும், எப்போதும் மகிழ்ச்சியில் மிதந்து கொண்டிருக்க வேண்டும்! உங்களுக்குத் தேவை கூடுதல் தகவல்கள் அல்ல. உங்களுக்குத் தேவை ஒரு புதிய செயற்திட்டம். வெற்றிக்கு வழிவகுக்கின்ற புதிய பழக்க வழக்கங்களையும் புதிய நடத்தைகளையும் உருவாக்கிக் கொள்வதற்கான வேளை இது. அவ்வளவு எளிது இது.

இப்போது நாம் செயலில் இறங்கலாம்!

அத்தியாயம் 1

கூட்டு விளைவின் பயன்கள்

“மெதுவாகவும் நிதானமாகவும் சென்றால் வெற்றி பெற்றுவிடலாம்,” என்ற கூற்றை நீங்கள் கேள்விப்பட்டிருப்பீர்கள். சிறு வயதில் நீங்கள் கேட்டிருந்த ஆமை, முயல் கதைதான் அது. அந்த ஆமை நான்தான். எனக்குப் போதுமான நேரம் கொடுக்கப்பட்டால், என்னால் எவரை வேண்டுமானாலும், எந்தப் போட்டியிலும், எந்த நேரத்திலும் தோற்கடிக்க முடியும். அது எப்படிச் சாத்தியம்? நான் சிறப்பானவன், அதிபுத்திசாலி அல்லது வேகமானவன் என்பதால் அல்ல. நான் வளர்த்துக் கொண்டுள்ள நேர்மறைப் பழக்கங்களும், அவற்றை நான் தொடர்ந்து நடைமுறையில் பயன்படுத்தி வருவதும்தான் வெற்றியைச் சாத்தியமாக்கும். கற்றுக் கொண்டவற்றைத் தொடர்ந்து நடைமுறையில் பயன்படுத்துவதில் நான் மிகவும் நம்பிக்கை கொண்டுள்ளேன். அதுதான் வெற்றிக்கான சரியான திறவுகோல் என்பதற்கு நான் ஒரு வாழும் எடுத்துக்காட்டாகத் திகழ்கிறேன். ஆனாலும் சாதிக்க முயற்சி செய்பவர்களில் பலர் இங்குதான் தடுக்கி விழுகின்றனர். ஒரு விஷயத்தை எப்படித் தொடர்ந்து விடாப்பிடியாகக் கடைபிடித்து வர வேண்டும் என்பதைப் பெரும்பாலான மக்கள் அறிந்திருப்பதில்லை. என் அப்பாதான் கூட்டு விளைவின் ஆற்றலை எனக்கு முதன்முதலாக அறிமுகப்படுத்தினார்.

எனக்கு இரண்டு வயதாக இருந்தபோது என் பெற்றோர் பிரிந்துவிட்டனர். என்னை என் அப்பாதான் தனியொருவராக வளர்த்தார். அன்பான, பேணி வளர்க்கின்ற இயல்பைக் கொண்டவர் அல்லர் அவர். அவர் ஒரு சமயத்தில் பல்கலைக்கழகக் கால்பந்துப் பயிற்றுவிப்பாளராக வேலை பார்த்தவர் என்பதால், சாதனைகளை நோக்கி அவர் என்னை உந்தித் தள்ளினார்.

தினமும் காலையில் ஆறு மணிக்கு நான் கண்டிப்பாக எழுந்தாக வேண்டும் என்பது என் அப்பாவின் உத்தரவு. அதற்காக என் தோளில் அன்பாகத் தட்டி அவர் என்னை எழுப்ப மாட்டார். அல்லது அலாரச் சத்தம் கேட்டு நான் விழிப்பதில்லை. என் அறைக்கு அருகேயிருக்கும் கார் நிறுத்துமிடத்தில் என் அப்பா தன் உடற்பயிற்சிச் சாதனங்களை வைத்து எழுப்பும் பெரும் சத்தத்துடன்தான் நான் தினமும் கண்விழிப்பேன். "வலி இல்லையேல் ஆதாயம் இல்லை," என்று சுவரில் எழுதப்பட்டிருக்கும் கொட்டை எழுத்துகளைப் பார்த்தபடியே அவர் தன் தீவிர உடற்பயிற்சியை மேற்கொள்வார். மழையோ, வெயிலோ, பனியோ அவருடைய உடற்பயிற்சியை பாதிக்காது.

எனக்கு ஏகப்பட்ட வீட்டு வேலைகள் வழங்கப்பட்டிருக்கும். பள்ளியிலிருந்து நான் வீடு திரும்பும்போது, அன்று நான் செய்து முடிக்க வேண்டிய வேலைகளின் பட்டியல்தான் என்னை வரவேற்கும்: தோட்டத்தில் களை பிடுங்கு, உதிர்ந்து கிடக்கும் இலைகளை அள்ளிவிட்டுத் தோட்டத்தைச் சுத்தம் செய், கார் நிறுத்துமிடத்தைப் பெருக்கி வை, வீட்டைப் பெருக்கிக் கூட்டு, பாத்திரங்களைக் கழுவி வை போன்ற உத்தரவுகள் அவற்றில் அடங்கும். இதைக் காரணம் காட்டிப் படிப்பில் பின்தங்கி இருந்துவிடவும் முடியாது.

எந்தவிதமான சாக்குப்போக்குகளையும் என் அப்பா ஏற்றுக் கொள்ள மாட்டார். நான் இரத்த வாந்தி எடுத்துக் கொண்டிருந்தாலோ அல்லது என் உடம்பில் எங்காவது எலும்பு உடைந்து வெளியே நீட்டிக் கொண்டிருந்தாலோ தவிர, பள்ளிக்கு மட்டம் போட எனக்கு அனுமதி இருந்ததில்லை. "நீ எவ்வளவு புத்திசாலியாக இருக்கிறாய் அல்லது இருக்கவில்லை என்பது ஒரு பொருட்டே அல்ல. அறிவில், அனுபவத்தில், திறமையில், அல்லது உள்ளார்ந்த

திறனில் குறைபாடுகள் இருந்தால், அவை கடின உழைப்பின் மூலம் ஈடுகட்டப்பட வேண்டும் என்பது அவருடைய தத்துவமாக இருந்தது. உங்களுடைய எதிராளி உங்களைவிட புத்திசாலியாகவோ, திறமைசாலியாகவோ அல்லது அனுபவசாலியாகவோ இருந்தால், நீங்கள் அவரைவிட மூன்று அல்லது நான்கு மடங்கு அதிகக் கடினமாக உழைத்தால் உங்களால் அவரை முறியடிக்க முடியும். நான் எந்தவொரு அனுகூலமற்றச் சூழலைச் சந்தித்தாலும் கடின உழைப்பின் மூலம் அதன் சவால்களை எதிர்கொள்வதற்கு அவர் எனக்குக் கற்றுக் கொடுத்திருந்தார். கூடைப்பந்து விளையாட்டில் கூடையில் பந்தைச் சரியாகப் போட முடியவில்லையா? அடுத்த ஒரு மாதத்திற்கு தினமும் ஆயிரம் தடவை கூடையில் பந்தைப் போட்டுப் பயிற்சி செய்ய வேண்டும். கூடைப்பந்தை இடது கையினால் தட்டிக் கொண்டே செல்ல முடியவில்லையா? வலது கையை உங்கள் முதுகுக்குப் பின்னால் கட்டிக் கொண்டு தினமும் மூன்று மணி நேரம் இடது கையால் பந்தைத் தட்டிக் கொண்டே போக வேண்டும். கணக்கில் பலவீனமாக இருக்கிறீர்களா? கோடைக்காலம் முழுவதும் மீண்டும் மீண்டும் கணக்கைப் போட்டுப் பார்க்க வேண்டும், ஒரு டியூசன் ஆசிரியரை வைத்து கொள்ள வேண்டும். எதற்கும் சாக்குப்போக்குகளுக்கு அனுமதி கிடையாது. என் அப்பா இந்த அறிவுரைகளைப் பிறருக்கு மட்டும் கொடுப்பதில்லை, அவர் அவற்றைத் தன் வாழ்விலும் கடைபிடிப்பார். முதலில் ஒரு கால்பந்துப் பயிற்றுவிப்பாளராக இருந்த அவர் ஒரு சிறந்த விற்பனைப் பிரதிநிதியாக உயர்ந்தார். பின்னர் ஒரு தொழிலில் மேலாளராக இருந்து, இறுதியில் தனக்கென்று சொந்தமாக ஒரு தொழிலைத் தொடங்கினார்.

அதற்காக அவர் எங்களுக்கு எப்போதும் அறிவுரைகளை வாரி வழங்கிக் கொண்டிருக்கவில்லை. முதலில் எல்லாவற்றையும் நாங்களே கண்டுபிடித்துக் கொள்ளும்படி அவர் எங்களை விட்டுவிடுவார். நாங்கள் எங்களுடைய வாழ்க்கைக்குப் பொறுப்பெடுத்துக் கொள்ள வேண்டும் என்பதில் அவர் உறுதியாக இருந்தார். வீட்டுப்பாடங்களை ஒழுங்காகச் செய்து முடித்துவிடுவதன் முக்கியத்துவத்தைப் பற்றி அவர் தினமும் பிரசங்கம் செய்து கொண்டிருக்க மாட்டார். நாங்கள் நல்ல விளைவுகளை

நிகழ்த்திக் காட்ட வேண்டும், அவ்வளவுதான். அப்படிச் செய்துவிட்டால், அவர் எங்களைக் கொண்டாடுவார். நல்ல மதிப்பெண்களைப் பெற்றுவிட்டால், எங்களை உள்ளூர் ஐஸ்கிரீம் கடைக்குக் கூட்டிச் சென்று விதவிதமான ஐஸ்கிரீம்களை வாங்கிக் கொடுத்து எங்களை மகிழ்ச்சிப்படுத்துவார். என் உடன் பிறந்தவர்கள் அநேக நேரங்களில் நல்ல மதிப்பெண்களைப் பெறுவதில்லை என்பதால், அவர்களுக்கு அடிக்கடி ஐஸ்கிரீம் சுவைக்கும் வாய்ப்புகள் கிடைக்காமல் போய்விடும். அவர் எங்களை ஐஸ்கிரீம் கடைக்கு அழைத்துச் செல்வது எங்களைப் பொறுத்தவரை ஒரு பெரிய விஷயமாக இருந்ததால், நாங்கள் அதற்காகவாவது கடினமாக உழைத்தோம்.

என் அப்பாவின் கட்டுப்பாடு எனக்கு ஒரு நல்ல எடுத்துக்காட்டாக அமைந்தது. என் அப்பாவை நான் பூசித்தேன். அவர் என்னைக் குறித்துப் பெருமை கொள்ள வேண்டும் என்று நான் விரும்பினேன். அவருக்கு நான் ஓர் ஏமாற்றமாக அமைந்துவிடுவேனோ என்றும் நான் பயந்தேன். "வேண்டாம் என்று கூறத் துணிகிற ஆளாக இரு!" என்பது அவருடைய தாரக மந்திரமாக இருந்தது. பத்தோடு பதினொன்றாக இருப்பதில் எந்தவிதமான சாதனையும் இல்லை. வித்தியாசமானவனாக இருப்பதில்தான் சாதனை இருக்கிறது. அதனால்தான் நான் போதைப் பழக்கத்திற்கு ஆளாகவில்லை. போதைப் பழக்கத்தின் தீமைகள் குறித்து அவர் தேவைக்கு அதிகமாகப் பேசிச் சலிப்பூட்டவில்லை. ஆனால், என்னைச் சுற்றியிருந்த அனைவரும் போதைப் பொருட்களை உட்கொண்டபோது, அவர்களில் ஒருவனாக இருக்க நான் விரும்பவில்லை.

என் அப்பாவின் கண்டிப்பின் காரணமாக, மிகத் திறமையான முதன்மை நிர்வாக அதிகாரி பொறாமைப்படுகின்ற அளவு என்னுடைய தினசரிக் கால அட்டவணை இருந்தது. சில நேரங்களில் அது குறித்து நான் முனகினாலும், என் சக மாணவர்களைவிடக் கூடுதல் அனுகூலத்தை அது எனக்குக் கொடுத்தது என்பதை நான் உணர்ந்திருந்த காரணத்தால் அதை நான் விரும்பினேன். வாழ்க்கையில் நான் எதைச் சாதிக்க விரும்பினாலும் அதற்குத் தேவையாக இருந்த பொறுப்புணர்வும் கட்டுப்பாடும் அர்ப்பணிப்பும் சிறு வயதிலேயே எனக்குள்

படிந்துவிட என் அப்பா எனக்கு உதவினார்.

சாதனை வெறியை என்னுள் அவர் ஊட்டி வளர்த்துவிட்டார் என்று நான் அவரிடம் நகைச்சுவையாகக் குறிப்பிடுவதுண்டு. பதினெட்டு வயதில் என்னுடைய வருமானம் ஆறு இலக்கத்தில் இருந்தது. அப்போதே நான் சொந்தமாக ஒரு தொழிலைத் தொடங்கியிருந்தேன். இருபது வயதில், பணக்காரர்கள் வசிக்கும் பகுதியில் நான் சொந்தமாக ஒரு வீடு வாங்கியிருந்தேன். எனக்கு இருபத்து நான்கு வயது ஆகியிருந்தபோது, நான் ஆண்டுக்கு ஒரு மில்லியன் டாலர்கள் பணம் சம்பாதித்துக் கொண்டிருந்தேன். என்னுடைய இருபத்தேழாவது வயதில், என்னுடைய தொழில், ஆண்டுக்கு ஐம்பது மில்லியன் டாலர்கள் வருவாயை ஈட்டிக் கொண்டிருந்தது. இன்று நான் முழுப் பொருளாதாரச் சுதந்திரத்தை அடைந்துள்ளேன். பணத்திற்காக இனியும் நான் வேலை செய்ய வேண்டிய அவசியமில்லை.

என் வளர்ச்சி குறித்து என் அப்பா பெருமிதம் கொண்டிருந்தார். வெற்றிக்குத் தேவையான திறன்களை நான் என் அப்பாவிடமிருந்தும் பிற வழிகாட்டிகளிடமிருந்தும் கற்றுக் கொண்டது குறித்து அவர்கள்பால் நான் நன்றியுணர்வுடன் இருக்கிறேன்.

என் வெற்றிக்குப் பின்னாலுள்ள 'இரகசியத்தை' இந்நூல் வெளிப்படுத்துகிறது. கூட்டு விளைவின்மீது நான் உண்மையிலேயே முழு நம்பிக்கை வைத்துள்ளேன்.

பெரும்பாலான மக்களுக்கு இதன்மீது உண்மையான நம்பிக்கை கிடையாது. அதற்கு நியாயமான காரணங்கள் ஏராளமாக உள்ளன. எனக்குக் கிடைத்திருந்ததைப் போன்ற ஒரு முன்னுதாரணமோ அல்லது பயிற்சியோ அவர்களுக்குக் கிடைக்காமல் போயிருக்கலாம். கூட்டு விளைவின் பலன்களை அவர்கள் அறுவடை செய்யாமல் இருந்திருக்கலாம். ஒரு சமுதாயம் என்ற முறையில் நாம் எல்லோருமே வஞ்சிக்கப்பட்டவர்கள். உங்களிடம் இல்லாத பிரச்சனைகள் உங்களிடம் இருப்பதாக உங்களை நம்ப வைத்து, அவற்றை உடனடியாகத் தீர்ப்பதற்கான நிவாரணிகளை உங்களிடம் விற்கின்ற, முழுக்க முழுக்க வியாபாரரீதியான மார்க்கெட்டிங்கால் நாம் மனவசியம் செய்யப்பட்டுள்ளோம். விடாமுயற்சியுடன்கூடிய கடின

உழைப்பு போன்ற, காலங்காலமாக இருந்து வருகின்ற சிறந்த விழுமியங்களை நாம் இழந்து கொண்டிருக்கிறோம்.

இனி அவற்றை ஒவ்வொன்றாகப் பார்க்கலாம்.

கூட்டு விளைவின் பயனை நீங்கள் அறுவடை செய்திருக்கவில்லை

தொடர்ந்து மேற்கொள்ளப்படுகின்ற சிறிய, புத்திசாலித்தனமான தேர்ந்தெடுப்புகளிலிருந்து பிரம்மாண்டமான வெகுமதிகளை அறுவடை செய்கின்ற கொள்கைதான் கூட்டு விளைவாகும். அவற்றின் விளைவுகள் பிரம்மாண்டமாக இருந்தாலும், அது குறித்து மேற்கொள்ளப்படுகின்ற செயல்நடவடிக்கைகள் குறிப்பிடத்தக்கவையாக இருப்பதாக உங்களால் உணர முடியாது என்பது இதன் குறிப்பிடத்தக்க அம்சமாகும். உங்களுடைய ஆரோக்கியத்தை, உங்களுடைய உறவுகளை, உங்களுடைய வருவாயை அல்லது வேறு ஏதாவது ஓர் அம்சத்தை மேம்படுத்த நீங்கள் இந்த உத்தியைப் பயன்படுத்தும்போது, முதலில் ஏற்படுகின்ற மாற்றங்கள் மிகவும் நுட்பமாக இருக்கும் என்பதால், அவை உங்கள் பார்வைக்கு வராமலேயே போய்விடும். இச்சிறிய மாற்றங்கள் உடனடியான விளைவுகளை ஏற்படுத்தாது, பெரிய வெற்றிகளை ஈட்டித் தராது. பின் எதற்காக அதற்கு நாம் இவ்வளவு கஷ்டப்பட வேண்டும்?

கூட்டு விளைவின் எளிமை பலரை அதை அலட்சியம் செய்யத் தூண்டிவிடுகிறது. எடுத்துக்காட்டாக, ஓடுகின்ற பழக்கத்தைத் தொடங்கிய எட்டாவது நாள், தங்களுடைய எடையில் பெரிய மாற்றம் ஏதும் ஏற்படாததன் காரணமாக, பலர் அதை நிறுத்திவிடுகின்றனர். அல்லது பியானோ பயிற்சியைத் தொடங்கிய ஆறு மாதத்தில், அடிப்படை சுருதியைத் தவிர வேறு எதையும் வாசிக்க முடியவில்லை என்பதால் அவர்கள் அதை நிறுத்திவிடுகின்றனர். அதேபோல, தங்களுடைய ஓய்வூதியத் திட்டத்தில் போடுகின்ற பணம் குறிப்பிடத்தக்க அளவு வளர்வதில்லை என்பதோடு, அதை வெளியே எடுக்கவும் முடியாது என்பதால், ஒருசில ஆண்டுகளுக்குப் பிறகு அவர்கள் அதை நிறுத்திவிடுகின்றனர்.

ஆனால் இப்படிப்பட்டச் சிறிய, வெளிப்பார்வைக்கு முக்கியத்துவமற்றவையாகத் தெரிகின்ற விஷயங்களைத் தொடர்ந்து நீண்டகாலத்திற்கு மேற்கொண்டு வந்தால், அவை மிகப் பெரிய வித்தியாசத்தை ஏற்படுத்தும் என்பதை அவர்கள் புரிந்து கொள்வதில்லை.

சிறிய, புத்திசாலித்தனமான தேர்ந்தெடுப்புகள்
+ விடாப்பிடியாகத் தொடர்தல்
+ நீண்டகாலம்
= மிகப் பெரிய வித்தியாசம்

இதைச் சில விரிவான எடுத்துக்காட்டுகள் மூலமாக இப்போது நாம் பார்க்கலாம்.

மாயாஜாலமான ஒரு சென்ட் நாணயம்

இப்போது நீங்கள் மூன்று மில்லியன் டாலர்களைப் பெற்றுக் கொள்ளலாம் அல்லது தினமும் இரட்டிப்பாகின்ற ஒரு சென்ட் நாணயத்தைப் பெற்றுக் கொள்ளலாம் என்று கூறப்பட்டால், இவற்றில் எதை நீங்கள் தேர்ந்தெடுப்பீர்கள்? இக்கதையை நீங்கள் முன்பே கேள்விப்பட்டிருந்தால், ஒரு சென்ட் நாணயத்தைத் தேர்ந்தெடுப்பது அதிகப் பணம் ஈட்டலுக்கு வழிவகுக்கும் என்பதை நீங்கள் அறிந்திருப்பீர்கள், அதனால் நீங்கள் அந்த ஒரு சென்ட் நாணயத்தைத் தேர்ந்தெடுப்பீர்கள். ஆனால் இக்கதையை நீங்கள் முன்பே அறிந்திருக்காவிட்டால், அந்தத் தேர்ந்தெடுப்பை மேற்கொள்வது கடினமானதாக இருந்திருக்கும். ஏன் அப்படி? ஏனெனில், அதன் விளைவைப் பார்க்க நீங்கள் நீண்டகாலம் காத்திருக்க வேண்டியிருக்கும்.

இதை இப்போது நாம் இன்னும் நுணுக்கமாக ஆராயலாம். நீங்கள் மூன்று மில்லியன் டாலர்களையும் உங்களுடைய நண்பர் ஒரு சென்ட் நாணயத்தையும் தேர்ந்தெடுப்பதாக வைத்துக் கொள்ளலாம். ஐந்தாம் நாளன்று உங்கள் நண்பரிடம் 16 சென்ட்கள் இருக்கும். உங்களிடம் மூன்று மில்லியன் டாலர்கள் இருக்கும். பத்தாவது நாளன்று அவரிடம் 5.12 டாலர்கள் இருக்கும். அப்போது உங்களுடைய நண்பர் தன்னுடைய

தேர்ந்தெடுப்புக் குறித்து எவ்வாறு உணர்வார் என்று நீங்கள் நினைக்கிறீர்கள்? அதே நேரத்தில், நீங்கள் ஆடம்பரமாகச் செலவு செய்து கொண்டு உல்லாசமாக இருப்பீர்கள், உங்கள் தேர்ந்தெடுப்புக் குறித்து மகிழ்ச்சி கொண்டிருப்பீர்கள்.

இருபது நாட்கள் கழித்தும்கூட உங்களுடைய நண்பரிடம் 5,243 டாலர்கள் மட்டுமே இருக்கும். ஆனால் 31ஆம் நாளன்று உங்களிடம் மூன்று இலட்சம் டாலர்கள் இருக்கும், உங்கள் நண்பரிடம் 10,737,418.24 டாலர்கள் இருக்கும். அது உங்களிடம் இருக்கும் பணத்தைப்போல மூன்று மடங்கு!

நீண்டகால நோக்கில் விடாப்பிடியாகத் தொடர்வது ஏன் முக்கியம் என்பதை இந்த எடுத்துக்காட்டு நமக்கு வலியுறுத்துகிறது. இருபத்து ஒன்பதாம் நாளன்றுகூட உங்களுடைய நண்பரிடம் 2.7 மில்லியன் டாலர்கள்தான் இருக்கும். முப்பதாவது நாளன்றுதான் உங்கள் நண்பர் இந்தப் போட்டியில் முந்துவார்.

இதையொத்த மாயாஜாலங்கள் வெகுசிலவே இருக்கின்றன. உங்களுடைய வாழ்வின் பிற அம்சங்களிலும் இந்தக் கூட்டு விளைவு மாயாஜாலங்களை ஏற்படுத்தும் என்பது இதன் தனிச்சிறப்பு.

அது குறித்த ஓர் எடுத்துக்காட்டை இப்போது பார்க்கலாம்.

மூன்று நண்பர்கள்

ஒரே பகுதியில் ஒன்றாக வளர்ந்த மூன்று நண்பர்களை நாம் எடுத்துக் கொள்ளலாம். அவர்கள் மூவருமே ஆண்டுக்கு 50,000 டாலர்கள் வருவாயை ஈட்டிக் கொண்டிருக்கின்றனர். அவர்கள் மூவருக்கும் திருமணம் ஆகிவிட்டது. அவர்கள் அனைவரும் கிட்டத்தட்ட ஒரே உடல் எடையையும் சமமான உடல் ஆரோக்கியத்தையும் கொண்டுள்ளனர்.

முதலாவது நபரை நாம் லேரி என்று அழைக்கலாம். அவன் தன் வாழ்க்கையில் எப்போதும் செய்து கொண்டிருப்பதையே தொடர்ந்து செய்து கொண்டிருக்கிறான். அவன் மகிழ்ச்சியாக இருக்கிறான், அல்லது அப்படி இருப்பதாக நினைத்துக்

கொண்டிருக்கிறான். அவன் எப்போதாவது வாழ்க்கையைப் பற்றிப் புலம்புவான். மற்றபடி, அவனுடைய வாழ்க்கையில் பெரிய மாற்றங்கள் எதுவும் கிடையாது.

இரண்டாவது நபரை நாம் ஸ்காட் என்று அழைக்கலாம். அவன் தன் வாழ்க்கையில் மிகச் சிறிய, நேர்மறையான மாற்றங்களை ஏற்படுத்தத் தொடங்குகிறான். அவன் தினமும் ஒரு நல்ல புத்தகத்தின் பத்துப் பக்கங்களைப் படிக்கிறான். வேலைக்குத் தன் காரில் செல்லும்போது தினமும் 30 நிமிடங்கள் ஊக்குவிப்புக் கேசட்டுகளைக் கேட்கிறான். ஸ்காட் தன் வாழ்க்கையில் மாற்றங்களை விரும்புகிறான். ஆனால் அது குறித்துப் பெரிதாக அலட்டிக் கொள்ள அவன் விரும்பவில்லை. அவன் தினமும் தான் உண்ணும் உணவில் 125 கலோரிகளைக் குறைத்துக் கொள்ளத் தீர்மானிக்கிறான். தினமும் ஒரு மைல் தூரம் நடக்க அவன் முடிவெடுக்கிறான். இவை அனைத்தும் எவரொருவராலும் செய்யப்படக்கூடியவைதான். ஆனால் ஸ்காட் இவற்றை விடாப்பிடியாகத் தொடர்வது என்பதில் உறுதியாக உள்ளான்.

மூன்றாவது நபரை நாம் ஜேம்ஸ் என்று அழைக்கலாம். அவன் சில மோசமான தேர்ந்தெடுப்புகளை மேற்கொள்கிறான். அவன் தனக்குப் பிடித்தமான தொலைக்காட்சி நிகழ்ச்சிகளைப் பார்ப்பதற்காகச் சமீபத்தில் ஒரு பெரிய தொலைக்காட்சியை வாங்கியுள்ளான். அவன் விரும்பிப் பார்க்கும் சமையல் நிகழ்ச்சிகளைப் பார்த்து நிறைய புதுப்புது உணவு வகைகளை முயற்சி செய்கிறான். அவன் வீட்டிலேயே மதுபானக்கூடம் ஒன்றை அமைத்துள்ளான். அவன் தினமும் குடிப்பான், ஆனால் அதற்காக ஏராளமாகக் குடிப்பதில்லை. தன்னை ஓரளவு ஆசுவாசப்படுத்திக் கொள்வதற்காக அவன் குடிக்கிறான்.

ஐந்து மாதங்களின் முடிவில் அவர்கள் மூவருக்கு இடையிலும் பெரிய வேறுபாடுகள் எதுவும் காணப்படவில்லை. அவர்கள் மூவரும் தாங்கள் வழக்கமாகச் செய்து கொண்டிருப்பவற்றைத் தொடர்ந்து செய்து கொண்டிருந்தனர்.

பத்து மாதங்களின் முடிவில்கூட, குறிப்பிடத்தக்க மாற்றங்கள் எதுவும் தென்படவில்லை. பதினெட்டு மாதங்களின் முடிவில்தான் அவர்கள் மூவரின்

தோற்றங்களில் மிக லேசான மாற்றங்கள் ஏற்பட்டிருந்தன.

ஆனால், இருபத்தைந்தாவது மாத முடிவில் அவர்களின் தோற்றங்களில் குறிப்பிடத்தக்க வித்தியாசங்களைப் பார்க்க முடிந்தது. இருபத்தேழாவது மாத முடிவில், எளிதில் பார்க்கப்படக்கூடிய மாற்றங்கள் தோன்றின. முப்பத்தொன்றாவது மாத முடிவில் அவர்களுக்கு இடையே இருந்த வேறுபாடுகள் வியப்பை ஏற்படுத்தும் அளவுக்கு அதிகமாக இருந்தன. ஜேம்ஸ் இப்போது பருமனாக இருந்தான். ஸ்காட் நேர்த்தியான உடற்கட்டுடன் இருந்தான். தினமும் *125* கலோரிகளைக் குறைத்ததன் மூலம் அவன் *31* மாதங்களில் முப்பத்து மூன்று பவுண்டுகள் உடல் எடையை இழந்திருந்தான்.

31 மாதங்கள்	**=**	**940 நாட்கள்**
940 நாட்கள்	**=**	**117,500 கலோரிகள்** (தினமும் 125 கலோரிகள்)
3,500 கலோரிகள்	**=**	**1 பவுண்ட் உடல் எடை**
117,500 கலோரிகள்	**=**	**33.5 பவுண்டுகள்**

அதே காலகட்டத்தில், ஜேம்ஸ் தினமும் *125* கலோரிகள் மட்டுமே அதிகமாக உண்டான். அதன் காரணமாக அவனுடைய எடை *33.5* பவுண்டுகள் கூடியது. இப்போது அவன் ஸ்காட்டைவிட *67* பவுண்டுகள் அதிக எடை கொண்டிருந்தான். உடல் பருமன் தவிர வேறு சில முக்கியமான வேறுபாடுகளும் இருந்தன. அக்காலகட்டத்தில் ஸ்காட் கிட்டத்தட்ட ஆயிரம் மணிநேரத்தை நல்ல புத்தகங்களைப் படிப்பதற்கும் ஊக்குவிப்புப் பேச்சுகளைக் கேட்பதற்கும் பயன்படுத்தினான். தான் கைவசப்படுத்திய புதிய அறிவைப் பயன்படுத்தி அவன் ஒரு பதவி உயர்வையும் ஊதிய உயர்வையும் பெற்றான். எல்லாவற்றையும்விட மேலாக, அவனுடைய திருமண வாழ்க்கை மிகச் சிறப்பாகச் சென்று கொண்டிருந்தது. ஆனால் ஜேம்ஸ் தன் வேலையில் அதிருப்தியுடன் இருந்தான். அவனுடைய திருமண வாழ்க்கை தள்ளாடிக் கொண்டிருந்தது. லேரியைப் பொறுத்தவரை அவன் இரண்டரை ஆண்டுகளுக்கு முன் எந்த இடத்தில்

இருந்தானோ, அதே இடத்தில்தான் இப்போதும் இருந்து கொண்டிருந்தான். வாழ்க்கை அவனுக்கு முன்னைவிட அதிகமாகக் கசந்து கொண்டிருந்தது என்பதுதான் ஒரே வித்தியாசம்.

கூட்டு விளைவைத் தங்களுக்குச் சாதகமாகப் பயன்படுத்திக் கொள்பவர்களுக்கும் அதன் விளைவு தங்களுக்கு எதிராகச் செயல்பட அனுமதிக்கின்றவர்களுக்கும் இடையே உள்ள வேறுபாடு கற்பனைக்கு அப்பாற்பட்டது. அது மாயாஜாலம்போலத் தோன்றக்கூடும். ஒருவர் தொடர்ந்து *31* மாதங்கள் அல்லது *31* ஆண்டுகள், கூட்டு விளைவின் நேர்மறை இயல்பைப் பயன்படுத்தி வந்தால், அக்காலகட்டத்தின் முடிவில் அவர் திடீரென்று 'ஒரே இரவில்' வெற்றி பெற்றுவிட்டதுபோலத் தோன்றும். ஆனால் உண்மையில் அந்நபரின் வெற்றி, அவர் நீண்டகாலம் தொடர்ச்சியாக மேற்கொண்ட சிறிய, புத்திசாலித்தனமான தேர்ந்தெடுப்புகள் மற்றும் அவற்றின் செயல்பாடுகளின் விளைவேயாகும்.

சிற்றலை விளைவு

நாம் மேலே பார்த்த எடுத்துக்காட்டின் விளைவு நம்புவதற்கு அரிதாக இருப்பதுபோலத் தோன்றினாலும், நடைமுறையில் அதன் விளைவுகள் இன்னும் ஆழமாகச் செல்லக்கூடும். யதார்த்தத்தில் நாம் மேற்கொள்கின்ற ஒரு சிறிய மாற்றம், ஒரு குறிப்பிடத்தக்கத் தாக்கத்தை ஏற்படுத்தி, ஓர் எதிர்பாராத, முன்கூட்டியே திட்டமிடப்பட்டிருக்காத விளைவுகளை உருவாக்க வல்லது. கூட்டு விளைவு எப்படி எதிர்மறையான வழிகளில் வேலை செய்து, நீரில் எறியப்படுகின்ற கற்கள் ஏற்படுத்துகின்ற தொடர் அலைவட்டங்களைப் போன்ற சிற்றலை விளைவுகளைத் தோற்றுவித்து உங்கள் வாழ்நாள் முழுவதும் தாக்கத்தை ஏற்படுத்துகிறது என்பதைப் புரிந்து கொள்ள, நாம் ஜேம்ஸின் ஒரே ஒரு மோசமான பழக்கத்தை மட்டும் எடுத்துக் கொண்டு அதை விரிவாக ஆராயலாம்.

தொலைக்காட்சியில் இடம் பெறும் சமையல் நிகழ்ச்சியைப் பார்த்து ஜேம்ஸ் சில கேக்குகளைச் செய்யக் கற்றுக் கொள்கிறான். அது குறித்து அவனுக்கு மிகவும்

பெருமை. அவனுடைய குடும்பத்தினருக்கு அவனுடைய கேக்குகள் மிகவும் பிடித்திருக்கின்றன. அதனால் அவன் அவற்றையும் வேறு சில இனிப்புப் பதார்த்தங்களையும் அடிக்கடிச் செய்யத் தொடங்குகிறான். அவனுக்குத் தன்னுடைய தயாரிப்பு மிகவும் பிடித்திருப்பதால் அவற்றை அதிகமாக உண்ணத் தொடங்குகிறான். ஆனால் அதன் காரணமாக அவன் இரவில் மந்தமான நிலையை அடைகிறான். காலையில் எழுந்திருக்கும்போதும் ஒருவிதமான தள்ளாட்டமான நிலையில் எழுந்திருக்கிறான். சரியான தூக்கமின்மையும் இதுவும் சேர்ந்து அவனுடைய வேலையின் உற்பத்தித்திறனை பாதிக்கின்றன. மாலையில் தன் வேலை குறித்து அவனுக்கே சலிப்பு ஏற்படுகிறது. தன்னுடைய ஆற்றல் அளவும் குறைந்திருப்பதுபோல அவன் உணர்கிறான். வீட்டுக்குச் செல்லும் பயணமும் முன்னைவிட அதிக அழுத்தம் மிக்கதாக இருப்பதாக அவனுக்குத் தோன்றுகிறது. இதன் காரணமாக அவன் மேலும் மேலும் இனிப்பான பதார்த்தங்களை உண்கிறான்.

அவனுடைய ஆற்றல் குறைவின் காரணமாக அவன் முன்புபோலத் தன் மனைவியுடன் ஆசுவாசமாக வெளியே நடந்துவிட்டு வரப் போவதில்லை. அவனுக்கு அதில் நாட்டமே ஏற்படுவதில்லை. அவனுடைய மனைவி தன் கணவனுடன் சேர்ந்து செலவழிக்கின்ற அந்த நேரத்தை மிகவும் விரும்புகிறாள். அதனால் அதன் இழப்பு தன் கணவன்மீது அவளுக்குக் கோபத்தை ஏற்படுத்துகிறது. உடற்பயிற்சியின்மையால் அவனுக்கு ஊக்கமிழப்பும் ஏற்படுகிறது. அவன் மகிழ்ச்சியாக இல்லாததால் அவன் தன்மீதும் பிறர்மீதும் குறை காணத் தொடங்குகிறான். தன் மனைவியின் செயல்களைப் பாராட்டுவதை அவன் நிறுத்துகிறான். அவனுடைய உடல் கட்டுக்குலையத் தொடங்கியதும், அவனுடைய தன்னம்பிக்கை குறைகிறது, தான் வசீகரமாக இல்லை என்ற உணர்வு அவனுக்கு ஏற்படுகிறது.

தன் செய்கைகள் தன் மனைவியை எந்த அளவு பாதிக்கின்றன என்பதை ஜேம்ஸ் புரிந்து கொள்ளாமல் இருக்கிறான். அவள் தனிமையாக உணர்கிறாள். அதை மறக்க அவள் தன் வேலையில் மூழ்குகிறாள். தன் தனிமையைப் போக்கிக் கொள்ள அவள் தன் தோழிகளுடன் அதிக நேரம்

செலவிடுகிறாள். பிற ஆண்கள் அவளுடன் நேரம் செலவிட விரும்புகின்றனர். அதனால், தான் விரும்பப்படுகிறோம் என்ற உணர்வு அவளுக்கு ஏற்படுகிறது. அவள் ஒருபோதும் தன் கணவனுக்குத் துரோகம் செய்யத் துணிய மாட்டாள் என்றாலும், ஏதோ சரியில்லை என்ற உணர்வு ஜேம்ஸுக்கு ஏற்படுகிறது. பிரச்சனைக்குத் தன்னுடைய மோசமான தேர்ந்தெடுப்புகளும் தன்னுடைய நடத்தையும்தான் காரணம் என்பதைப் புரிந்து கொள்வதற்கு பதிலாக அவன் தன் மனைவியின்மீது குற்றம் கண்டுபிடிக்கிறான்.

நமக்கு உள்ளே சென்று பார்ப்பதற்கு பதிலாக மற்றவர்மீதுதான் தவறு இருக்கும் என்று நம்புவது அடிப்படை மனித இயல்பு. தனக்கு உள்ளாக எப்படி நோக்குவது என்பது ஜேம்ஸுக்கு துளிகூடத் தெரியாது. அவன் பார்க்கின்ற சமையல் நிகழ்ச்சிகளில் அது கற்றுக் கொடுக்கப்படுவதில்லை. அவனுடைய நண்பன் ஸ்காட்டைப்போல அவனும் சுயமுன்னேற்றப் புத்தகங்களைப் படித்திருந்தால், எதிர்மறைப் பழக்கங்களை எவ்வாறு களைவது என்பதை ஜேம்ஸும் கற்றுக் கொண்டிருந்திருக்கக்கூடும். துரதிர்ஷ்டவசமாக, ஜேம்ஸ் தினசரி மேற்கொண்ட சிறிய மோசமான தேர்ந்தெடுப்புகள் சிற்றலை விளைவுகளைத் தோற்றுவித்து அவனுடைய வாழ்க்கையின் அனைத்துப் பகுதிகளிலும் மிக மோசமான தாக்கத்தை ஏற்படுத்துகின்றன.

ஸ்காட்டைப் பொறுத்தவரை கலோரிகளின் விஷயத்தில் அவன் கண்கொத்திப் பாம்பாக இருந்து வந்தது அவனிடம் நேர்மறையான விளைவுகளை ஏற்படுத்தியதால் அவன் நேர்மறையான விளைவுகளை அறுவடை செய்து கொண்டிருக்கிறான்.

கூட்டு விளைவு முன்கூட்டியே கணிக்கத்தக்கது, அளவிடப்படக்கூடியது என்பது ஒரு நல்ல செய்தி! உங்களுடைய வாழ்க்கையை முற்றிலுமாக மாற்றுவதற்கு நீங்கள் தொடர்ச்சியான முறையில், நீண்டகாலத்திற்குச் சிறிய அடிகளை எடுத்து வைத்தால் மட்டுமே போதுமானது என்பது மனத்திற்கு ஆறுதலாக இருக்கிறது, அப்படித்தானே? வெற்றி பெறுவதற்கு நீங்கள் பிரம்மாண்டமான செயல்களில் ஈடுபட வேண்டும் என்று முழங்குவதைவிட இது மேலானது என்று நீங்கள் ஒப்புக் கொள்வீர்கள்தானே? அந்த

நினைப்பே உங்களுக்குச் சோர்வை ஏற்படுத்தும். மாபெரும் முயற்சிகளை பிரம்மாண்டமாக முன்னிறுத்துகின்ற போக்கைத்தான் சமுதாயம் தூக்கிப் பிடிக்கிறது. இது ஓர் அமெரிக்க வியாதி! படம் 1ஐப் பார்க்கவும்.

படம் 1

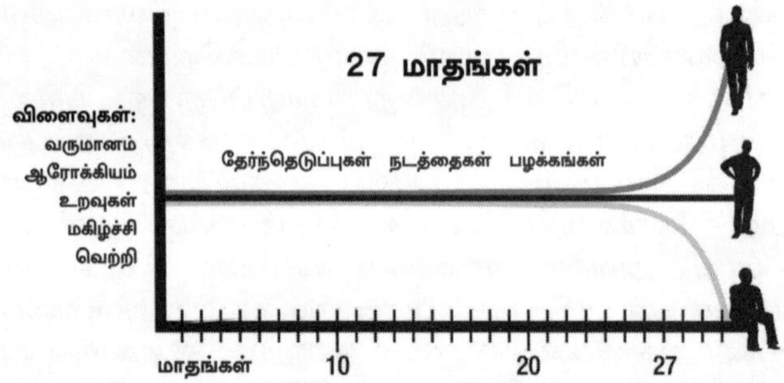

கூட்டு விளைவின் சிறப்பு அதன் எளிமையில்தான் இருக்கிறது. இந்த வரைபடத்தின் இடது புறம் இருக்கின்ற விளைவுகள் தொட்டுணரப்பட முடியாதவை என்பதையும், பல மாதங்களுக்குப் பிறகு அவை எப்படி ஆற்றல்மிக்க விதத்தில் வேறுபடுகின்றன என்பதையும் கவனியுங்கள். மொத்தக் காலகட்டம் முழுவதும் நடத்தைகள் கிட்டத்தட்ட ஒரே மாதிரியாக இருந்தபோதிலும் இறுதியில் கூட்டு விளைவின் மாயாஜாலம் முளைத்தெழுந்து விளைவுகளில் மாபெரும் வித்தியாசத்தை ஏற்படுத்துகின்றது.

பாரம்பரிய முறையில் வெற்றி

விளைவுகளைப் பார்ப்பதற்கு நீண்டகாலம் காத்திருக்க வேண்டும் என்பது கூட்டு விளைவிலுள்ள ஒரு மாபெரும் சவாலாகும். நம்முடைய பாட்டனார்களும் முப்பாட்டனார்களும் இதை நன்றாக அறிந்து வைத்திருந்தனர். அவர்கள் மாலையில் தொலைக்காட்சியின் முன் பழியாய் விழுந்து கிடக்கவில்லை. அவர்கள் வாரத்தில் ஆறு நாட்களும் சூரிய உதயத்திலிருந்து அஸ்தமனம்வரை உழைத்தனர். கடின உழைப்பு, கட்டுப்பாடு, நல்ல பழக்கங்கள் போன்றவையே அப்போது வெற்றிக்கான இரகசியமாக இருந்து வந்தன.

ஒரு தலைமுறையிடம் செல்வம் சேர்ந்திருந்தால், அதற்கு அடுத்தத் தலைமுறையிடம் அது இல்லாமல் போய்விடுவது செல்வத்தைப் பொறுத்தவரை ஒரு விநோதமான விஷயம். அபரிமிதம் அலட்சியப் போக்கை உருவாக்கிவிடுவதால், அது உழைப்பற்ற ஒரு வாழ்க்கைமுறைக்கு இட்டுச் செல்கிறது. குறிப்பாக, செல்வந்தர்களின் குழந்தைகள் இதற்கு பலியாகிவிடுகின்றனர். கடின உழைப்பு, கட்டுப்பாடு, உறுதியான பண்புநலன்கள் போன்றவற்றை அடித்தளமாகக் கொண்டு அவர்கள் செல்வத்தை உருவாக்கி இருக்கவில்லை என்பதால், அதைத் தக்கவைத்துக் கொள்ள அப்படிப்பட்ட விழுமியங்கள் தேவை என்ற உணர்வு அவர்களுக்கு இருப்பதில்லை. அரச குடும்பத்தினர், பிரபலமான நடிகர்கள், பெருநிறுவன நிர்வாக அதிகாரிகள் போன்றோரின் குழந்தைகளிடம் இந்த உரிமையுணர்வு மனப்பான்மை அதிகமாகவே இருப்பதை நம்மால் எளிதாகக் காண முடியும்.

கடின உழைப்பைப் போற்றுகின்ற விழுமியம் மொத்த அமெரிக்கர்களிடமிருந்து விடைபெற்றுக் கொண்டுவிட்டதுபோலத் தெரிகிறது. குறைந்தபட்சம் கடந்த மூன்று தலைமுறைகளாக அமெரிக்கர்கள் அபரிமிதம், செல்வம், சௌகரியமான வாழ்க்கை போன்றவற்றை அனுபவித்து வந்துள்ளனர். நீடித்து நிலைத்திருக்கின்ற வெற்றியை உருவாக்கத் தேவையான மனஉறுதி, கடின உழைப்பு, துன்பத்தைக் கண்டு துவளாமை போன்றவை இனியும் வசீகரமானவையாக இல்லை என்பதால் அவை பெருமளவுக்கு மறக்கப்பட்டுவிட்டன. நம்முடைய முன்னோர்கள் மேற்கொண்ட மாபெரும் முயற்சிகள் அவர்களிடம் கட்டுப்பாட்டை வளர்த்தெடுத்தன, அவர்களுடைய பண்புநலன்களைப் புடம் போட்டன, புதிய உச்சங்களைத் தொட அவர்களை உந்தித் தள்ளின. மெத்தனப் போக்கு எல்லாப் பெரிய சாம்ராஜ்ஜியங்களின்மீதும் பெரும் தாக்கத்தை விளைவித்திருந்தது என்பது வரலாற்று உண்மை. எகிப்தியர்கள், கிரேக்கர்கள், ரோமானியர்கள், ஸ்பானியர்கள், போர்ச்சுகீசியர்கள், பிரெஞ்சுக்காரர்கள் மற்றும் ஆங்கிலேயர் உட்பட எவருமே அதன் பிடியிலிருந்து தப்பவில்லை. அதற்கு என்ன காரணம்? வெற்றியைவிட வெற்றியை வீழ்த்தக்கூடியது வேறு எதுவும் கிடையாது. ஒரு

குறிப்பிட்ட அளவு வெற்றியை அடைந்ததும் மக்களிடம் மெத்தனப் போக்கு வந்துவிடுகிறது.

நீண்டகாலத்திற்குச் செல்வச் செழிப்பு, நல்ல ஆரோக்கியம், அபரிமிதம் போன்றவற்றை அனுபவித்து வந்ததால், அமெரிக்கர்கள் இந்த மெத்தனப் போக்கிற்குப் பலியாகிவிட்டனர். எவை நம்மை வெற்றிச் சிகரத்திற்கு அழைத்து வந்தனவோ அவற்றைச் செய்வதை நாம் நிறுத்திவிட்டோம். நாம் மீண்டும் வெற்றிப் பாதையில் பயணிக்க வேண்டுமென்றால், நாம் நம்முடைய பாட்டனார்களின் கடின உழைப்புக் கலாச்சாரத்தை மீண்டும் கையிலெடுக்க வேண்டும்.

அமெரிக்காவைக் காப்பாற்றுவதற்காக இல்லாவிட்டாலும், நம்முடைய சாதனைகள் மற்றும் வெற்றிகளுக்காகவாவது நாம் நம்முடைய நற்குணங்களை மீண்டும் நிலைநிறுத்திக் கொள்வதற்கான வேளை வந்துவிட்டது. விளக்கைத் தேய்த்தவுடன் கிளம்பி உங்கள் முன் கைகட்டி நின்று, “தங்கள் கட்டளை என் பாக்கியம்!” என்று கூறுகின்ற அலாவுதீன் பூதக்கதைகளில் நம்பிக்கை வைப்பதை நிறுத்திக் கொள்ளுங்கள். நீங்கள் விரும்பினால், உங்கள் வீட்டு சோபாவில் உட்கார்ந்து கொண்டு உங்கள் வீட்டு அஞ்சல் பெட்டியில் காசோலைகள் வந்து விழும் என்று நம்பிக் கொள்ளுங்கள், நெருப்பில் நடந்து செல்லுங்கள், இரண்டாயிரம் ஆண்டு பழமையான ஆசானின் ஆத்மா வேறு ஒருவரின் வழியாகப் பேசுவதை வாய்பிளந்து பார்த்துக் கொண்டிருங்கள் அல்லது சுயபிரகடனங்களை முழங்குங்கள். ஆனால் இவற்றில் பெரும்பாலானவை உங்களுடைய பலவீனங்களைப் பயன்படுத்திப் பெரும் பணம் பண்ணுகின்ற கண்கட்டி வித்தைகளே. உண்மையான, நீடித்து நிலைத்திருக்கின்ற வெற்றிக்கு உழைப்பு தேவை, பெரும் உழைப்பு தேவை!

வெற்றியைவிட வெற்றியை வீழ்த்தக்கூடியது வேறு எதுவும் கிடையாது என்ற கருத்தாக்கத்தை விவரிக்க நான் உங்களுக்கு ஒரு கதையைக் கூறுகிறேன். சான்டியாகோவில் நான் வசிக்கும் பகுதியை ஒட்டிய கடற்கரைப் பகுதியில், ஒரு புதிய, சிறந்த உணவகம் திறக்கப்பட்டது. முதலில் அந்த இடம் மாசற்ற முறையில் செயல்பட்டுக் கொண்டிருந்தது. அதன் வரவேற்பாளர் எல்லோரையும் ஒரு புன்னகையுடன்

வரவேற்றார், அவர்களுடைய சேவை அப்பழுக்கற்றதாக இருந்தது, உணவு தரமாகவும் ருசியாகவும் இருந்தது. வெகுவிரைவில் மக்கள் அங்கு படையெடுத்தனர், இடம் கிடைப்பதற்காக ஒரு மணி நேரம்கூடக் காத்திருக்க அவர்கள் தயாராக இருந்தனர்.

பின்னர் அந்த உணவகத்தின் ஊழியர்கள் தங்களை விட்டால் வேறு எவருமில்லை என்பதைப்போல நடந்து கொண்டனர். அவர்களுடைய சேவையின் தரம் மட்டமாயிற்று, உணவின் தரம் கீழிறங்கியது. பதினெட்டு மாதங்களில் அந்த உணவகம் இழுத்து மூடப்பட்டது. அவர்கள் தங்களுடைய வெற்றியினாலேயே அழிந்தனர். அதாவது, எவையெல்லாம் அவர்களுடைய வெற்றிக்கு உறுதுணையாக இருந்தனவோ அவற்றையெல்லாம் அவர்கள் அலட்சியம் செய்தனர். வெற்றியால் ஏற்பட்ட மமதை அவர்களுடைய கண்களை மறைத்தது, அதனால் அவர்கள் மெத்தனம் அடைந்தனர்.

மைக்ரோவேவ் மனப்பான்மை

உடனடி விளைவுகளை எதிர்பார்க்கும் போக்கைக் கூட்டு விளைவுக் கொள்கை தகர்த்தெறியும். துரித உணவைப்போல, முப்பது நிமிடங்களில் எடுத்துக் கொடுக்கப்படுகின்ற புகைப்படங்களைப்போல, அடுத்த நாளே சென்றடைகின்ற கூரியர் அஞ்சலைப்போல, மைக்ரோவேவ் அடுப்பில் சமைக்கப்படுகின்ற முட்டைகளைப்போல, நீரை உடனடியாகச் சூடாக்குகின்ற ஹீட்டரைப்போல, உடனடியாகத் தகவல் அனுப்புகின்ற முறையைப்போல வெற்றியும் உடனடியாகக் கிடைக்க வேண்டும் என்ற நம்பிக்கைதான் அப்போக்கு.

லாட்டரியில் உங்களுக்குப் பரிசு விழப் போகிறது என்ற எதிர்பார்ப்பு மனப்பான்மைக்கு ஒரேயடியாகத் தலைமுழுகப் போவதாக உங்களுக்கு நீங்களே வாக்குக் கொடுத்துக் கொள்ளுங்கள். ஏனெனில், லாட்டரியைப் பொறுத்தவரை, நீங்கள் ஒரே ஒரு வெற்றியாளரைப் பற்றி மட்டுமே கேள்விப்படுகிறீர்கள், இலட்சக்கணக்கான தோல்வியாளர்களைப் பற்றிய கதைகள் உங்களுடைய காதுகளை வந்தடைவதில்லை. லாஸ் ஏஞ்சலீஸ் சூதாட்ட

அரங்கில், சூதாட்ட இயந்திரங்களில் பெரும் பணம் வென்ற ஒருவர் வானத்திற்கும் பூமிக்கும் குதித்துக் கொண்டிருப்பதை நீங்கள் தொலைக்காட்சியில் பார்க்கலாம். அல்லது ஒரு பெரிய தொகையுடன்கூடிய ஒரு பெரிய காசோலையைக் கையில் பிடித்தவாறு ஒருவர் நின்று கொண்டிருப்பதை நீங்கள் காணலாம். ஆனால் அதே நபர்கள் அதற்கு முன்பு எத்தனையாயிரம் முறை தோல்வியுற்றிருந்தார்கள் என்பதை அந்நிகழ்ச்சிகள் நமக்குக் காட்டாது.

கணிதவியலின்படி, இப்படிப்பட்டச் சூதாட்டங்களில் நீங்கள் வெல்வதற்கு உங்களுக்கு இருக்கும் வாய்ப்பு கிட்டத்தட்டப் பூஜ்ஜியம்தான். பிரபல நூலாசிரியரும், ஹார்வார்டு பல்கலைக்கழகத்தைச் சேர்ந்த உளவியலாளருமான டேனியல் கில்பர்ட், “ஒரு லாட்டரிக் குலுக்கலில் தோல்வியுற்றவர்கள் அனைவருக்கும், தொலைக்காட்சியில் முப்பது நொடிகள் மட்டுமே தோன்றி, நான் தோற்றுவிட்டேன் என்று கூற வாய்ப்பு அளிக்கப்பட்டால், அதற்கு ஒன்பது ஆண்டுகள் பிடிக்கும்,” என்று கூறுகிறார்.

கூட்டு விளைவு எப்படி வேலை செய்கிறது என்பதை நீங்கள் புரிந்து கொண்டால், உடனடித் தீர்வுகள் பக்கம் நீங்கள் தலைவைத்துப் படுக்க மாட்டீர்கள். மாபெரும் வெற்றி பெற்றுள்ள ஒரு விளையாட்டு வீரர் ஆயிரக்கணக்கான மணிநேரப் பயிற்சியையும் கடின உழைப்பையும் மேற்கொள்ளாமல் அதை அடைந்திருப்பார் என்று உங்களை நீங்கள் ஏமாற்றிக் கொள்ளாதீர்கள். அவர் அதிகாலையிலேயே எழுந்து தன் பயிற்சியைத் தொடங்கி, பலரும் தங்களுடைய பயிற்சியை நிறுத்திய பிறகும் அவர் தொடர்ந்து பயிற்சி செய்திருப்பார். வேதனை, தோல்வி அளித்திருக்கும் விரக்தி, தனிமை, கடின உழைப்பு, ஏமாற்றங்கள் போன்றவற்றை அவர் கண்டிப்பாக எதிர்கொண்டிருப்பார்.

இந்நூலின் இறுதிப் பகுதிக்கு நீங்கள் வரும்போது, தினமும் தொடர்ந்து மேற்கொள்ளப்படுகின்ற சலிப்பான, வசீகரமற்ற, பரவசம் தராத, சில நேரங்களில் கடினமாகவும் இருக்கின்ற நடவடிக்கைகள்தாம் வெற்றிக்கு இட்டுச் செல்லும் என்பதை நீங்கள் உங்கள் மனத்தில் ஆழமாகப் பதிந்து வைத்துக் கொள்ள வேண்டும் என்று நான்

உங்களைக் கேட்டுக் கொள்கிறேன். கூட்டு விளைவை உங்களுக்காக நீங்கள் வேலை செய்ய வைக்கின்றபோது, உங்களுடைய கனவு வாழ்க்கை உங்கள் வசப்படும் என்பதை அறிந்திடுங்கள். இந்நூலில் குறிப்பிடப்பட்டுள்ள கொள்கைகளை நீங்கள் உங்கள் வாழ்க்கையில் பயன்படுத்தினால், அற்புதமான வெற்றியை உங்களால் சுவைக்க முடியும். படம் 2ஐப் பார்க்கவும்.

படம் 2

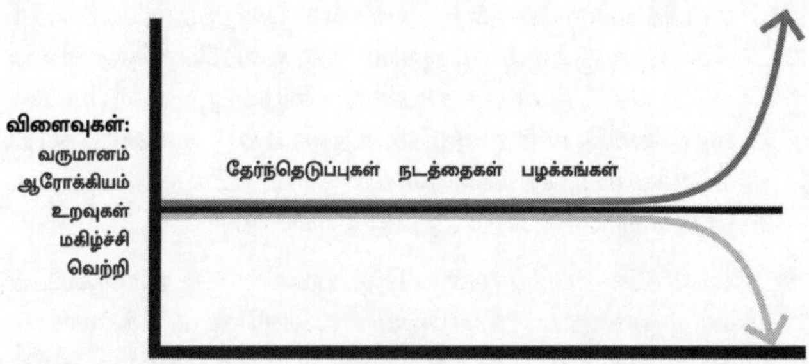

கூட்டு விளைவு எப்போதும் வேலை செய்கிறது. ஒன்று, அதை நீங்கள் உங்களுக்காக வேலை செய்ய வைக்கலாம். அல்லது இதை அலட்சியம் செய்துவிட்டு, ஆற்றல்மிக்க இக்கொள்கைகளின் எதிர்மறை விளைவுகளை அனுபவிக்கலாம். மேலே குறிப்பிடப்பட்டுள்ள வரைபடத்தில் நீங்கள் எந்தப் புள்ளியில் இருக்கிறீர்கள் என்பது ஒரு பொருட்டல்ல. இன்றிலிருந்து சிறிய, நேர்மறையான மாற்றங்களை மேற்கொள்ளத் தீர்மானித்து, உங்கள் வாழ்க்கையில் நீங்கள் எந்த இடத்தை அடைய விரும்புகிறீர்களோ அதைச் சென்றடைய நீங்கள் கூட்டு விளைவை அனுமதிக்கலாம்.

நான் என்ன கூற வருகிறேன் என்பது உங்களுக்குப் புரிந்திருக்கும் என்று நான் நம்புகிறேன். உங்கள் வாழ்க்கையைக் கட்டுப்படுத்திக் கொண்டிருக்கும் ஒரு முக்கியக் காரணியைப் பற்றி அடுத்த அத்தியாயத்தில் பார்க்கலாம். ஒவ்வொரு வெற்றியும் தோல்வியும் இதிலிருந்துதான் தொடங்குகின்றன. உங்கள் வாழ்க்கையில் இன்று இருப்பவை அல்லது இல்லாதவை அனைத்திற்கும் இதுதான் காரணம். இதை மாற்ற நீங்கள் கற்றுக் கொண்டால், உங்களால் உங்கள் வாழ்க்கையை மாற்ற முடியும்.

கூட்டு விளைவை உங்களுக்காக வேலை செய்ய வையுங்கள்

செயல்முறைப் பயிற்சிகள்

- நான் சாமர்த்தியசாலி அல்ல, எனக்கு அனுபவம் போதாது, நான் படித்திருக்கவில்லை, என் வளர்ப்பு சரியில்லை போன்ற, நீங்கள் இன்னும் சொல்லிக் கொண்டிருக்கும் ஒருசில சாக்குப்போக்குகளைப் பட்டியலிடுங்கள். கடின உழைப்பு, தனிப்பட்ட வளர்ச்சி போன்றவற்றின் உதவியோடு உங்களுடைய பழைய வடிவத்தோடும் மற்றவர்களோடும் போட்டி போட்டு அவற்றை முறியடியுங்கள்.
- ஸ்காட்டைப்போலச் சிந்தியுங்கள். உங்களுடைய வாழ்க்கையை முற்றிலும் புதியதொரு திசையில் எடுத்துச் செல்ல உதவக்கூடிய ஐந்தாறு சிறிய நடவடிக்கைகளைக் குறித்துக் கொள்ளுங்கள்.
- ஜேம்ஸைப்போல இருக்காதீர்கள். படிப்படியாக உங்களுடைய வாழ்க்கையில் எதிர்மறையான விளைவுகளை ஏற்படுத்துகின்ற சிறிய நடவடிக்கைகள் என்னென்ன என்று கண்டறிந்து அவற்றைக் குறித்துக் கொள்ளுங்கள்.
- கடந்தகாலத்தில் நீங்கள் வெற்றிகரமாக விளங்கிய சில பகுதிகள், உங்களுடைய வெற்றிக்கு உதவிய திறன்கள் போன்றவற்றை எழுதிக் கொள்ளுங்கள். அவற்றை நீங்கள் தொடர்ந்து மேம்படுத்திக் கொண்டிருக்காவிட்டால், அவை உங்களுடைய வருங்காலத் தோல்விக்கு வழி வகுக்கும் என்பதை அறிந்திடுங்கள்.

அத்தியாயம் 2

தேர்ந்தெடுப்புகள்

நாம் அனைவரும் இவ்வுலகிற்குள் நுழையும்போது ஒரே மாதிரியாகத்தான் வந்தோம்: ஆடையின்றியும், பயத்துடனும், வெகுளித்தனத்துடனும்தான் வந்தோம். அதற்குப் பிறகு நாம் சுவீகரித்துக் கொள்கின்ற வாழ்க்கை நாம் மேற்கொள்கின்ற தேர்ந்தெடுப்புகளின் வெறும் தொகுப்பு மட்டுமே. நம்முடைய தேர்ந்தெடுப்புகள் நமக்கு உற்ற நண்பனாகவும் உருவெடுக்கலாம் அல்லது மிக மோசமான எதிரியாகவும் மாறலாம். அவை நம்மை நம்முடைய இலக்குகளுக்கு அழைத்துச் செல்லலாம் அல்லது திக்குத் தெரியாத காட்டில் நம்மைத் தவிக்கவிடலாம்.

உங்கள் வாழ்க்கையில் இப்போது இருக்கும் அனைத்திற்கும், நீங்கள் ஏதோ ஒன்றைக் குறித்து மேற்கொண்ட தேர்ந்தெடுப்புகள்தாம் காரணம். நீங்கள் மேற்கொள்கின்ற ஒவ்வொரு தேர்ந்தெடுப்பும் ஒரு நடத்தையாக உருவாகிப் பின்னர் ஒரு பழக்கமாக மாறுகிறது. நீங்கள் மோசமான தேர்ந்தெடுப்புகளை மேற்கொண்டால், அவை உங்களுடைய வாழ்க்கையில் பின்னடைவை ஏற்படுத்தி, புதிய கடினமாக தேர்ந்தெடுப்புகளை நீங்கள் எடுக்க வேண்டிய கட்டாயத்திற்கு உங்களை ஆளாக்கும். 'சரி, எதற்கு வம்பு?' என்று எதையும் தேர்ந்தெடுக்காமல் இருந்துவிடலாம் என்று நினைத்துவிடாதீர்கள். அப்படிச் செய்யும்போது, வாழ்க்கை உங்களிடத்தில் எதைக்

கொண்டு வந்து சேர்க்கின்றதோ அதை வைத்துக் கொண்டு திருப்தியடைகின்ற ஒரு வழியை நீங்கள் தேர்ந்தெடுக்கிறீர்கள் என்று அர்த்தம்.

சுருக்கமாகக் கூற வேண்டுமென்றால், முதலில் நீங்கள் தேர்ந்தெடுப்புகளை மேற்கொள்கிறீர்கள், பின்னர் அந்தத் தேர்ந்தெடுப்புகள் உங்களைச் செதுக்குகின்றன. நீங்கள் மேற்கொள்கின்ற ஒவ்வொரு தேர்ந்தெடுப்பும், அது எவ்வளவு சிறியதாக இருந்தாலும்கூட, அது உங்களுடைய வாழ்க்கையின் போக்கை மாற்றுகிறது. கல்லூரிக்குச் சென்று படிக்க வேண்டுமா, வேண்டாமா என்ற தேர்ந்தெடுப்பு, யாரைத் திருமணம் செய்து கொள்ள வேண்டும் என்ற தேர்ந்தெடுப்பு, காரை ஓட்டிச் செல்லுவதற்கு முன்பாக மேலும் ஒரு கோப்பை மதுபானம் அருந்துவதா, வேண்டாமா என்ற தேர்ந்தெடுப்பு, வம்புப்பேச்சில் ஈடுபட வேண்டுமா அல்லது வாயை மூடிக் கொண்டு இருந்துவிடலாமா என்ற தேர்ந்தெடுப்பு, இன்னுமொரு நபரைத் தொலைபேசியில் அழைத்துப் பொருளை விற்க முயல வேண்டுமா அல்லது இதோடு போதும் என்று வீட்டுக்குச் சென்றுவிட வேண்டுமா என்ற தேர்ந்தெடுப்பு, குறிப்பிட்ட அந்தக் கணத்தில் தன் காதலை வெளிப்படுத்த வேண்டுமா அல்லது அக்கணம் நழுவிவிட அனுமதிக்க வேண்டுமா என்ற தேர்ந்தெடுப்பு போன்றவை அவற்றில் அடங்கும். உங்களுடைய ஒவ்வொரு தேர்ந்தெடுப்பும் உங்களுடைய வாழ்க்கையின் கூட்டு விளைவின்மீது தாக்கம் ஏற்படுத்துகிறது.

இந்த அத்தியாயம், உங்களுடைய வாழ்க்கையின் விரிவாக்கத்திற்கு உதவுகின்ற தேர்ந்தெடுப்புகள் குறித்து நீங்கள் விழிப்புணர்வு கொண்டிருப்பதையும் அத்தேர்ந்தெடுப்புகளை மேற்கொள்வதையும் பற்றியது. இனியும் நீங்கள் உங்களுடைய தேர்ந்தெடுப்புகளில் 99 சதவீதத் தேர்ந்தெடுப்புகளைப் பிரக்ஞையின்றி மேற்கொள்ள வேண்டியதில்லை. உங்களுடைய அன்றாட நடவடிக்கைகள் உங்கள் தலைக்குள் ஏற்கனவே திணிக்கப்பட்டுள்ளவற்றின் வெளிப்பாடாக இனியும் இருக்க வேண்டியதில்லை.

என்னுடைய தனிப்பட்ட வாழ்க்கையையும் தொழில்வாழ்க்கையையும் பல மடங்கு உயர்த்திக் கொள்ள நான் மேற்கொண்ட அதே உத்திகளைப் பயன்படுத்தி,

உங்களுடைய வாழ்க்கையைத் தவறான திசையை நோக்கி இழுத்துக் கொண்டிருக்கின்ற தீர்மானங்களின் உடும்புப் பிடியிலிருந்து உங்களால் விடுபட முடியும்.

நீங்கள் உங்களுடைய மோசமான தேர்ந்தெடுப்புகளை தெரிந்தே மேற்கொள்வதில்லை என்பதுதான் உங்களுக்குப் பெரும் சவாலாக இருக்கும். அப்படியிருந்தால் நன்றாக இருக்கும். ஏனெனில், அவற்றைச் சரி செய்வது எளிது. ஆனால் பெரும்பாலான நேரங்களில் நீங்கள் மேற்கொள்கின்ற தீர்மானங்கள் குறித்து உங்களுக்குப் பிரக்ஞையே இருப்பதில்லை. நம்முடைய தேர்ந்தெடுப்புகள் நம்முடைய வளர்ப்புமுறைகளாலும், நம்முடைய கலாச்சாரத்தாலுமே வடிவமைக்கப்படுகின்றன. அவை நம்முடைய நடத்தைகளோடும் பழக்கவழக்கங்களோடும் பின்னிப் பிணைந்திருப்பதால், அவை உங்கள் கட்டுப்பாட்டில் இல்லை என்பது போன்ற உணர்வு உங்களுக்கு இருக்கும். எடுத்துக்காட்டாக, உங்களுடைய தனிப்பட்ட வாழ்க்கையோ அல்லது தொழில்வாழ்க்கையோ சிறப்பாகச் சென்று கொண்டிருக்கும்போது, நீங்கள் திடீரென்று, எந்தவிதமான முகாந்திரமும் இன்றி, ஒரு முட்டாள்தனமான தேர்ந்தெடுப்பையோ அல்லது ஒருசில சிறிய தேர்ந்தெடுப்புகளையோ மேற்கொண்டு, அதன் விளைவாக உங்களுடைய நீண்டகாலக் கடின உழைப்பு வீணாவதையோ அல்லது உங்களுடைய வாழ்க்கைத் திட்டம் தடைபடுவதையோ நீங்கள் பார்த்திருக்கலாம். உங்களுக்கு நீங்களே குழி தோண்ட முயற்சித்துக் கொண்டிருக்கவில்லை என்பது உண்மைதான். ஆனால் உங்களுடைய தீர்மானங்களைச் சீர்தூக்கிப் பார்த்து அதைப் பற்றிச் சிந்திக்காமல் இருந்ததன் மூலம், நீங்கள் விரும்பியிராத ஒரு விளைவை நீங்கள் எதிர்கொள்ள வேண்டியிருந்தது. தன்னுடைய உடல் பருமனாக வேண்டுமென்றோ, தான் திவாலாக வேண்டுமென்றோ, தான் விவாகரத்துப் பெற வேண்டுமென்றோ யாரும் திட்டமிட்டுச் செயல்படுவதில்லை. ஆனால் பெரும்பாலான சமயங்களில் நாம் மேற்கொள்கின்ற சிறிய, மோசமான தொடர் தேர்ந்தெடுப்புகளின் பின்விளைவுகளாகவே அவை இருக்கின்றன.

யானைகள் கடிப்பதில்லை

உங்களை எப்போதாவது ஒரு யானை கடித்துள்ளதா? ஆனால் நீங்கள் கண்டிப்பாக ஒரு கொசுவிடம் கடி வாங்கியிருப்பீர்கள். வாழ்க்கையில் பொதுவாகச் சிறிய சிறிய விஷயங்கள்தாம் உங்களைக் கடிக்கும். அபூர்வமாக ஒரே ஒரு பெருந்தவறு ஒரே நொடியில் ஒருவருடைய வேலைக்கோ அல்லது அவருடைய பிரபலத்துவத்திற்கோ அச்சுறுத்தலாக இருப்பதை நாம் கேள்விப்படத்தான் செய்கிறோம். ஆனால் அவற்றைப் பற்றி இங்கு நாம் பார்க்கப் போவதில்லை.

நம்மில் பெரும்பாலானோர், நாம் தொடர்ச்சியாக மேற்கொள்கின்ற, பெரிய பின்விளைவுகளை ஏற்படுத்தக்கூடியவைபோலத் தோன்றாத சிறிய தேர்ந்தெடுப்புகள் குறித்துத்தான் கவலை கொள்ள வேண்டும். கூட்டு விளைவு எப்போதுமே வேலை செய்கிறது. இதுபோன்ற சூழலில் அது உங்களுக்கு எதிராக வேலை செய்கிறது, அவ்வளவுதான்.

எடுத்துக்காட்டாக, ஒரு முழு பாட்டில் கோகோ கோலா பானத்தைப் பருகிவிட்டு, ஒரு முழுப் பாக்கெட் சிப்ஸைத் தின்று முடித்தப் பிறகுதான் உங்களுக்குப் பிரக்ஞை வருகிறது அடடா, இன்று நாம் நம்முடைய கலோரித் தேவையை அளவுக்கதிகமாக மீறிவிட்டோம் என்று! உருப்படாத தொலைக்காட்சி நிகழ்ச்சிகளில் இரண்டு மணிநேரத்தைத் தொலைத்துவிடுவது, உங்கள் அன்புக்குரியவர்களிடம் தேவையில்லாமல் பொய் கூறி மாட்டிக் கொள்வது போன்றவையும் இவற்றில் அடங்கும்.

இவை ஏன் நிகழ்கின்றன? யோசனையின்றித் தேர்ந்தெடுப்புகளை மேற்கொள்ள உங்களை நீங்கள் அனுமதிக் கொண்டிருப்பதுதான் அதற்குக் காரணம். பிரக்ஞையின்றி நீங்கள் தேர்ந்தெடுப்புகளை மேற்கொண்டிருக்கும்வரை உங்களால் உங்களுடைய நடத்தையில் மாற்றம் ஏற்படுத்தவோ, நேர்மறையான பழக்கவழக்கங்களை உருவாக்கிக் கொள்ளவோ முடியாது. நீங்கள் உங்களுடைய தூக்கத்திலிருந்து விழித்தெழுந்து சரியான தேர்ந்தெடுப்புகளை மேற்கொள்ள வேண்டிய வேளை இதுதான்.

ஆண்டு முழுவதும் நன்றியுடன் இருத்தல்

பிறர்மீது பழி போடுவது எளிது. "என் மேலதிகாரி குறுக்கே நிற்பதால்தான் என்னால் முன்னே செல்ல முடியவில்லை." "என் சக ஊழியர் மட்டும் என் முதுகில் குத்தியிருக்காவிட்டால், எனக்குக் கண்டிப்பாக அந்தப் பதவி உயர்வு கிடைத்திருக்கும்." "என் குழந்தைகள் என்னைப் படுத்துவதால்தான் நான் எப்போதும் பதற்றமாக இருக்கிறேன்." திருமண வாழ்க்கையைப் பொறுத்தவரை அந்த அடுத்த நபர்மீது பழி கூறுவதில் நாம் வல்லவர்களாக இருக்கிறோம். அனைத்துமே அவன் தவறு அல்லது அவள் தவறு. அதனால் அவன் அல்லது அவள்தான் மாற வேண்டும்.

ஒரு சில ஆண்டுகளுக்கு முன் ஒருநாள், என் நண்பன் ஒருவன் தன் மனைவியைப் பற்றி என்னிடம் குறை கூறிக் கொண்டிருந்தான். என் கணிப்புப்படி அவனுடைய மனைவி ஓர் அருமையான பெண்மணி. அவளை மனைவியாகப் பெற அவன் கொடுத்து வைத்திருக்க வேண்டும். இதை நான் அவனிடமும் சொன்னேன். ஆனால் தன்னுடைய மகிழ்ச்சியின்மைக்கு அவள்தான் காரணம் என்று அவன் தொடர்ந்து புலம்பிக் கொண்டிருந்தான். அப்போதுதான், என் திருமண வாழ்க்கையை முற்றிலும் மாற்றியிருந்த ஓர் அனுபவத்தை நான் அவனுடன் பகிர்ந்து கொண்டேன்.

ஒரு நன்றித் திருநாளன்று, என் மனைவியைப் பற்றிய நன்றிக் குறிப்பேடு ஒன்றை உருவாக்குவதென்று நான் முடிவு செய்தேன். தொடர்ந்து ஓராண்டுக்கு தினந்தோறும் என் மனைவியிடம் நான் கண்ட பாராட்டுதற்குரிய அம்சம் ஒன்றை அதில் குறித்துக் கொண்டேன். அவள் தன் தோழிகளுடன் பழகுகின்ற விதம், எங்கள் நாய்கள்மீது அவள் காட்டுகின்ற அக்கறை, படுக்கைகளுக்குப் புதிய விரிப்புகளைப் போட்டு வைக்கின்ற நேர்த்தி, அவளுடைய சமையல் திறமை, அவள் தன் கூந்தலைக் கோதுகின்ற அழகு என்று இப்படிப் பல விஷயங்கள். என் மனதைத் தொட்ட அவளுடைய செயல்பாடுகள், என்னைக் கவர்ந்த அவளுடைய குணாதிசயங்கள் போன்றவற்றை நான் கவனித்து, அவற்றை இரகசியமாக என் குறிப்பேட்டில் குறித்துக் கொண்டேன்.

அதற்கடுத்த நன்றித் திருநாளின்போது நான் அந்த நோட்டுப் புத்தகத்தை என் மனைவியிடம் கொடுத்தேன். அதைப் படித்த அவள் கண் கலங்கி, தன் வாழ்நாளிலேயே தான் பெற்ற மிகச் சிறந்த பரிசு அதுதான் என்று என்னிடம் தெரிவித்தாள். இதில் வேடிக்கை என்னவென்றால், அந்தப் பரிசால் அதிகமாக பாதிக்கப்பட்டது நான்தான். அக்குறிப்பேட்டில் நான் எழுதிக் கொண்டிருந்தபோது நான் என்னுடைய மனைவியின் நேர்மறை அம்சங்கள்மீது கவனத்தைக் குவித்துக் கொண்டிருந்தேன். என் மனைவி எவற்றையெல்லாம் "சரியாகச்" செய்து கொண்டிருந்தாள் என்பதில் நான் என் மனத்தைக் குவித்திருந்தேன். அக்காலகட்டம் முழுவதும் நான் அவளிடம் கண்டிருந்திருக்கக்கூடிய குற்றங்குறைகளை இது மறைத்துவிட்டது. நான் என் மனைவிமீது மீண்டும் காதல் வயப்பட்டேன் முன்னைவிட அதிகமாக! ஏனெனில், வெளிப்படையாக அவளிடம் தெரிந்த பண்புநலன்களுக்கு அப்பால் நுணுக்கமாக அவளிடம் புதையுண்டு கிடந்த, அதற்கு முன்பு நான் கவனிக்கத் தவறியிருந்த குணநலன்களை அப்போது என்னால் அவதானிக்க முடிந்தது. அவளிடம் இருந்த சிறப்பானவற்றைக் கண்டுபிடித்து அவற்றைப் பாராட்டவும், அது குறித்து நன்றியுணர்வு கொள்ளவும் நான் மேற்கொண்ட முயற்சி என் இதயத்தை நிரப்பியது. அதன் காரணமாக எங்களுடைய திருமண உறவை நான் அணுகிய விதத்தில் குறிப்பிடத்தக்க மாற்றம் ஏற்பட்டது. என் மனைவியும் அதற்கேற்பச் சிறப்பான முறையில் எதிர்வினை புரிந்தாள். இதனால் நான் என் குறிப்பேட்டில் எழுதிக் கொள்வதற்கு அதிகமான விஷயங்கள் முளைத்தன! என் மனைவி என் வாழ்வில் இடம் பெற்றிருப்பது குறித்து நான் ஏன் நன்றியுடையவனாக இருக்கிறேன் என்பதற்கான காரணங்களைப் பதிவு செய்ய தினமும் வெறும் ஐந்து நிமிடங்களை ஒதுக்க நான் மேற்கொண்ட ஒரு தேர்ந்தெடுப்பு, எங்கள் திருமண உறவை, நினைத்துப் பார்க்க முடியாத விதத்தில் உயர்த்தியது. அது மேலும் மேலும் மேம்பட்டுக் கொண்டிருக்கவும் வழி கோலியது.

என்னுடைய இந்த அனுபவத்தை நான் என் நண்பனுடன் பகிர்ந்து கொண்டபோது, அவனும் தன் மனைவி குறித்து ஒரு நன்றிக் குறிப்பேட்டை உருவாக்குவதென்று

முடிவெடுத்தான். அவன் அதில் எழுதத் தொடங்கி ஒருசில மாதங்களுக்கு உள்ளாகவே அவர்களுடைய திருமண உறவு மிகச் சிறப்பானதாக மாறிவிட்டிருந்தது.

100 சதவீதம் பொறுப்பேற்றுக் கொள்ளுதல்

நாம் எல்லோருமே சுயமாக உருவாகின்ற நபர்கள்தாம் என்றாலும் வெற்றியாளர்கள் மட்டுமே அப்படிக் கூறிக் கொள்கின்றனர். நம் வாழ்க்கைக்கு நாம்தான் பொறுப்பேற்றுக் கொள்ள வேண்டும் என்ற யோசனையை எனக்குப் பதினெட்டு வயதாக இருந்தபோது ஒரு பயிலரங்கில் முதன்முதலாக நான் எதிர்கொண்டேன். அது என் வாழ்க்கையை முற்றிலுமாக மாற்றியது. இந்நூலிலுள்ள அனைத்துக் கொள்கைகளையும் தூக்கி எறிந்துவிட்டு, நீங்கள் இந்த ஒன்றை மட்டும் கடைபிடித்து வந்தால், இரண்டு மூன்று ஆண்டுகளுக்குள் உங்கள் வாழ்க்கையில் ஏற்படுகின்ற பெரும் மாற்றத்தைக் கண்டு உங்களுடைய குடும்பத்தாரும் உங்கள் நண்பர்களும்கூட மூக்கின்மீது விரல் வைப்பர்.

அப்பயிலரங்கை நடத்திக் கொண்டிருந்தவர், உறவுகள் செழிக்க வேண்டுமென்றால், அதில் உங்களுடைய பொறுப்பு எத்தனை சதவீதம் இருக்க வேண்டும் என்று கேட்டார். பதினெட்டு வயதுக் காளையாக இருந்த நான், எனக்கு எல்லாம் தெரியும் என்ற நினைப்பில், “இதிலென்ன சந்தேகம்? அந்த உறவில் இருப்பவர்கள் இருவரும் ஆளுக்கு ஐம்பது சதவீதம் பொறுப்பேற்றுக் கொள்ள வேண்டும்,” என்று உளறிக் கொட்டினேன். உறவின் மேன்மைக்கு இருவரும் சமமாகப் பொறுப்பேற்றுக் கொள்ளவில்லை என்றால், கூடுதலாப் பொறுப்பேற்றுக் கொள்பவர் மற்றவரைச் சுரண்டுவதுபோல ஆகிவிடும் என்ற ரீதியில் என் சிந்தனை ஓடியது.

“ஐம்பத்தொன்று/நாற்பத்தொன்பது” என்று மற்றொருவர் முழங்கினார். மற்றவரைவிட நீங்கள் கூடுதலாகச் செய்ய முன்வர வேண்டும் என்று அவர் வாதிட்டார். தியாகங்கள் மற்றும் பெருந்தன்மையின் மேல்தானே உறவுகள் கட்டியெழுப்பப்படுகின்றன?

“எண்பது/இருபது” என்று மற்றொரு குரல் ஒலித்தது.

பயிலரங்கை நடத்திக் கொண்டிருந்தவர் மேடையருகே இருந்த கரும்பலகை அருகே சென்று *100/0* என்று பெரிய எழுத்துகளில் எழுதினார். "நீங்கள் எந்தவிதமான எதிர்பார்ப்பும் இல்லாமல் நூறு சதவீதம் பொறுப்பேற்றுக் கொள்ளத் தயாராக இருக்க வேண்டும். அப்போதுதான் அந்த உறவு தழைக்கும். இல்லையெனில், அது எப்போது வேண்டுமானாலும் முறிந்து போய்விடலாம்."

அதை நான் சிறிதும் எதிர்பார்த்திருக்கவில்லை. ஆனால் உடனடியாக, அந்தக் கருத்து என் வாழ்க்கையின் ஒவ்வோர் அம்சத்தையும் முற்றிலுமாகப் புரட்டிப் போடும் என்பதை நான் புரிந்து கொண்டேன். என்னுடைய தேர்ந்தெடுப்புகள், எனக்கு நடக்கின்ற விஷயங்களுக்கு நான் எதிர்வினை ஆற்றுகின்ற விதம் ஆகியவற்றுக்கு எப்போதும் நான் நூறு சதவீதப் பொறுப்பு ஏற்றுக் கொண்டால், என் வாழ்க்கை என் கட்டுப்பாட்டில் இருக்கும்.

என் வாழ்க்கைக்கு நான்தான் பொறுப்பேற்றுக் கொண்டிருக்கிறேன் என்று நீங்கள் சிந்தித்துக் கொண்டிருக்கிறீர்கள் என்பதை என்னால் உணர முடிகிறது. "உங்கள் வாழ்க்கைக்கு யார் பொறுப்பு?" என்று நான் யாரையாவது கேட்டால், "இது என்ன கேள்வி? என் வாழ்க்கைக்கு நான்தான் பொறுப்பு," என்றுதான் எல்லோரும் கூறுவர். ஆனால் பெரும்பாலான மக்கள் இந்த உலகில் இயங்கிக் கொண்டிருக்கின்ற விதத்தைப் பாருங்கள். பிறர்மீது பழி போடுதல், குறைகூறுதல், பலிகடாக்களாக உணர்தல், தங்களுடைய பிரச்சனைகளுக்குப் பிறர் பொறுப்பேற்றுக் கொள்ள வேண்டும் என்று எதிர்பார்த்தல் போன்றவைதான் அதிகமாக உங்களுடைய கண்களுக்குப் படும். நீங்கள் ஓரிடத்திற்குத் தாமதமாகப் போய்ச் சேர்ந்ததற்குப் போக்குவரத்து நெரிசலைக் குறைகூறிக் கொண்டிருக்கிறீர்கள் என்றாலோ, அல்லது உங்களுடைய வாழ்க்கைத்துணை, குழந்தை அல்லது சக ஊழியர் செய்த காரியத்தால்தான் நீங்கள் மோசமான மனநிலையில் இருக்கிறீர்கள் என்று நீங்கள் நினைத்தாலோ, நீங்கள் உங்கள் வாழ்க்கைக்கு நூறு சதவீதம் பொறுப்பேற்றுக் கொண்டிருக்கவில்லை என்று பொருள். நீங்கள் அச்சடிக்கச் சென்ற இடத்தில் கூட்டமாக இருந்ததால் நீங்கள் தாமதமாக வந்தீர்களா? நீங்கள் அதைச் செய்வதற்குக் கடைசி

நேரம்வரை காத்திருப்பதைத் தவிர்த்திருந்தால் தாமதம் ஏற்பட்டிருக்காது. உங்களுடைய சக ஊழியர் உங்களுடைய விளக்கவுரையில் ஏதோ குளறுபடி செய்துவிட்டாரா? அதைக் கூடுதலாக ஒரு முறை நீங்கள் சரி பார்த்திருக்கலாம், இல்லையா?

நீங்கள் செய்கின்ற அல்லது செய்யாமல் இருக்கின்ற அனைத்துக்கும் நீங்கள்தான் பொறுப்பு. அதேபோல, உங்களுக்கு நடக்கின்ற விஷயங்களுக்கு நீங்கள் எப்படி எதிர்வினையாற்றுகிறீர்கள் என்பதற்கும் நீங்கள்தான் முழுப் பொறுப்பு. இந்த மனப்போக்கு என் வாழ்க்கையைப் புரட்சிகரமாக மாற்றியுள்ளது. அதிர்ஷ்டம், சூழ்நிலைகள், சரியான சந்தர்ப்பம் போன்றவை ஒரு பொருட்டே அல்ல. நாட்டின் அதிபர் யார், பொருளாதாரம் எந்த அளவு மோசமாகச் சரிந்திருக்கிறது, வேறொருவர் உங்களிடம் சொன்னது, உங்களுக்குச் செய்தது அல்லது செய்யாமல் விட்டது போன்ற எதுவுமே ஒரு பொருட்டல்ல. என்மீதான நூறு சதவீதக் கட்டுப்பாடு என்னிடம்தான் இருக்கிறது. என் தலைவிதியை நிர்ணயம் செய்து கொள்வதற்கான எல்லையற்ற அதிகாரம் என்னிடம்தான் இருக்கிறது.

அதிர்ஷ்டக் காற்று

நீங்கள் ஒரு துரதிர்ஷ்டசாலி என்று நீங்கள் நம்பலாம். ஆனால் அதுகூட மற்றொரு சாக்குப்போக்குதான். செல்வச்செழிப்போடும் மகிழ்ச்சியோடும் ஆரோக்கியத்தோடும் இருப்பதற்கும், நொடித்துப் போயும் மனச்சோர்வோடும் ஆரோக்கியமற்றும் இருப்பதற்கும் இடையேயுள்ள வேறுபாடு, நீங்கள் தேர்ந்தெடுக்கின்ற விஷயங்களைப் பொறுத்தே இருக்கிறது. அதிர்ஷ்டம் குறித்த என்னுடைய கருத்து இதுதான்: நாம் எல்லோருமே அதிர்ஷ்டசாலிகள்தாம். உண்ணுவதற்கு உணவும் உறைவதற்கு ஓரிடமும் ஆரோக்கியமான ஓர் உடலும் உங்களுக்கு இருந்தால் நீங்கள் அதிர்ஷ்டசாலிதான். அதிர்ஷ்டசாலிகளாக இருப்பதற்கு எல்லோருக்குமே வாய்ப்பிருக்கிறது.

நான் ரிச்சர்டு பிரான்சனிடம், அவருடைய வெற்றியில் அதிர்ஷ்டம் ஏதாவது பங்களித்திருந்ததா என்று ஒருமுறை

கேட்டபோது, அவர் இவ்வாறு பதிலளித்தார்: "ஆமாம். நாம் எல்லோருமே அதிர்ஷ்டசாலிகள்தாம். ஒரு சுதந்திரமான சமுதாயத்தில் நீங்கள் வாழ்ந்து கொண்டிருந்தால், நீங்கள் அதிர்ஷ்டசாலிதான். அதிர்ஷ்டம் எல்லா நேரங்களிலும் நம்மைச் சூழ்ந்திருக்கிறது, அதிர்ஷ்டவசமான நிகழ்வுகள் நமக்கு எப்போதும் நிகழ்ந்து கொண்டிருக்கின்றன. நாம் அவற்றை உணர்வதில்லை, அவ்வளவுதான். மற்றவர்களைக் காட்டிலும் கூடுதலான அதிர்ஷ்டத்தையோ அல்லது துரதிர்ஷ்டத்தையோ நான் பெற்றிருக்கவில்லை. எனக்கும் பிறருக்கும் ஒரே ஒரு வேறுபாடு உண்டு. அதிர்ஷ்டம் என் வழியாக வரும்போது அதை நான் முழுமையாகப் பயன்படுத்திக் கொள்கிறேன்."

"தயாராக இருத்தலோடு சந்தர்ப்பம் கைகுலுக்கும்போது ஏற்படுவதுதான் அதிர்ஷ்டம்," என்ற கூற்றை நீங்கள் கேள்விப்பட்டிருக்கலாம். அதனோடு நான் கூடுதலாக மேலும் இரண்டு அம்சங்களைச் சேர்க்க விரும்புகிறேன்.

அதிர்ஷ்டச் சூத்திரம்

தயார் நிலை (தனிப்பட்ட வளர்ச்சி)

+ மனப்போக்கு (நம்பிக்கை)

+ சந்தர்ப்பம் (உங்கள் வசம் வரும் ஒரு நல்வாய்ப்பு)

+ செயல்நடவடிக்கை (அது குறித்து ஏதாவது செய்தல்)

= அதிர்ஷ்டம்

இனி இவற்றை ஒவ்வொன்றாகப் பார்க்கலாம்.

தயார் நிலை

உங்களுடைய திறமை, அறிவு, நிபுணத்துவம், உறவுகள், வளங்கள் போன்றவற்றை நீங்கள் தொடர்ந்து மேம்படுத்திக் கொண்டே இருக்கும்போது, உங்கள் வழியாக வரும் வாய்ப்பை உங்களால் முழுமையாகப் பயன்படுத்திக் கொள்ள முடியும்.

மனப்போக்கு

பெரும்பாலானவர்களுக்கு அதிர்ஷ்டம் கைகூடாமல் போவதற்கு அவர்களுடைய மனப்போக்குதான் காரணம். உங்களைச் சுற்றியுள்ள சூழல்கள், உரையாடல்கள், சந்தர்ப்பங்கள் ஆகியவற்றை அதிர்ஷ்டங்களாகப் பார்க்கின்ற மனப்போக்கு அது. நீங்கள் கவனிக்காதவற்றை உங்களால் பார்க்க முடியாது. உங்களால் நம்பிக்கை வைக்க முடியாதவற்றை உங்களால் கவனிக்க முடியாது.

சந்தர்ப்பம்

உங்களுடைய சொந்த அதிர்ஷ்டத்தை உருவாக்கிக் கொள்ள முடியும் என்றாலும், நான் இங்கு பேசிக் கொண்டிருக்கின்ற அதிர்ஷ்டம் திட்டமிடப்படாத ஒன்றோ, விரைவாக வருகின்ற ஒன்றோ அல்லது உங்களுடைய எதிர்பார்ப்பின்படி இல்லாமல் வித்தியாசமான விதத்தில் வருகின்ற ஒன்றோ அல்ல. அது இயல்பாக நடைபெறுகின்ற ஒன்று.

செயல்நடவடிக்கை

இங்குதான் நீங்கள் நுழைகிறீர்கள். உங்களுடைய அதிர்ஷ்டம் பிரபஞ்சத்தின் மூலமாகவோ, கடவுளின் மூலமாகவோ, வேறு யார் மூலமாகவோ அல்லது வேறு எந்த வழியிலோ உங்களை வந்தடைந்திருந்தாலும் சரி, இப்போது அதன்மீது நடவடிக்கை எடுக்க வேண்டிய பொறுப்பு உங்களுடையது. இதுதான் ரிச்சர்டு பிரான்சன் போன்றோரைப் பிற தோல்வியாளர்களிடமிருந்து வேறுபடுத்துகிறது.

எனவே, வாழ்க்கையெனும் சீட்டுக்கட்டு விளையாட்டில் உங்களுக்கு வந்து விழுந்திருக்கின்ற சீட்டுகள் குறித்துப் புலம்பிக் கொண்டிருக்கவோ அல்லது நீங்கள் சந்தித்துள்ள தோல்விகள் குறித்து மருகிக் கொண்டிருக்கவோ செய்யாதீர்கள். உங்களைவிட மோசமான சாதகமற்றச் சூழல்களையும் பெருந்தடைகளையும் எதிர்கொண்டிருக்கின்ற மக்கள் எண்ணற்றோர் இருக்கின்றனர். ஆனாலும் அவர்கள் செழிப்புடனும் மனநிறைவுடனும் இருக்கின்றனர்.

அதிர்ஷ்டம் அனைவரையும் சமமாகவே நடத்துகிறது. அதிர்ஷ்டக் காற்று வீசும்போது அதிலிருந்து விலகி ஓடாமல், அதை வரவேற்கத் தயாராக இருக்க வேண்டும்.

அனுபவப் பாடத்திற்கு அதிக விலை தேவைப்படும்

இருபத்தொன்றாம் நூற்றாண்டின் தொடக்கத்தில் நான் இன்னொருவருடன் சேர்ந்து ஒரு புதிய தொழிலைத் தொடங்கினேன். நான் அதில் ஏகப்பட்டப் பணத்தை முதலீடு செய்திருந்ததோடு, அதற்காகக் கடினமாக உழைத்துக் கொண்டும் இருந்தேன். இரண்டு ஆண்டுகள் கழித்துத்தான் என் கூட்டாளி எங்கள் தொழிலிலிருந்து பணத்தைத் திருடிக் கொண்டிருந்ததை நான் கவனித்தேன். அதில் நான் 3,30,000 டாலர்கள் பணத்தை இழந்தேன். ஆனால் நான் என் கூட்டாளியின்மீது வழக்கு எதுவும் தொடுக்கவில்லை. இன்னும் சொல்லப் போனால், சில ஆண்டுகள் கழித்து அவருக்கு ஒரு பிரச்சனை ஏற்பட்டபோது நான் அவருக்குப் பணம் கொடுத்து உதவினேன். அவருடைய குணநலன்களையும் பின்புலத்தையும் முறையாகத் தெரிந்து கொள்ளாமல் அவரை என்னுடைய கூட்டாளியாகத் தேர்ந்தெடுத்தது என் தவறுதான். நான் அவரை நம்பினேன் என்று கூறி என்னால் தப்பித்துக் கொள்ள முடியாது. அதன் விளைவுகளுக்கு நான்தான் முழுப் பொறுப்பையும் ஏற்றுக் கொள்ள வேண்டும். நான் அவருடைய மோசடிகளைத் தெரிந்து கொண்டவுடன், அவருடன் சண்டை போடுவதில் மேலும் அதிக நேரத்தை நான் வீணாக்க விரும்பவில்லை. நான் ஒரு பாடத்தைக் கற்றுக் கொண்டேன் என்று எடுத்துக் கொண்டு அடுத்தக் காரியத்தில் இறங்கினேன்.

உங்களுக்கும் இதையேதான் நான் பரிந்துரைப்பேன். உங்களுக்கு என்ன நடந்திருந்தாலும் சரி, அது வெற்றியாக இருந்தாலும் சரி அல்லது தோல்வியாக இருந்தாலும் சரி, அதற்கு நீங்கள் முழுப் பொறுப்பு ஏற்றுக் கொள்ளுங்கள். "என்றைக்கு நீங்கள் உங்களுடைய பதின்மப் பருவத்தைக் கடந்து வயது வந்த நபராக ஆகிறீர்களோ, அன்றிலிருந்து உங்களுடைய வாழ்க்கைக்கு நீங்கள்தான் பொறுப்பேற்றுக் கொள்ள வேண்டும்," என்று ஜிம் ரான் அடிக்கடிக் கூறுவார்.

உங்களைப் பொறுத்தவரை, இன்று அந்த நாளாக இருக்கட்டும். இன்றிலிருந்து நீங்கள் உங்கள் வாழ்க்கைக்கு நூறு சதவீதம் பொறுப்பேற்றுக் கொள்ளுங்கள். எல்லாச் சாக்குப்போக்குகளையும் விட்டொழியுங்கள். உங்கள்மீது முழுக்கட்டுப்பாடு எடுத்துக் கொள்வதற்கான நேரம் இதுதான்.

நுணுக்கமான கண்காணிப்பு

என்னுடைய தனிப்பட்ட வாழ்க்கையில் நான் வெற்றிகரமாகப் பயன்படுத்திய உத்திகளிலேயே சிறந்த உத்தி ஒன்றை நான் இப்போது உங்களுக்கு அறிமுகம் செய்யப் போகிறேன். ஒரு நாள் முழுவதும் நான் மேற்கொள்கின்ற தேர்ந்தெடுப்புகள்மீது நான் முழுக் கட்டுப்பாட்டைக் கொண்டிருக்க இந்த உத்தி எனக்கு உதவுகிறது.

இக்கணத்தில் உங்கள் வாழ்க்கையில் எந்த விஷயத்தில் நீங்கள் வெற்றிகரமாகத் திகழ விரும்புகிறீர்களோ அந்த விஷயத்தைத் தேர்ந்தெடுத்துக் கொள்ளுங்கள். உங்கள் வங்கிக் கணக்கில் அதிகப் பணம் இருக்க வேண்டுமா? உங்கள் இடுப்பின் சுற்றளவைக் குறைக்க வேண்டுமா? நெடுந்தூர ஓட்டப்பந்தயத்தில் கலந்து கொள்ள வேண்டுமா? உங்களுடைய வாழ்க்கைத்துணைவர் அல்லது குழந்தைகளுடனான உறவை மேலும் மேம்படுத்த வேண்டுமா? நீங்கள் எதை அடைய விரும்புகிறீர்களோ அதை ஏற்கனவே நீங்கள் அடைந்துவிட்டுள்ளதுபோலக் கற்பனை செய்து கொள்ளுங்கள். விழிப்புணர்வைப் பெறுவதுதான் மாற்றத்திற்கான முதல் படி.

உங்கள் தேர்ந்தெடுப்புகள் குறித்த விழிப்புணர்வைப் பெறுவதற்கு, நீங்கள் எந்த அம்சத்தில் மேம்பாடு அடைய விரும்புகிறீர்களோ அது தொடர்பாக நீங்கள் மேற்கொள்கின்ற அனைத்து நடவடிக்கைகளையும் கண்காணியுங்கள். நீங்கள் கடனிலிருந்து விடுபட விரும்பினால், நீங்கள் செலவழிக்கின்ற ஒவ்வொரு டாலரையும் கண்காணியுங்கள். அதேபோல, நீங்கள் உங்கள் எடையைக் குறைக்க விரும்பினால், நீங்கள் உண்ணுகின்ற அனைத்தையும் கண்காணியுங்கள். இதற்காக நீங்கள் ஒரு சிறு குறிப்பேட்டை எப்போதும் உங்களுடன்

வைத்துக் கொள்ளலாம். அதில் நீங்கள் அனைத்தையும் ஒன்றுவிடாமல் குறித்துக் கொள்ள வேண்டும்.

இது என்ன பெரிய விஷயமா என்று நீங்கள் முணுமுணுப்பது என் காதுகளில் விழுகிறது. நான் முன்னே எடுத்து வைத்த அடிகளையும் சறுக்கிய அடிகளையும் நான் கவனமாகக் கண்காணித்தது என் வெற்றிக்கான காரணங்களில் ஒன்றாக அமைந்தது. உங்கள் தீர்மானங்கள் குறித்து நீங்கள் கவனத்துடன் இருக்க இச்செயற்திட்டம் உதவும். இறுதியில் அதன் கூட்டு விளைவு மாயாஜாலங்களை ஏற்படுத்தும். தோல்வியாளர்கள் செய்யத் தயாராக இல்லாத விஷயங்களை வெற்றியாளர்கள் செய்யத் தயாராக இருப்பதுதான் அவர்கள் இருவருக்கும் இடையேயான வேறுபாடு.

நிதி தொடர்பான ஒரு பயிற்சி

என் நிதி விவகாரங்களில் நான் பல பெருந்தவறுகளை மேற்கொண்டுதான் கண்காணிப்பின் முக்கியத்துவத்தை அறிந்து கொண்டேன். நான் என் இருபதுகளில் இருந்தபோது, வீடுமனைகளை விற்று ஏராளமான பணத்தைச் சம்பாதித்தேன்.

ஒரு நாள் என் கணக்காளர் என்னிடம், "நீங்கள் 1,00,000 டாலர்கள் வரி கட்ட வேண்டியிருக்கிறது," என்று என்னிடம் கூறினார்.

"என்ன இப்படிக் கூறுகிறீர்கள்? என்னிடம் அவ்வளவு பெரிய பணம் இல்லையே!" என்று நான் பதிலளித்தேன்.

"நீங்கள் அதைவிடப் பல மடங்கு பணத்தை வீடுமனை விற்பனையில் சம்பாதித்திருக்கிறீர்கள். அதில் ஒரு பகுதியை வரிக்காக ஒதுக்கி வைத்திருப்பீர்கள்தானே?" என்று அவர் வினவினார்.

"நான் அப்படி எதுவும் செய்யவில்லை," என்று நான் கூறினேன்.

"அப்படியானால் அவ்வளவு பணமும் எங்கே சென்றது?" என்று அவர் கேட்டார்.

"எனக்குத் தெரியாது," என்று நான் பதிலளித்தேன். என்னிடம் வந்திருந்த பணத்தை நான் தண்ணீராகச் செலவழித்திருந்தேன்.

அப்போது என் கணக்காளர் எனக்கு ஒரு சிறந்த அறிவுரையை வழங்கினார். அது இதுதான்:

“தம்பி, பணத்தின்மீது உங்களுக்கு இறுக்கமான பிடிப்பு இருக்க வேண்டும். உங்களைப் போன்ற நிறையப் பேரை நான் பார்த்திருக்கிறேன். உங்கள் பணம் எப்படிச் செலவானது என்பதுகூடத் தெரியாத அளவுக்கு நீங்கள் ஒரு முட்டாளாக இருந்திருக்கிறீர்கள். இப்போது நீங்கள் பெரும் சிக்கலில் மாட்டிக் கொண்டிருக்கிறீர்கள். நீங்கள் கட்ட வேண்டிய வரிக்கு வட்டிச் சேர்த்து இன்னும் கூடுதலாகப் பணம் கட்ட வேண்டியிருக்கும். இதோடு அதை நிறுத்திக் கொள்ளுங்கள். இல்லையெனில், நீங்கள் உங்களுடைய பணப்பையைக் கொண்டே உங்களுக்கு ஒரு சவக்குழியைத் தோண்டிக் கொள்வீர்கள்.”

நான் அதன் தீவிரத்தை உடனடியாகப் புரிந்து கொண்டேன்.

என் கணக்காளரின் அறிவுரைப்படி, நான் எப்போதும் ஒரு சிறு குறிப்பேட்டை என் பாக்கெட்டில் வைத்திருந்தேன். அடுத்த முப்பது நாட்களுக்கு நான் மேற்கொண்ட அனைத்துச் செலவுகளையும் நான் அதில் குறித்துக் கொண்டேன். நான் வாங்கிய ஒரு பென்சிலிலிருந்து என்னுடைய ஆடைகள்வரை அனைத்துச் செலவுகளும் அதில் இடம் பெற்றன. நான் பிரக்ஞையின்றி மேற்கொண்ட தேர்ந்தெடுப்புகள் குறித்த விழிப்புணர்வை அது எனக்குக் கொடுத்தது.

அது செலவழிப்பைப் பற்றிய புதிய விழிப்புணர்வை எனக்கு ஏற்படுத்திக் கொடுத்து, செலவழிப்புத் தொடர்பான புதிய தேர்ந்தெடுப்புகளை நான் உருவாக்கிக் கொள்ள எனக்கு உதவியது. விழிப்புணர்வும் நேர்மறையான நடத்தை மாற்றங்களும் கூடிக் கொண்டே இருந்ததால், பணம் குறித்து நான் முன்னெச்சரிக்கையோடு செயல்பட்டேன், பணத்தை அதிகமாகச் சேமித்தேன், ஓய்வுக் காலத்திற்கென்று பணத்தைத் தனியாக ஒதுக்கி வைத்தேன். பொழுதுபோக்கிற்குப் பணத்தை ஒதுக்குவதற்கு முன் நான் மிகவும் தீவிரமாக யோசித்தேன்.

மொத்தத்தில், பணத்துடனான என் உறவு மேம்பட்டது. இத்திட்டம் வெற்றிகரமாகச் செயல்பட்டதால், என்னுடைய பிற நடத்தைகளை மாற்றிக் கொள்வதற்கும்

இதை நான் பல சமயங்களில் பயன்படுத்தியிருக்கிறேன். என்னுடைய பிரச்சனைகளைத் தீர்ப்பதற்கு நான் தஞ் சமடைகின்ற உத்திகளில் அதுவும் ஒன்றாக விளங்கியது. நான் உண்ணுகின்ற உணவுப் பதார்த்தங்களையும், நான் செய்கின்ற உடற்பயிற்சிகளையும், நான் மேற்கொள்கின்ற விற்பனை அழைப்புகளையும் கண்காணிக்க இதை நான் பயன்படுத்தியுள்ளேன். என் உறவுகளை மேம்படுத்திக் கொள்ளவும் இதை நான் உபயோகப்படுத்தியுள்ளேன். எல்லா அம்சங்களிலும் அது வெற்றிகரமான விளைவுகளையே எனக்கு ஏற்படுத்திக் கொடுத்தது.

இப்புத்தகத்தை நீங்கள் வாங்கியதன் மூலம் நீங்கள் என்னுடைய அபிப்பிராயத்திற்கு, என்னுடைய வழிகாட்டலுக்குப் பணம் கொடுக்கிறீர்கள். அதற்குப் பிரதியுபகாரமாக, நான் உங்களை ஒன்று கேட்டுக் கொள்ளப் போகிறேன். ஒரு வாரத்திற்குத் தொடர்ந்து நீங்கள் உங்களுடைய நடத்தையைக் கண்காணித்து வாருங்கள். இது உங்களுக்குக் களிப்பூட்டுவதற்காக எழுதப்பட்ட ஒரு நூல் அல்ல. உங்கள் வாழ்வில் சிறப்பான விளைவுகளை நீங்கள் பெற வேண்டும் என்பதற்காக எழுதப்பட்ட ஒன்றாகும். ஆனால் விளைவுகளைப் பெறுவதற்கு நீங்கள் சில செயல்நடவடிக்கைகளில் இறங்கியாக வேண்டும்.

நான் மேலே கூறியுள்ள பயிற்சியைப் பற்றி நீங்கள் முன்பே கேள்விப்பட்டிருக்கக்கூடும். அதை நீங்கள் உங்கள் வாழ்வில் கடைபிடித்திருக்கவும் கூடும். அதே சமயம், அதை இப்போது நீங்கள் கடைபிடித்துக் கொண்டிருக்கவில்லை என்பதையும் என்னால் உறுதியாகக் கூற முடியும். அது சரிதானே? ஏனெனில், உங்கள் வாழ்க்கை நீங்கள் விரும்புகின்ற அளவு வெற்றிகரமானதாக இப்போது செயல்பட்டுக் கொண்டிருக்கவில்லை. அதைச் சரியான போக்கிற்குக் கொண்டுவருவதற்குக் கண்காணிப்பு உத்தி வெகுவாக உதவும்.

சூதாட்ட அரங்குகள் எப்படி வெற்றிகரமாகச் செயல்பட்டுக் கொண்டிருக்கின்றன என்பது உங்களுக்குத் தெரியுமா? அவை ஒவ்வொரு மேசையையும் ஒவ்வொரு வெற்றியாளரையும் தொடர்ந்து கண்காணித்துக் கொண்டே இருப்பதுதான் அதற்குக் காரணம். ஒலிம்பிக் வீரர்களுக்குப் பயிற்சியளிப்பவர்களுக்கு எதற்காகப் பெரும் பணம்

கொடுக்கப்படுகிறது என்பது உங்களுக்குத் தெரியுமா? அவர்கள் யாருக்குப் பயிற்சியளிக்கிறார்களோ அவர்கள் உடற்பயிற்சி செய்கின்ற நேரம், அவர்கள் உண்ணுகின்ற உணவிலுள்ள கலோரிகளின் அளவு, அந்த உணவில் இடம் பெற்றுள்ள நுண்சத்துகளின் அளவு போன்றவற்றை அப்பயிற்றுவிப்பாளர்கள் விலாவாரியாகக் கண்காணித்துக் கொண்டிருப்பதுதான் அதற்குக் காரணம். எல்லா வெற்றியாளர்களும் கண்காணிப்பதில் வல்லவர்களாக விளங்குகின்றனர். நீங்களும் உங்களுடைய இலக்குகளை உங்கள் கைக்கெட்டும் தூரத்தில் கொண்டு வருவதற்கு, உங்கள் நடத்தை குறித்தத் தீவிரக் கண்காணிப்பில் ஈடுபடுங்கள்.

தொழில்முறை விளையாட்டு வீரர்கள் அனைவரும் இந்தக் கண்காணிப்பில் ஈடுபடுகின்றனர். அவர்கள் தாங்கள் விளையாடும் விதத்தை அலசி ஆராய்வதன் மூலம் தங்களுடைய நடத்தையை மாற்றிக் கொண்டு, தங்களுடைய திறமையை மேம்படுத்திக் கொள்கின்றனர்.

எல்லாக் கணத்திலும் நீங்கள் உங்கள் வாழ்க்கையில் எப்படிச் செயல்பட்டுக் கொண்டிருக்கிறீர்கள் என்பது குறித்த விழிப்புணர்வோடு இருங்கள். இது உங்களுடைய வாழ்க்கையில் புரட்சிகரமான மாற்றங்களை ஏற்படுத்தும்.

அவசரப்பட வேண்டாம்

முதலில் ஒரு வாரத்திற்கு ஒரே ஒரு பழக்கத்தை மட்டும் கண்காணியுங்கள். எந்தப் பழக்கம் உங்களை அதிகமாகக் கட்டுப்படுத்திக் கொண்டிருக்கிறதோ அதைத் தேர்ந்தெடுத்துக் கொள்ளுங்கள். உங்களுடைய முயற்சியின் கூட்டு விளைவை நீங்கள் கண்கூடாகப் பார்த்தவுடன், நீங்களாகவே உங்களுடைய வாழ்வின் பிற அம்சங்கள் அனைத்திலும் இதைப் புகுத்திவிடுவீர்கள்.

எடுத்துக்காட்டாக, நீங்கள் உங்கள் எடையைக் குறைக்க விரும்புவதாக வைத்துக் கொள்வோம். நீங்கள் உங்களுடைய வயிற்றுக்குள் தள்ளுகின்ற அனைத்தையும் ஒரு குறிப்பேட்டில் தவறாமல் குறித்து வைத்துக் கொள்ள வேண்டும். நீங்கள் குடிக்கும் பானத்திலிருந்து நீங்கள் கொரிக்கும் நொறுக்குத் தீனிவரை எதையும்

விட்டுவிடக்கூடாது. சிறிய விஷயங்களைக்கூட விட்டுவிடக்கூடாது. ஏனெனில், அவை ஒன்றாகச் சேரும்போது பெரிதாக ஆகிவிடும். ஆனால் இவற்றை நீங்கள் செய்தால் மட்டுமே இது பலனளிக்கும். எனவே, ஒரு கணம் இப்புத்தகத்தைப் படிப்பதை நிறுத்திவிட்டு, முதலில் உங்கள் எடை குறைப்புக்கு ஒரு தொடக்கத் தேதியைக் குறித்துக் கொள்ளுங்கள். ஆனால் இதில் நீங்கள் தொடர்ந்து விலாவாரியாக எழுதி வர வேண்டும்.

நான் ____________________________ (நாள்/தேதி/ஆண்டு) உண்ணுகின்ற அனைத்துப் பொருட்களையும் என் குறிப்பேட்டில் குறித்து வைத்துக் கொள்ளப் போகிறேன்.

முதல் வாரத்தின் முடிவில் என்ன நடக்கும்? நீங்கள் அதிர்ச்சியடைவதற்கு அதிக வாய்ப்புகள் இருக்கின்றன. சிறுகச் சிறுக நீங்கள் தினமும் எத்தனைக் கலோரிகளை உட்கொள்கிறீர்கள் என்பதை அறிந்து நீங்கள் வியந்து போவீர்கள். அவை குறித்தப் பிரக்ஞை உங்களுக்கு முன்பு ஒருபோதும் இருந்திருக்கவில்லை என்பது உங்களுக்கு அப்போது புலப்படும்.

அடுத்த வாரமும் அதைத் தொடருங்கள். நாம் மூன்று வாரங்களுக்குத் தொடர்ந்து இதைச் செய்யப் போகிறோம். உங்கள் எதிர்ப்புக் குரல் எனக்குக் கேட்கிறது. என்னை நம்புங்கள். மூன்றாவது வார முடிவில் இதன் விளைவுகள் உங்களை வியப்பில் ஆழ்த்தும். அதற்கு நான் உத்தரவாதம்.

எதற்காக மூன்று வாரங்கள்? ஒரு விஷயம் ஒரு பழக்கமாக உருவாவதற்கு அதை நீங்கள் மூன்று வாரங்கள் தொடர்ந்து செய்து வர வேண்டும் என்று உளவியலாளர்கள் கூறுகின்றனர் என்று நீங்கள் கேள்விப்பட்டிருப்பீர்கள். அது ஒரு துல்லியமான அறிவியல் இல்லை என்றாலும், அது ஒரு குறிப்பிடத்தக்க அளவுகோல்தான். அது எனக்கு வேலை செய்தது. அதனால்தான் இதை நீங்கள் 21 நாட்களுக்குத் தொடர்ந்து செய்து வர வேண்டும் என்று நான் கூறுகிறேன். இதற்கு நீங்கள் உடன்படாவிட்டால், எனக்கு எந்த இழப்பும் ஏற்படப் போவதில்லை. ஆனால் உங்கள் வாழ்க்கையை நீங்கள் மாற்றிக் கொள்ள விரும்புகின்ற காரணத்தால்தான் நீங்கள் இப்புத்தகத்தை

வாங்கிப் படித்துக் கொண்டிருக்கிறீர்கள், அப்படித்தானே? நான் பரிந்துரைக்கின்ற திட்டம் மெதுவாகத்தான் வேலை செய்யும் என்று நான் ஏற்கனவே கூறியிருந்தேன், இல்லையா? இது எளிதானதல்ல என்றாலும் செய்யப்படக்கூடியதுதான். அதனால் உடனே செயலில் இறங்குங்கள்.

இன்றே தொடங்க உங்களுக்கு நீங்களே உறுதி பூணுங்கள். அடுத்த மூன்று வாரங்களுக்கு எப்போதும் ஒரு சிறு குறிப்பேட்டை உங்களுடன் எடுத்துச் செல்லுங்கள். நீங்கள் உண்கின்ற அனைத்துப் பொருட்களையும் அதில் குறித்துக் கொள்ளுங்கள்.

முதல் வார அதிர்ச்சியிலிருந்து நீங்கள் மீண்ட பிறகு கடைசி வாரத்தில் உங்களுக்கு ஒரு மகிழ்ச்சியான ஆச்சரியம் காத்திருக்கும். வெறுமனே உங்களுடைய செயல்பாடுகள் குறித்த விழிப்புணர்வு எவ்வாறு அவற்றை வடிவமைக்கிறது என்பது குறித்து நீங்கள் உண்மையிலேயே வியப்படைவீர்கள். "நான் கண்டிப்பாக அந்தச் சாக்லெட்டைச் சாப்பிட வேண்டுமா?" என்று நீங்கள் யோசிக்கத் தொடங்குவீர்கள். அந்தச் சாக்லெட்டை மறுப்பதன் மூலம் நீங்கள் சுமார் இருநூறு கலோரிகளைச் சேமிக்கிறீர்கள். தினமும் நீங்கள் அந்தச் சாக்லெட்டை தவிர்த்து வந்தால், இரண்டு வாரங்களில் ஒரு பவுண்ட் எடை குறைந்திருப்பீர்கள்! வேலையிலிருந்து திரும்பும் வழியில் நீங்கள் குடிக்கின்ற நான்கு டாலர் விலையுள்ள காபியை நிறுத்தினால், மூன்று வாரங்களில் நீங்கள் எண்பது டாலர்களைச் சேமித்திருப்பீர்கள். அதாவது, ஆண்டுக்கு ஆயிரத்து நானூறு டாலர்களுக்கு மேல் சேமித்திருப்பீர்கள். இருபது ஆண்டுகளில் கூட்டு வட்டி முறையில் கணக்கிட்டால், அத்தொகை ஐம்பதாயிரம் டாலர்களைத் தாண்டியிருக்கும். அதன் துல்லியமான கணக்கைத் தெரிந்து கொள்ள விரும்பினால், படம் 3ஐப் பாருங்கள்.

ஒரே ஒரு காபியை நிறுத்தினால் உங்களால் இருபது ஆண்டுகளில் ஐம்பதாயிரம் டாலர்களைச் சேமிக்க முடியும் என்று சொல்வதைக் கேட்டு நீங்கள் வியப்படையலாம். இன்று நீங்கள் சேமிக்கின்ற ஒவ்வொரு டாலரும் கூட்டு வட்டி முறையில் இருபது ஆண்டுகளில் ஐந்து டாலர்களாக வளர்ந்திருக்கும். இங்கு வட்டி விகிதம்

எட்டு சதவீதமாக இருக்கும் என்று நாம் அனுமானித்துக் கொள்கிறோம். இன்று நீங்கள் செலவழிக்கின்ற ஒவ்வொரு டாலரும் உங்களுடைய வருங்கால வருவாயிலிருந்து ஐந்து டாலர்களைச் செலவழிப்பதற்குச் சமமானது.

படம் 3

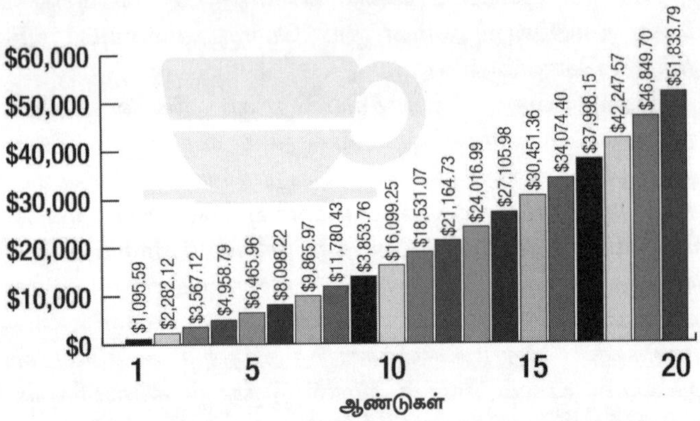

தினசரி நான்கு டாலர்கள் விலையுள்ள காபியைப் பருகினால் இருபது ஆண்டுகளில் நீங்கள் $51,833.79 டாலர்களைச் செலவழித்திருப்பீர்கள். கூட்டு விளைவின் சக்தி அது.

ஒரு பொருளின் விலைச்சீட்டில் குறிக்கப்பட்டிருக்கும் விலைதான் அதன் விலை என்று நான் வெகுகாலமாகத் தவறாக எண்ணிக் கொண்டிருந்தேன். எடுத்துக்காட்டாக, ஐம்பது டாலர்கள் கொடுத்து ஒரு பொருளை வாங்கினால் அதற்கு நான் ஐம்பது டாலர்களை மட்டுமே செலவழித்திருந்ததாக நான் நினைத்தேன். அந்தப் பணத்தை முதலீடு செய்தால் இருபது ஆண்டுகளில் அது நான்கு அல்லது ஐந்து மடங்கு பெருகும். அதனால் நீங்கள் ஐம்பது டாலர்கள் மதிப்புள்ள ஒரு பொருளைப் பார்த்தால், அது இருநூற்று ஐம்பது டாலர்கள் விலைக்கு ஏற்றதா என்று யோசிக்க வேண்டும். அடுத்த முறை

கடைக்குச் செல்லும்போது இதை நினைவில் வைத்துக் கொள்ளுங்கள். இப்படி உங்கள் சிந்தனை சென்றால், பல பொருட்களை வாங்க நீங்கள் யோசிப்பீர்கள். இது போன்ற சரியான தீர்மானங்கள் பலவற்றை நீங்கள் தினந்தோறும், வாரந்தோறும் பல ஆண்டுகளாகத் தொடர்ந்து மேற்கொள்கின்றபோது, உங்களிடம் எவ்வளவு பணம் சேர்கின்றது என்பதைக் கண்டு நீங்கள் அதிசயிப்பீர்கள்.

இது குறித்த விழிப்புணர்வு உங்களிடம் அதிகரிக்கும்போது, நீங்கள், "தினமும் ஒரு காபி குடிப்பதை நிறுத்தினால் சில ஆண்டுகளுக்குப் பின்னால் என்னால் ஒரு கார் வாங்க முடியுமே!" என்று யோசிக்கத் தொடங்குவீர்கள். அதைவிட மேலாக, நீங்கள் உங்களுடைய கண்களை மூடிக் கொண்டு எல்லாச் செலவுகளையும் செய்து கொண்டிருக்கவில்லை. விழிப்புணர்வுடன் மேலான தேர்ந்தெடுப்புகளை நீங்கள் மேற்கொள்கிறீர்கள். அதுவும் ஒரு குறிப்பேடு மற்றும் பென்சிலின் உதவியோடு மட்டுமே நீங்கள் அதைச் செய்கிறீர்கள்! வியப்பாக இருக்கிறது, இல்லையா?

பாராட்டப்படாத கதாநாயகர்கள்

உங்களுடைய வாழ்க்கையின் பல்வேறு அம்சங்களை நீங்கள் கண்காணிக்கத் தொடங்கும்போது, நீங்கள் தவறாகச் செய்கின்ற சிறுசிறு விஷயங்களோடு, சரியாகச் செய்கின்ற சிறுசிறு விஷயங்களையும் நீங்கள் கணக்கில் எடுத்துக் கொள்ளத் தொடங்குவீர்கள். தொடர்ச்சியாக நீங்கள் சிறுசிறு மாற்றங்களை மேற்கொள்கின்றபோது நீண்டகால நோக்கில் அபாரமான விளைவுகளைப் பெறுவீர்கள். ஆனால் உடனடியாக விளைவுகளை எதிர்பார்க்காதீர்கள். பெரிய கைதட்டல்களும் உங்களுக்குக் கிடைக்காது. உங்களுடைய கட்டுப்பாட்டைப் பாராட்டி யாரும் உங்களுக்குப் பாராட்டுப் பத்திரம் எதையும் கொடுக்கப் போவதில்லை. ஆனாலும் இறுதியில் கூட்டு விளைவின் பயனாக அசாதாரணமான விளைவுகளை நீங்கள் அறுவடை செய்வீர்கள்.

நூற்றுக்கணக்கான விளையாட்டுகள் விளையாடிய பிறகு முதல் நிலையில் இருக்கும் ஒரு கோல்ஃப் ஆட்டக்காரருக்கும்,

பத்தாம் நிலையில் இருக்கும் ஆட்டக்காரருக்கும் இடையுள்ள சராசரி வேறுபாடு 0.32 ஸ்ட்ரோக்குகள் மட்டும்தான். ஆனால் முதல் நிலையிலுள்ள ஆட்டக்காரர் வெல்கின்ற பரிசுத் தொகையின் அளவு பத்தாம் நிலையிலுள்ள ஆட்டக்காரரின் பரிசுத் தொகையைவிட இரண்டு மடங்கு அதிகமாக இருக்கும். முதல் நிலை ஆட்டக்காரர் பத்தாம் நிலை ஆட்டக்காரரைவிட வேகமானவரோ அல்லது மேம்பட்டவரோ அல்லர். இது குறித்தத் துல்லியமான கணக்கைக் காண, படம் 4ஐப் பார்க்கவும்.

படம் 4

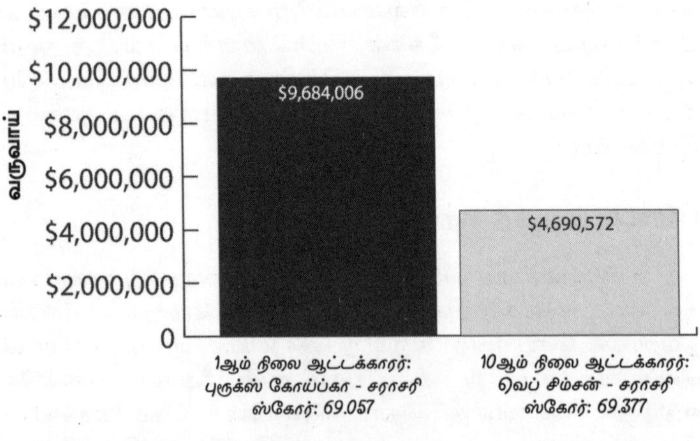

1ஆம் நிலை ஆட்டக்காரருக்கும் 10ஆம் நிலை ஆட்டக்காரருக்கும் இடையேயுள்ள ஸ்கோர் வேறுபாடு ஒன்றுக்கும் குறைவு என்றாலும் அவர்கள் வென்றிருந்த பரிசுத் தொகையின் அளவு இரு மடங்காகும். கூட்டு விளைவின் சக்திதான் அதற்குக் காரணம். (ஆதாரம்: பிஜிஏ சேம்பியன்ஷிப் ரேங்கிக் 2019)

பெரும் பயன்களை உருவாக்கவல்ல மேலும் சில சிறிய மாற்றங்களை இப்போது நாம் பார்க்கலாம்.

நடைப்பயிற்சி மேற்கொள்ளுங்கள்

நான் ஒரு சமயம், ஆண்டுக்கு நூறு மில்லியன் டாலர்கள் விற்பனை செய்து கொண்டிருந்த ஒரு நிறுவனத்தின் முதன்மை நிர்வாக அதிகாரிக்கு வழிகாட்டியாகச் செயலாற்றிக் கொண்டிருந்தேன். அவர் பெயர் ஜான். அந்த நிறுவனத்தை அவர்தான் தொடங்கியிருந்தார். அவருடைய நிறுவனம் நன்றாகவே நடந்து கொண்டிருந்தது என்றாலும், அந்த நிறுவனத்தின் கலாச்சாரத்தில், நம்பிக்கையின்மை, உற்சாகமின்மை, ஊக்குவிப்பின்மை ஆகியவை நிலவியதாக எனக்குத் தோன்றியது. ஜான் தன்னுடைய ஊழியர்களில் 80 சதவீதத்தினரோடு ஒருபோதும் நேரடியாகப் பேசியிருக்கவில்லை. அவர் தன்னுடைய நிர்வாக அதிகாரிகளின் கூட்டுக்குள்ளேயே எப்போதும் வசித்து வந்தார். நான் ஜானிடம் ஒரே ஒரு விஷயத்தை மட்டும் மாற்றிக் கொள்ளும்படி கூறினேன். வாரத்திற்கு மூன்று நாட்கள் அவர் தன்னுடைய அறையைவிட்டு வெளியேறி அலுவலக வளாகத்திற்குள் நடக்க வேண்டும் என்றும், அப்போது அவர் குறைந்தபட்சம், சரியான செயல்களில் ஈடுபட்டுள்ள அல்லது அப்படிச் செய்திருந்ததாக அவர் கேள்விப்பட்டுள்ள ஏதேனும் மூன்று ஊழியர்களைச் சந்திக்க வேண்டும் என்றும் நான் கூறினேன். அவர்களைச் சந்திக்கும்போது அவர் தனிப்பட்ட முறையில் அவர்களைப் பாராட்டவோ, அங்கீகரிக்கவோ அல்லது புகழவோ வேண்டும். அவரைப் பொறுத்தவரை இது ஒரு மிகச் சிறிய நடத்தை மாற்றம்தான். வாரத்திற்கு ஒரு மணிநேரத்திற்கு மேல் அதற்கு ஆகாது. ஆனால் காலப்போக்கில் அது அவருடைய நிறுவனத்தில் ஒரு மிகப் பெரிய மாற்றத்தை ஏற்படுத்தியது. அவரிடமிருந்து அங்கீகாரத்தைப் பெற்ற ஊழியர்கள் முன்னைவிடக் கடினமாக உழைத்தனர். நல்ல உழைப்பு தங்களுக்கு அங்கீகாரத்தைப் பெற்றுத் தருகிறது என்பதைக் கண்ட பிற ஊழியர்கள் தாங்களும் அதைப் பெறுவதற்காக கூடுதலாகப் பாடுபட்டனர்.

அவர்களுடைய புதிய மனப்போக்கு அவர்கள் தங்களுடைய வாடிக்கையாளர்களுடன் கொண்டிருந்த உறவையும் மேம்படுத்தியது. அதனால் அவர்களிடம் ஒரு முறை வந்தவர்கள் மீண்டும் மீண்டும் வந்தனர்,

பிறருக்குப் பரிந்துரைத்தனர். வெறும் எட்டு மாதங்களில் அவருடைய நிறுவனத்தின் கலாச்சாரம் ஒட்டுமொத்தமாக மாறிப் போயிருந்தது. அவருடைய இலாபம் முப்பது சதவீதம் அதிகரித்தது. அவர் அதற்காக ஊழியர்களின் எண்ணிக்கையை உயர்த்தியிருக்கவில்லை, விளம்பரத்திற்காகச் செலவழிக்கப்பட்டத் தொகையை அதிகரித்திருக்கவில்லை. அவர் செய்தது எல்லாம், ஒரு சிறிய மாற்றத்தை விடாப்பிடியாக நீண்டகாலம் கடைபிடித்து வந்தது மட்டும்தான்.

பணம் காய்க்கும் மரம்

பல ஆண்டுகளுக்கு முன் என்னிடம் கேத்தலீன் என்ற அருமையான உதவியாளர் இருந்தார். அவருக்கு அப்போது 40,000 டாலர்கள் சம்பளம் கொடுக்கப்பட்டு வந்தது. ஒருமுறை நான் நடத்திய ஒரு பயிலரங்கில், அங்கு வருகை புரிந்தவர்களைப் பதிவு செய்யும் வேலை அவருக்குக் கொடுக்கப்பட்டிருந்தது. மறுவாரம் ஒரு நாள் அவர் என்னைச் சந்தித்தபோது, “உங்களுடைய உரையின்போது, ஈட்டப்படும் வருவாயில் பத்து சதவீதத்தைச் சேமிக்குமாறு நீங்கள் கூறியதை நான் கேட்டேன். அது கேட்பதற்கு நன்றாக இருந்தது. ஆனால் என் நிலைமையில் இருக்கும் ஒருவருக்கு அது ஒருக்காலும் சாத்தியப்படாது. அது நடைமுறைச் சாத்தியமற்றது,” என்று தெரிவித்தார். பின் அவர் தன்னுடைய நிதி நிலைமையைப் பற்றியும் தன்னுடைய செலவுகளைப் பற்றியும் என்னிடம் விலாவாரியாக எடுத்துரைத்தார். அதன் பிறகு, “எனவே, எனக்கு ஊதிய உயர்வு வேண்டும்,” என்று அவர் கோரினார்.

நான் அவரிடம், “உங்களுக்கு ஊதிய உயர்வு கொடுப்பதைவிடப் பெரிய உதவி ஒன்றை நான் செய்கிறேன். ஒரு செல்வந்தராக ஆவது எப்படி என்று நான் உங்களுக்குக் கற்றுக் கொடுக்கிறேன்,” என்று தெரிவித்தேன். அது அவர் எதிர்பார்த்திருந்த பதிலாக இல்லை என்றபோதிலும் அவர் அதற்கு ஒப்புக் கொண்டார்.

தன்னுடைய செலவுகளை எவ்வாறு கண்காணிப்பது என்பதை நான் அவருக்குக் கற்றுக் கொடுத்தேன். அவரும் எப்போதும் ஒரு குறிப்பேட்டைத் தயாராக வைத்துக்

கொண்டு தன்னுடைய அனைத்துச் செலவுகளையும் குறித்துக் கொள்ளத் தொடங்கினார். அவருடைய மாதச் சம்பளத்தில் ஒரு சதவீதத் தொகையான 33 டாலர்களை வைத்து ஒரு சேமிப்பு வங்கிக் கணக்கைத் தொடங்குமாறு நான் அவரிடம் கூறினேன். வாரத்தில் ஒரு நாள், அருகிலுள்ள உணவகத்தில் சாப்பிடுவதற்கு பதிலாக வீட்டிலிருந்து உணவு எடுத்து வந்து சாப்பிட்டால், அவரால் ஒவ்வொரு மாதமும் 33 டாலர்கள் பணத்தைச் சேமிக்க முடியும் என்று நான் அவருக்கு எடுத்துரைத்தேன். அதற்கு அடுத்த மாதம், சேமிப்பை இரண்டு சதவீதமாக, அதாவது 66 டாலர்களாக உயர்த்துமாறு நான் அவரிடம் கேட்டுக் கொண்டேன். தன்னுடைய தொலைக்காட்சிச் சந்தாவில் மாற்றத்தை ஏற்படுத்துவதன் மூலம் அவரால் கூடுதலாக 33 டாலர்களைச் சேமிக்க முடியும் என்று நான் அவருக்குக் காட்டினேன். அதற்கு அடுத்த மாதம் அவர் தன்னுடைய சேமிப்பை 3 சதவீதமாக உயர்த்தினார். அதை ஈடுகட்டுவதற்காக அவர் ஒரு பத்திரிகை வாங்குவதை நிறுத்தினார். காபிக் கடைக்குச் சென்று காபி குடிப்பதற்கு பதிலாக வீட்டிலேயே காபியைத் தயாரித்துக் குடிக்கும்படி நான் அவரிடம் கூறினேன்.

அந்த ஆண்டின் முடிவில் கேத்தலீன் தன்னுடைய வருவாயில் பத்து சதவீதத்தைச் சேமிக்கத் தொடங்கியிருந்தார். இதற்காக அவர் தன்னுடைய வாழ்க்கைமுறையில் பெரிய மாற்றம் எதையும் ஏற்படுத்தியிருக்கவில்லை. அதைக் கண்டு அவரே பெரிதும் வியப்படைந்தார். அந்த ஒரு கட்டுப்பாடு அவருடைய வாழ்வின் பிற பகுதிகளிலும் கட்டுப்பாடுகளைக் கொண்டு வந்தது. பொழுதுபோக்குகளுக்குச் செலவிட்டு வந்த தொகையை நிறுத்திவிட்டு, அதைத் தன்னுடைய தனிப்பட்ட வளர்ச்சிக்கு உதவும் காரியங்களில் அவர் முதலீடு செய்தார். ஊக்குவிப்புச் சொற்பொழிவுகளைக் கேட்டும், அது தொடர்பான புத்தகங்களைப் படித்தும் அவர் தன்னுடைய படைப்பாற்றலைப் பல மடங்கு அதிகரித்துக் கொண்டார். பின்னர் ஒரு நாள் அவர் என்னிடம் வந்து, என்னுடைய தொழிலை அதிகரிக்கத் தன்னிடம் சில திட்டங்கள் இருந்ததாகவும், அவற்றைச் செயல்படுத்த நான் அவரை அனுமதித்தால், அதிலிருந்து வரும் இலாபத்திலிருந்து பத்து சதவீதம் தனக்குத் தர வேண்டும்

என்றும் அவர் என்னிடம் கோரினார். அதற்கு நான் ஒப்புக் கொண்டேன். இரண்டாம் ஆண்டின் முடிவில் அவர் ஒரு இலட்சம் டாலர்களைச் சம்பாதித்துக் கொண்டிருந்தார். ஒருசில ஆண்டுகளுக்குப் பிறகு அவர் என்னிடமிருந்து விலகி, சொந்தமாகத் தொழில் செய்யத் தொடங்கினார். அதற்குச் சில ஆண்டுகளுக்குப் பின்னால் ஒரு நாள் நான் அவரைச் சந்தித்தபோது, தான் ஆண்டொன்றுக்கு 2,50,000 டாலர்கள் ஈட்டிக் கொண்டிருந்ததாகவும், ஒரு மில்லியன் டாலர்கள் மதிப்புள்ள சொத்துகள் தன்னிடம் இருந்ததாகவும் அவர் என்னிடம் கூறினார். அதாவது, அவர் ஒரு மில்லியனராக ஆகியிருந்தார். இவை அனைத்தும், மாதத்திற்கு வெறும் 33 டாலர்கள் சேமிக்கத் தொடங்கிய ஒரு சிறிய மாற்றத்தின் மூலம் நடந்தேறின.

காலம்தான் முக்கியம்

நீங்கள் உங்கள் வாழ்க்கையில் எந்த அளவுக்குச் சீக்கிரமாகச் சிறிய மாற்றங்களைச் செய்யத் தொடங்குகிறீர்களோ, கூட்டு விளைவின் சக்தி அந்த அளவு ஆற்றல்மிக்கதாக இருக்கும். இப்போது நாம் ஓர் எடுத்துக்காட்டைப் பார்க்கலாம். உங்களுக்குச் சம வயதுடைய உங்களுடைய நண்பர், தேவ் ராம்சேயின் அறிவுரையைத் தீவிரமாக எடுத்துக் கொண்டு, தன்னுடைய இருபத்து மூன்றாவது வயதில் கல்லூரிப் படிப்பை முடித்தவுடன் ஐஆர்ஏ என்ற ஓய்வூதியத் திட்டத்தில் மாதந்தோறும் 250 டாலர்களைச் சேமிக்கிறார் என்று வைத்துக் கொள்ளலாம். ஆனால் நீங்கள் உங்களுடைய நாற்பது வயதுவரை சேமிக்கத் தொடங்கவில்லை. நாற்பது வயதிலிருந்து நீங்கள் அவரைப்போல மாதத்திற்கு 250 டாலர்களைச் சேமிக்கத் தொடங்குகிறீர்கள். உங்களுடைய நண்பர் தன்னுடைய நாற்பதாவது வயதில் தன்னுடைய மாதச் சேமிப்பை நிறுத்திவிடுகிறார். எட்டு சதவீதக் கூட்டு வட்டி கொடுக்கப்படுகிறது என்று எடுத்துக் கொண்டால், அவருக்கு அறுபத்து ஏழு வயது ஆகியிருக்கும்போது அவரிடம் ஒரு மில்லியன் டாலர்கள் சேர்ந்திருக்கும். நீங்கள் அடுத்த இருபத்தேழு ஆண்டுகள் உங்களுடைய சேமிப்பைத் தொடர்கிறீர்கள் என்று வைத்துக் கொள்ளலாம். ஆனால்

உங்களிடம் உங்களுடைய 67வது வயதில் மூன்று இலட்சம் டாலர்களுக்கும் குறைவாகவே இருக்கும். நீங்கள் தாமதமாகச் சேமிக்கத் தொடங்கியிருந்ததுதான் அதற்குக் காரணம். அதனால் சிறிய மாற்றங்களைத் தொடங்குவதை இனியும் தள்ளிப்போடாதீர்கள். இதைத் துல்லியமாகத் தெரிந்து கொள்ள படம் 5ஐப் பார்க்கவும்.

படம் 5

கூட்டு விளைவின் அபார சக்தி

	நண்பர்			நீங்கள்			
	வயது	ஆண்டு	ஆண்டிறுதித் தொகை	வயது	ஆண்டு	ஆண்டிறுதித் தொகை	
	23	1	$3,112.48	23	1	0	
	24	2	$6,483.30	24	2	0	
	25	3	$10,133.89	25	3	0	
	26	4	$14,087.48	26	4	0	
	27	5	$18,369.21	27	5	0	
	28	6	$23,006.33	28	6	0	
	29	7	$28,028.33	29	7	0	
	30	8	$33,467.15	30	8	0	
	31	9	$39,357.38	31	9	0	
	32	10	$45,736.51	32	10	0	
	33	11	$52,645.10	33	11	0	
	34	12	$60,127.10	34	12	0	
	35	13	$68,230.10	35	13	0	
	36	14	$77,005.64	36	14	0	
	37	15	$86,509.56	37	15	0	
	38	16	$96,802.29	38	16	0	
	39	17	$107,949.31	39	17	0	
	40	18	$120,021.53	40	18	0	
நண்பர்	41	19	$129,983.26	41	19	$3,112.48	நீங்கள்
	42	20	$140,771.81	42	20	$6,483.30	
	43	21	$152,455.80	43	21	$10,133.89	
	44	22	$165,109.55	44	22	$14,087.48	
	45	23	$178,813.56	45	23	$18,369.21	
	46	24	$193,655.00	46	24	$23,006.33	
	47	25	$209,728.27	47	25	$28,028.33	
	48	26	$227,135.61	48	26	$33,467.15	
	49	27	$245,987.76	49	27	$39,357.38	
	50	28	$266,404.62	50	28	$45,736.51	
	51	29	$288,516.07	51	29	$52,645.10	
	52	30	$312,462.77	52	30	$60,127.10	
	53	31	$338,397.02	53	31	$68,230.10	
	54	32	$366,483.81	54	32	$77,005.64	
	55	33	$396,901.78	55	33	$86,509.56	
	56	34	$429,844.43	56	34	$96,802.29	
	57	35	$465,521.31	57	35	$107,949.31	
	58	36	$504,159.35	58	36	$120,021.53	
	59	37	$546,004.33	59	37	$133,095.74	
	60	38	$591,322.42	60	38	$147,255.10	
	61	39	$640,401.89	61	39	$162,589.69	
	62	40	$693,554.93	62	40	$179,197.03	
	63	41	$751,119.64	63	41	$197,182.78	
	64	42	$813,462.20	64	42	$216,661.33	
	65	43	$880,979.16	65	43	$237,756.60	
	66	44	$954,100.00	66	44	$260,602.76	
சேர்ந்திருக்கும் தொகை	67	45	**$1,033,289.83**	67	45	**$285,345.14**	
முதலீடு செய்த தொகை			**$54,000.00**			**$81,000.00**	

அதே சமயம், நீங்கள் உங்கள் இளமையை ஏற்கனவே தவறவிட்டிருந்தாலும் கவலைப்படத் தேவையில்லை. எடுத்துக்காட்டாக, நீங்கள் பியானோ வாசிக்கக் கற்றுக் கொள்ள விரும்புவதாக வைத்துக் கொள்வோம். ஆனால் உங்களுக்கு ஏற்கனவே நாற்பது வயது ஆகிவிட்டிருப்பதால் நீங்கள் உங்களுடைய அந்த விருப்பத்தைக் கைவிட வேண்டிய அவசியமில்லை. பியானோ வாசிக்க நீங்கள் இப்போது கற்றுக் கொள்ளத் தொடங்கினால்கூட நீங்கள் ஓய்வு பெறும் வயதை எட்டியிருக்கும்போது, அதில் நல்ல தேர்ச்சி பெற்றிருப்பீர்கள். இதில் முக்கியமாக கவனிக்க வேண்டிய விஷயம், இது குறித்தப் புரிந்துணர்வு ஏற்பட்டவுடன் அதைத் தொடங்குவதுதான். முதலடி எடுத்து வைக்கும்போது, அது உண்மையில் இருப்பதைவிட அதிகக் கடினமாக இருப்பதுபோலத் தோன்றும், அவ்வளவுதான்.

"இருபத்தைந்து ஆண்டுகளா?" என்று நீங்கள் மலைக்கிறீர்களா? சரி, உங்களுக்கு பத்து ஆண்டுகளை ஒதுக்கத்தான் பொறுமை இருக்கிறது என்று வைத்துக் கொள்வோம். பத்து ஆண்டுகளுக்குள் உங்களுடைய வாழ்க்கையின் எந்தப் பகுதியை வேண்டுமென்றாலும் 1,000 சதவீதம் உயர்த்திக் கொள்ள முடியும் என்று பிரையன் டிரேசி எனக்குக் கற்றுக் கொடுத்திருக்கிறார். அது எப்படி என்று நான் உங்களுக்கு விளக்குகிறேன்.

அதற்கு நீங்கள் செய்ய வேண்டியதெல்லாம் ஒன்றே ஒன்றுதான். உங்களை, உங்களுடைய செயற்திறனை, உங்களுடைய உற்பத்தித்திறனை அல்லது உங்களுடைய வருவாயை தினமும் ஒரு சதவீதத்தில் பத்தில் ஒரு பங்கு, அதாவது ஆயிரத்தில் ஒரு பங்கு உயர்த்திக் கொள்ள வேண்டும். அதை நீங்கள் வாரம் முழுவதும்கூடச் செய்ய வேண்டாம். வாரத்தில் ஐந்து நாட்கள் செய்தால் மட்டும் போதுமானது. அப்படியானால், நீங்கள் எதில் முன்னேற விரும்பியிருக்கிறீர்களோ, அதில் நீங்கள் வாரத்திற்கு அரை சதவீதம் மேம்பட்டிருப்பீர்கள். அதாவது, மாதத்திற்கு இரண்டு சதவீதம். கூட்டு விளைவின்படி கணக்கிட்டால், அது ஆண்டுக்கு 26 சதவீதம். இதன்படி, பத்து ஆண்டுகளில் உங்களுடைய வளர்ச்சி 1,000 சதவீதம் அதிகரித்திருக்கும். நம்ப முடியாததுபோல இருக்கிறது அல்லவா? ஆனால் இது சாத்தியம்தான்.

வெற்றி என்பது ஒரு நெடுந்தூர ஓட்டப்பந்தயத்தைப் போன்றது

ஒரு சமயம், ஒரு நிறுவனத்தின் நிலைமையைத் தலைகீழாக மாற்றுவதற்கு நான் அவர்களுக்கு ஆலோசனை வழங்கிக் கொண்டிருந்தேன். அது கல்வித் துறையைச் சார்ந்த ஒரு மென்பொருள் நிறுவனம். அதில் லூசி என்ற ஓர் இளம்பெண் ஒரு விற்பனையாளராக வேலை பார்த்து வந்தாள். அவள் ஒருநாள் என்னிடம் தன்னுடைய தோழியைப் பற்றிக் கூறினாள். அந்த வார இறுதியில் நடைபெறவிருந்த நெடுந்தூர ஓட்டப்பந்தயம் ஒன்றில் அந்தத் தோழி கலந்து கொள்ள இருந்ததாகவும், தன்னால் ஒருபோதும் அப்படிச் செய்ய முடியாது என்றும் அவள் என்னிடம் கூறினாள். லூசி அப்போது ஓரளவு பருமனாக இருந்தாள். "ஒரு மாடி ஏறினாலே எனக்கு மூச்சு வாங்குகிறது," என்று அவள் கூறினாள்.

"நீங்கள் விரும்பினால் உங்கள் தோழியைப்போல உங்களாலும் நெடுந்தூர ஓட்டப்பந்தயங்களில் கலந்து கொள்ள முடியும்," என்று நான் அவளிடம் கூறினேன். அதற்கு அவள், "அது சாத்தியமே இல்லை. அது எனக்குப் பிடிக்கும் என்பது வேறு விஷயம்," என்று பதிலளித்தாள்.

லூசி ஊக்குவிப்பைப் பெற உதவுவது என்னுடைய முதல் குறிக்கோளாக இருந்தது. அதனால் நான் அவளிடம், "நீங்கள் எதற்காக நெடுந்தூர ஓட்டப்பந்தயத்தில் ஓட விரும்புகிறீர்கள்?" என்று கேட்டேன்.

"நான் படித்த உயர்நிலைப் பள்ளியில், எங்கள் வகுப்பு மாணவிகளின் இருபதாவது ஆண்டு சந்திப்பு நிகழ்ச்சி அடுத்த ஆண்டு நடைபெறவுள்ளது. அதில் கலந்து கொள்ளும்போது நான் சிறப்பாகக் காட்சியளிக்க விரும்புகிறேன். ஐந்து ஆண்டுகளுக்கு முன்பு நான் என்னுடைய இரண்டாவது குழந்தையைப் பெற்றெடுத்தேன். அதிலிருந்து என்னுடைய எடை படிப்படியாகக் கூடிவிட்டது. அதை எப்படிக் குறைப்பது என்று எனக்குத் தெரியவில்லை."

இது நல்லதாகப் போயிற்று என்று எனக்குத் தோன்றியது. ஏனெனில், இப்போது லூசியை ஊக்குவிக்க ஓர் இலக்கு கிடைத்துவிட்டது. ஆனாலும் நான் அவளிடம் எச்சரிக்கையாகவே என் பேச்சைத் தொடர்ந்தேன். நீங்கள்

எப்போதாவது உங்களுடைய உடல் எடையைக் குறைக்கின்ற முயற்சியில் இறங்கியிருந்தால், அடுத்தடுத்துக் காரியங்கள் எப்படி நடக்கும் என்பது உங்களுக்குத் தெரிந்திருக்கும். அதிகமான உறுப்பினர் கட்டணம் வசூலிக்கின்ற ஓர் உடற்பயிற்சிக் கூடத்தில் நீங்கள் ஓர் உறுப்பினராகச் சேர்வீர்கள், அல்லது விலையுயர்ந்த உடற்பயிற்சிச் சாதனம் ஒன்றை வாங்குவீர்கள், உங்களுக்குப் பயிற்சியளிக்க ஒரு பயிற்றுவிப்பாளரை நியமிப்பீர்கள், உடற்பயிற்சிக்கான நவீன ஆடைகளையும் காலணிகளையும் வாங்குவீர்கள். மிகவும் உற்சாகமாக ஒரு வாரம் அவற்றைப் பயன்படுத்துவீர்கள். பிறகு உடற்பயிற்சிக் கூடத்திற்குச் செல்வதை நீங்கள் நிறுத்திவிடுவீர்கள், நீங்கள் வாங்கியிருந்த உடற்பயிற்சிச் சாதனம் தூசு படிந்து ஒரு மூலையில் கிடக்கும். எனவே, நன்றாகப் பலனளிக்கின்ற ஒரு முறையை லூசிக்குச் சொல்லிக் கொடுக்க நான் முடிவு செய்தேன். ஒரே ஒரு புதிய பழக்கத்தை உருவாக்கிக் கொள்ள லூசியை நான் சம்மதிக்க வைத்துவிட்டால், உடல் எடையைக் குறைக்கத் தேவையான நடவடிக்கைகளில் அவளை இறங்க வைத்துவிடலாம்.

அதனால் நான் லூசிக்கு இந்தச் செயல்முறையைப் பரிந்துரைத்தேன். முதலில் அவள் தன்னுடைய காரில் சென்று அவளுடைய வீட்டைச் சுற்றி ஒரு மைல் தூரத்தை அளந்துவிட்டு வருமாறு கூறினேன். பின்னர் வாரத்தில் மூன்று முறை என்ற கணக்கில் இரண்டு வாரங்களுக்கு அந்தப் பாதையில் நடக்குமாறு நான் பரிந்துரைத்தேன். தொடக்கத்திலேயே ஒரு மைல் தூரத்தை ஓடிக் கடக்குமாறு நான் அவளிடம் கூறவில்லை என்பதை நீங்கள் கவனிக்க வேண்டும். மாறாக, செய்வதற்கு எளிதான ஒரு செயலைத்தான் நான் பரிந்துரைத்தேன். பின் அதையே மேலும் இரண்டு வாரங்களுக்குத் தொடருமாறு கூறினேன்.

அதற்கடுத்து, அவளால் எவ்வளவு தூரம் முடியுமோ அவ்வளவு தூரம் மெதுவோட்டத்தில் ஈடுபடுமாறு நான் அவளிடம் கேட்டுக் கொண்டேன். மூச்சு வாங்கத் தொடங்கியதும் ஓடுவதை நிறுத்திவிட்டு அவள் நடக்க வேண்டும். இதே முறையைப் பின்பற்றி, முதலில் கால் மைல், பிறகு அரை மைல், அதற்குப் பிறகு முக்கால் மைல் என்று மெதுவோட்டத்தில் ஈடுபடுமாறு நான் அவளிடம் கூறினேன்.

முக்கால் மைல் இலக்கை வந்தடைய அவளுக்கு மேலும் மூன்று வாரங்கள் பிடித்தன. ஏழு வாரங்களுக்குப் பிறகு அவளால் ஒரு மைல் தூரம் தொடர்ந்து மெதுவோட்டத்தில் ஈடுபட முடிந்தது. இவ்வளவு சிறியதொரு வெற்றியை அடைய அவ்வளவு நீண்டகாலம் பிடித்திருந்ததாக நீங்கள் நினைக்கக்கூடும். ஏனெனில், அரை மராத்தான் ஓட்டம் என்பது 13.1 மைல்கள். அதனால் வெறும் ஒரு மைல் என்பது ஒன்றுமேயில்லைதான். ஆனால், தன்னுடைய பள்ளி மாணவிகளைச் சந்திக்கும்போது தான் கச்சிதமான உடற்கட்டுடன் இருக்க வேண்டும் என்ற லூசியின் விருப்பம் அவள் ஒரு புதிய ஆரோக்கியப் பழக்கத்தை சுவீகரிக்க வித்திட்டிருந்தது.

அதற்குப் பிறகு அவள் ஓடுகின்ற ஒவ்வொரு நாளும் ஒரு மைலில் எட்டில் ஒரு பங்கு தூரத்தை அதிகரித்துக் கொள்ளும்படி அவளிடம் கூறினேன். ஆறு மாதங்களின் முடிவில் லூசியால் எந்தவிதமான அசௌகரியமும் இல்லாமல் ஒன்பது மைல்கள் ஓட முடிந்தது. ஒன்பது மாதங்களின் முடிவில் அவளால் 13.5 மைல்கள் தூரம் ஓட முடிந்தது. அவளுடைய வாழ்வின் மற்ற அம்சங்களில் ஏற்பட்ட மாற்றங்கள் அவளை வெகுவாக வியப்படைய வைத்தன. அவளுக்கு சாக்லெட்மீது இருந்த மோகம் அடியோடு போய்விட்டது. கொழுப்பு அதிகமாக இருக்கும் உணவுப் பதார்த்தங்களைச் சாப்பிடுவதையும் அவள் நிறுத்திவிட்டாள். அவளுடைய உடற்பயிற்சியோடு புதிய உணவுத் தேர்ந்தெடுப்புகளும் சேர்ந்து கொண்டதால், அவள் நாள் முழுவதும் ஆற்றலோடு இருந்தாள். அதனால் அவளுடைய விற்பனை இரட்டிப்பானது.

அவளுடைய சுயமதிப்பு அதிகரித்ததால், அவள் தன் கணவன்மீது அதிக அக்கறை செலுத்தினாள். அவர்களுடைய உறவு செழிப்படைந்தது. குழந்தைகளுடன் அவளால் களைப்பின்றி அதிக நேரம் செலவிட முடிந்தது. அவள் இப்போதெல்லாம் தன் தோழிகளுடன் சேர்ந்து உணவகங்களுக்குச் சென்று கொழுப்புச்சத்து மிகுந்த உணவுகளை உட்கொள்வதில்லை, இனிப்பு பானங்களைப் பருகுவதில்லை. உடற்பயிற்சி மூலம் கிடைத்தப் புதிய நட்புகள் புதிய நேர்மறையான பழக்கவழக்கங்கள், நடத்தைகள் மற்றும் தேர்ந்தெடுப்புகளுக்கு இட்டுச் சென்றன.

மொத்தத்தில், அவளுடைய எடை நாற்பது பவுண்ட் குறைந்திருந்தது. இப்போது அவள் முழுநீள நெடுந்தூர ஓட்டப்பந்தயங்களில் கலந்து கொள்கிறாள்.

கணத்திற்குக் கணம் நீங்கள் மேற்கொள்கின்ற தேர்ந்தெடுப்புகளின் விளைவுதான் உங்களுடைய வாழ்க்கை. அதனால் உங்களுடைய தேர்ந்தெடுப்புகள் மூலம் உங்களுடைய வாழ்க்கையை உங்களால் மாற்றியமைத்துக் கொள்ள முடியும். படிப்படியாக நீங்கள் மேற்கொள்கின்ற உங்களுடைய தேர்ந்தெடுப்புகள் உங்களுடைய செயல்களை வடிவமைக்கும். பின்னர் அது ஒரு பழக்கமாக உங்களிடம் தங்கிவிடும்.

தோற்பது ஒரு பழக்கம். அதேபோல, வெற்றியும் ஒரு பழக்கம்தான். அதனால் நம் வாழ்க்கையில் நீடித்து நிலைத்திருக்கின்ற வெற்றிப் பழக்கங்களை உருவாக்கிக் கொள்வதில் நாம் கவனம் செலுத்தலாம். அப்படிச் செய்யும்போது உங்களால் உங்கள் வாழ்க்கையை நீங்கள் விரும்புகின்ற எந்தத் திசையில் வேண்டுமானாலும் எடுத்துச் செல்ல முடியும். உங்களுடைய கற்பனைதான் அதற்கான எல்லை. அது எப்படி என்று நான் உங்களுக்குக் காட்டுகிறேன்.

கூட்டு விளைவை உங்களுக்காக வேலை செய்ய வையுங்கள்

செயல்முறைப் பயிற்சிகள்

- உங்களுடைய வாழ்க்கையின் எந்தப் பகுதி அல்லது எந்தச் சூழல் போராட்டம் நிறைந்ததாக இருப்பதாக நீங்கள் உணர்கிறீர்கள்? அல்லது எந்த நபருடன் உங்களுக்குச் சிக்கலான உறவு இருக்கிறது? அந்தச் சூழல் அல்லது அந்தப் பகுதி அல்லது அந்த நபர் தொடர்பான எந்தெந்த அம்சங்களில் எல்லாம் நீங்கள் நன்றியுணர்வு கொண்டிருக்கிறீர்கள் என்பதை ஒரு குறிப்பேட்டில் குறித்துக் கொள்ளுங்கள். உங்களுடைய அந்த நன்றியுணர்வை வலுப்படுத்துகின்ற அல்லது அதைப் பெருக்குகின்ற அனைத்து விஷயங்களையும் அதில் குறித்துக் கொள்ளுங்கள்.
- உங்களுடைய வாழ்க்கையின் எந்தச் சூழலுக்கு நீங்கள் நூறு சதவீதப் பொறுப்பு ஏற்றுக் கொள்ளாமல் இருக்கிறீர்கள்? உங்களுடைய வாழ்க்கையில் குளறுபடிகளை உருவாக்கிய மூன்று விஷயங்களைப் பட்டியலிடுங்கள். நீங்கள் செய்திருக்க வேண்டிய, ஆனால் செய்யாமல் தவறவிட்டுவிட்ட மூன்று விஷயங்களையும் பட்டியலிடுங்கள். உங்கள் வாழ்க்கையில் உங்களுக்கு நிகழ்ந்த சம்பவங்களுக்கு நீங்கள் சரியாக எதிர்வினை ஆற்றியிராத மூன்று விஷயங்களைக் குறித்துக் கொள்ளுங்கள். உங்கள் வாழ்க்கையில் சிறப்பான விளைவுகளுக்கு இட்டுச் செல்வதற்கு எந்த மூன்று விஷயங்களை நீங்கள் இப்போது தொடங்கலாம் என்று பட்டியலிடுங்கள்.
- உங்கள் வாழ்க்கையின் ஏதாவது ஓர் அம்சத்தில் மாற்றம் ஏற்படுத்துவதற்கு நீங்கள் எந்த நடத்தையில் மாற்றம் ஏற்படுத்த வேண்டும் என்று கண்டறிந்து

அதைக் கண்காணியுங்கள். பணம், ஊட்டச்சத்து, உடல்நலன், குழந்தை வளர்ப்பு போன்ற எதுவாக வேண்டுமானாலும் அது இருக்கலாம்.

- ஒரு குறிப்பிட்ட விஷயத்தை நீங்கள் வெற்றிகரமாகக் கண்காணிக்கத் தொடங்கியதும் அதை நீங்கள் உங்களுடைய வாழ்க்கையின் பிற பகுதிகளுக்கும் விரிவுபடுத்தலாம்.

அத்தியாயம் 3

பழக்கங்கள்

ஒரு துறவி தன் சீடன் ஒருவனுடன் ஒரு காட்டுப் பகுதியில் உலாவிக் கொண்டிருந்தார். அப்போதுதான் முளைவிட்டிருந்த ஒரு சிறு செடியின் அருகே வந்தபோது அவர் நின்றார்.

அவர் தன் சீடனிடம், "அதைப் பிடுங்கு," என்று கூறினார். அதை அந்தச் சீடன் தன் விரல்களைக் கொண்டு எளிதாகப் பிடுங்கிவிட்டான். அதற்குப் பிறகு, அந்தச் சீடனின் மூட்டளவு வளர்ந்திருந்த ஒரு செடியைச் சுட்டிக்காட்டி அதைப் பிடுங்குமாறு அவர் கூறினார். சிறிது முயற்சித்தப் பிறகு அவன் அதை வேரோடு பிடுங்கிவிட்டான். அதையடுத்து, அந்தச் சீடனின் உயரத்திற்கு வளர்ந்திருந்த ஒரு சிறு மரத்தைப் பிடுங்குமாறு அவனிடம் அத்துறவி கூறினார். அச்சீடன் அங்கிருந்த கற்களைக் கொண்டு அதன் கீழ்ப்புறமாகத் தோண்டினான். பின்னர் பெரும் முயற்சிக்குப் பிறகு அதைப் பிடுங்கிவிட்டான்.

"சரி, இப்போது இதைப் பிடுங்கு," என்று அத்துறவி அவனுக்குக் கட்டளையிட்டார். அத்துறவியின் பார்வை சென்ற இடத்தை அச்சீடன் கவனித்தான். அது ஒரு பெரிய ஓக் மரம். அதன் உச்சியைப் பார்க்கக்கூட அவனால் முடியவில்லை. அவன் அத்துறவியிடம், "குருவே என்னை மன்னித்துவிடுங்கள், என்னால் முடியாது," என்று கூறினான்.

"பழக்கம் என்பது உன் வாழ்வில் எந்த அளவு வலுவான தாக்கத்தை ஏற்படுத்தவல்லது என்பதை இப்போது நீ நிரூபித்துள்ளாய்," என்று கூறினார். "உன் பழக்கம் எந்த அளவு பழையதாக இருக்கிறதோ அந்த அளவு அது பெரிதாக வளர்ந்திருக்கும், அதன் வேர்கள் அதிக ஆழமாக ஊன்றியிருக்கும். அதனால் அவற்றைத் தூக்கியெறிவது அந்த அளவு கடினமானதாக இருக்கும். சில பழக்கங்கள் பெரிதாகவும் ஆழமாகவும் உன்னுள் வேரூன்றியிருப்பதால், அவற்றைக் களைய முயற்சி செய்யக்கூட நீ தயங்குவாய்!"

பழக்கத்தின் அடிமை

"நாம் எதை மீண்டும் மீண்டும் செய்கிறோமோ, அதுவாகவே ஆகிவிடுகிறோம்," என்று அரிஸ்டாட்டில் கூறியுள்ளார். "பின்னர் தன்னிச்சையாகச் செயல்படுகின்ற ஒன்றாக உருவாகிவிடுகின்ற, நாமாக உருவாக்கிக் கொள்கின்ற ஒரு நடத்தைதான் பழக்கம்," என்று அகராதி வரையறுக்கிறது.

இப்படி ஒரு கதை கூறப்படுவதுண்டு. ஒரு மனிதன் ஒரு குதிரையில் மிகவும் வேகமாகப் பயணித்துக் கொண்டிருந்தான். அப்போது அச்சாலையில் எதிரில் வந்து கொண்டிருந்த ஒருவன் அவனிடம் சத்தமாக, "எங்கே விரைந்து கொண்டிருக்கிறீர்கள்?" என்று கேட்டபோது, அக்குதிரையில் பயணித்துக் கொண்டிருந்தவன், "எனக்குத் தெரியாது. என் குதிரையைக் கேள்," என்றானாம். இதுதான் பெரும்பாலான மக்களின் வாழ்க்கைக் கதை. தங்களுடைய பழக்கம் என்ற குதிரையின்மீது அவர்கள் சவாரி செய்து கொண்டிருக்கின்றனர், தாங்கள் எங்கே போய்க் கொண்டிருக்கிறோம் என்பதை அறியாமலேயே! உங்கள் குதிரையின் கடிவாளத்தைப் பிடித்து அதை உங்கள் கட்டுப்பாட்டுக்குள் கொண்டு வந்து நீங்கள் உண்மையிலேயே எங்கே செல்ல விரும்புகிறீர்களோ அத்திசை நோக்கி அதைச் செலுத்துவதற்கான வேளை வந்துவிட்டது.

நீங்கள் உங்கள் பழக்கத்தின் கைப்பாவைபோலச் செயல்பட்டுக் கொண்டிருந்தால், நீங்கள் ஏன் அப்படி நடந்து கொள்கிறீர்கள் என்பதை நீங்கள் புரிந்து கொள்ள

முயற்சிக்க வேண்டும். நாம் உணர்கின்ற, சிந்திக்கின்ற, செயல்படுகின்ற, மற்றும் சாதிக்கின்ற விஷயங்களில் 95 சதவீதம் நாம் கற்றுக் கொண்டுள்ள பழக்கங்களினால் உருவாகின்றவைதான் என்று உளவியல் ஆய்வுகள் தெரிவிக்கின்றன. நாம் பிறக்கும்போது உள்ளுணர்வுடன் பிறக்கிறோம், ஆனால் எந்தவிதமான பழக்கங்களோடும் பிறப்பதில்லை. அவற்றை நாம் பின்னாளில் வளர்த்துக் கொள்கிறோம். சிறு வயதிலிருந்து சிலவற்றை நாம் தன்னிச்சையாகச் செய்யக் கற்றுக் கொள்கிறோம்.

தன்னிச்சையாகச் சிலவற்றைச் செய்வதில் சில அனுகூலங்கள் இருக்கின்றன. காலை உணவைத் தயாரிப்பது, குழந்தைகளைப் பள்ளியில் கொண்டு போய் விடுவது, வேலைக்குச் செல்வது போன்ற மிகச் சாதாரணமான அன்றாட வேலைகளைக்கூட நாம் பிரக்ஞையுடன்தான் செய்ய வேண்டும் என்றிருந்தால், உங்கள் வாழ்க்கை அப்படியே நின்றுவிடும். எந்தவிதமான தத்துவ விவாதங்களும் இன்றி நீங்கள் தினமும் இரு முறை பல் துலக்குவீர்கள். காரில் ஏறி உட்கார்ந்தவுடன் இருக்கைப் பட்டியைப் போட்டுக் கொள்வீர்கள். அது குறித்து ஒரு கணம்கூட யோசிக்க மாட்டீர்கள். நம்முடைய பழக்கவழக்கங்கள் நம்முடைய வாழ்க்கைச் சூழல்களில் பெரும்பாலானவற்றை நாம் ஓரளவு நன்றாகவே சமாளிக்க உதவுகின்றன. இதுபோன்ற சலிப்பூட்டுகின்ற சாதாரணமான நடவடிக்கைகளில் கவனம் செலுத்த வேண்டிய தேவை நமக்கு இல்லாமல் போவதால், படைப்பாற்றல்மிக்கக் காரியங்களில் நம்மால் ஈடுபட முடிகிறது. பழக்கங்கள் உதவிகரமானவையாக இருக்கும், அவை நல்ல பழக்கங்களாக இருக்கும் பட்சத்தில்!

நீங்கள் ஆரோக்கியமான உணவை உண்டு வந்தால், நீங்கள் ஆரோக்கியமான உணவுப் பழக்கங்களை உருவாக்கிக் கொள்வதற்கு அதிக வாய்ப்புகள் இருக்கின்றன. அதனால் நீங்கள் ஆரோக்கியமான உணவுப் பொருட்களை வாங்குவீர்கள். உணவகங்களுக்குச் சென்றாலும் ஆரோக்கியமான உணவையே உண்ணுவீர்கள். நீங்கள் ஒரு கட்டான உடலைக் கொண்டிருப்பதற்கு நீங்கள் வழக்கமாக உடற்பயிற்சி செய்து வருவதுதான் காரணமாக இருக்கும். நீங்கள் ஒரு வெற்றிகரமான விற்பனையாளராகத்

திகழ்ந்து கொண்டிருந்தால், மனத்தளவில் முன்கூட்டியே தயார் நிலையில் இருப்பது, நேர்மறையான சுயபேச்சைக் கொண்டிருப்பது, நிராகரிப்புகள் வந்தாலும் நேர்மறையான மனநிலையைத் தக்கவைத்துக் கொண்டிருப்பது போன்ற பழக்கங்களை நீங்கள் வளர்த்துக் கொண்டிருப்பதுதான் அதற்குக் காரணமாக இருக்கும்.

நான் பல வெற்றியாளர்களைச் சந்தித்திருக்கிறேன், அவர்களோடு இணைந்து பணியாற்றி இருக்கிறேன். அவர்கள் அனைவரிடமும் ஒரு பொதுவான பழக்கம் இருந்ததை நான் பார்த்திருக்கிறேன். அவர்கள் நல்ல பழக்கங்களுக்குச் சொந்தக்காரர்களாக இருந்தனர். அதற்காக அவர்களிடம் மோசமான பழக்கங்களே இல்லை என்று கூறிவிட முடியாது. ஆனால் அவை மிகவும் குறைவாக இருந்தன. அவர்கள் தங்களுடைய வாழ்க்கையைப் பல நல்ல பழக்கங்களின்மீது கட்டியெழுப்பியிருந்ததுதான் அவர்களைப் பிறரிடமிருந்து வேறுபடுத்திக் காட்டுகிறது.

நான் சிறுவனாக இருந்தபோது, பழக்கத்தின் ஆற்றலை எனக்குக் கற்றுக் கொடுக்க, தலைசிறந்த கூடைப்பந்து வீரரான லேரி பேர்டை என் தந்தை ஓர் எடுத்துக்காட்டாகக் கூறுவார். லேரி ஒரு மிகச் சிறந்த கூடைப்பந்து வீரராக இருந்தாலும், அவர் உடல்ரீதியாகத் திறமை வாய்ந்தவர் அல்லர். அப்படி இருந்தும் அவருடைய 'பாஸ்டன் செல்டிக்ஸ்' அணி மூன்று முறை உலகச் சாம்பியன் பட்டத்தை வெல்ல அவர் காரணமாக இருந்தார். கூடைப்பந்து வரலாற்றில் அவர் தனக்கென்று ஒரு மாபெரும் இடத்தையும் தக்கவைத்துக் கொண்டுள்ளார். அது எப்படி அவருக்குச் சாத்தியமாயிற்று?

லேரியின் பழக்கம்தான் அதற்குக் காரணம். தன்னுடைய விளையாட்டுத் திறமையை உயர்த்திக் கொள்வதற்காக அவர் கடும் பயிற்சிக்குத் தன்னை அர்ப்பணித்துக் கொண்டார். அவர் தினமும் காலையில் ஐந்நூறு முறை பந்தைக் கூடையில் எறிந்து பயிற்சி செய்வார்.

உங்களிடம் குறைவாக இருக்கும் திறமையைக் கடின உழைப்பு, கட்டுப்பாடு, நல்ல பழக்கங்களை வளர்த்துக் கொள்ளுதல் போன்றவற்றைக் கொண்டு இட்டு நிரப்புவதைத் தேர்ந்தெடுப்பதைப் பற்றியது இந்த அத்தியாயம். சாம்பியன்களின் பழக்கங்களை சுவீகரித்துக்

கொள்வதைப் பற்றியது இது.

போதுமான அளவு மீண்டும் மீண்டும் பயிற்சி செய்து வந்தால், நல்ல நடத்தையும் சரி, மோசமான நடத்தையும் சரி, தன்னிச்சையான பழக்கமாக உங்களிடம் படிந்துவிடும். பெரும்பாலான பழக்கங்களை நாம் நம்முடைய பெற்றோரைப் பார்த்தோ, சகவாசத்தாலோ, கட்டாயத்தினாலோ, அல்லது சூழ்நிலையின் காரணத்தினாலோ, பிரக்ஞையின்றி வளர்த்துக் கொண்டுள்ளோம் என்றபோதிலும், அவற்றைப் பிரக்ஞையுடன் நம்மால் மாற்ற முடியும். கற்றுக் கொண்டதன் மூலமாகவே எல்லாப் பழக்கங்களையும் நாம் உருவாக்கிக் கொண்டுள்ளோம் என்ற காரணத்தால், நமக்குத் தடையாக இருக்கின்ற பழக்கங்களைக் கண்டிப்பாக நம்மால் களைந்தெறியவும் முடியும். நீங்கள் அதற்குத் தயாராக இருக்கிறீர்களா?

உடனடித் திருப்தி என்ற பொறியிலிருந்து விடுபடச் சிந்தியுங்கள்

மூன்று மணிநேரத்தை உருப்படாத தொலைக்காட்சி நிகழ்ச்சிகளில் தொலைத்தால், ஒரு நல்ல புத்தகம் படிக்கவோ அல்லது ஒரு நல்ல ஊக்குவிப்புப் பேச்சு ஒலிநாடாவைக் கேட்கவோ நேரம் இருக்காது என்பதை நாம் அறிவோம். ஒரு நல்ல காலணியை வாங்கி வைத்துவிட்டால் மட்டும் மராத்தான் பந்தயத்தில் கலந்து கொள்கின்ற தகுதி நமக்குக் கிடைத்துவிடாது என்பது நமக்குத் தெரியும். நாம் நம்மைப் பகுத்தறிவுரீதியாகச் சிந்திப்பவர்களாகக் கருதிக் கொள்கிறோம். ஆனால் நாம் எப்படி முட்டாள்தனமாகப் பல மோசமான பழக்கங்களுக்கு அடிமையாகிவிடுகிறோம்? உடனடித் திருப்தி கிடைக்க வேண்டும் என்ற நம்முடைய தேவையின் காரணமாகவே இது நிகழ்கிறது.

மெக்டொனால்ட்ஸ் உணவகத்தில் ஒரு பெரிய பர்கரை வாங்கி ஒரு கடி கடித்தவுடன் மாரடைப்பு வந்து நீங்கள் கீழே விழுந்துவிட்டால், நீங்கள் அதை இரண்டாவது முறை கடிக்க மாட்டீர்கள். நீங்கள் ஒரு சிகரெட்டை எடுத்து ஒரு வாய் உள்ளே இழுத்தவுடன் உங்கள் முகம் எண்பத்து ஐந்து வயதுக் கிழவனுடைய முகம்போல ஆனால், அதற்குப் பிறகு நீங்கள் புகைபிடிப்பதைப் பற்றி யோசிப்பீர்களா?

நீங்கள் அன்றைய தினம் செய்தாக வேண்டிய பத்தாவது தொலைபேசி அழைப்பைச் செய்யத் தவறியவுடன் உங்கள் வேலை பறிக்கப்பட்டால், எப்பாடு பட்டாவது அந்தத் தொலைபேசி அழைப்பை மேற்கொள்வீர்கள், இல்லையா? ஒரு கேக்கை எடுத்து ஒரு வாய் தின்றவுடன் உங்கள் வயிற்றுப் பகுதியில் ஐம்பது பவுண்ட் எடை கூடினால், அதற்குப் பிறகு நீங்கள் அந்தக் கேக் பக்கம் தலைவைத்துப் படுப்பீர்களா?

உங்களுடைய பகுத்தறியும் மனம், ஒரு மோசமான பழக்கத்தின் நீண்டகால விளைவுகளை, அப்பழக்கம் தருகின்ற உடனடித் திருப்தியோடு ஒப்பிட்டுப் பார்த்து, உடனடித் திருப்தி மேலானது என்று கூறுவதுதான் பிரச்சனையே. ஒரு மோசமான பழக்கத்தில் ஈடுபடுகின்ற அக்கணத்தில் அதனால் உடனடியாக எந்தவிதமான எதிர்மறையான விளைவுகளும் ஏற்படுவதுபோல நமக்குத் தோன்றுவதில்லை. ஆனால், நிச்சயமாகக் கூட்டு விளைவை நீங்கள் தூண்டியிருப்பீர்கள்.

மோசமான பழக்கங்களிலிருந்து விடுபட நீங்கள் மிகச் சிறிய மாற்றங்களை மேற்கொண்டால் போதும். இதை ஓர் எடுத்துக்காட்டின் மூலம் நான் உங்களுக்கு விளக்குகிறேன். லாஸ் ஏஞ்சலீஸ் நகரிலிருந்து ஒரு விமானம் கிளம்பி நியூயார்க் நகருக்குச் செல்வதாக வைத்துக் கொள்வோம். விமானத்தின் மூக்கு அது செல்ல வேண்டிய திசையிலிருந்து ஒரே ஒரு சதவீதம் விலகி இருந்து அது அப்படியே தன் பயணத்தைத் தொடர்ந்தால், அது தான் சென்றடைய வேண்டிய இடத்திலிருந்து 150 மைல்கள் தள்ளியுள்ள டெலாவேர் என்ற இடத்தையோ அல்லது அல்பனி என்ற இடத்தையோதான் சென்றடையும். உங்கள் பழக்கத்தின் விஷயத்திலும் அதுதான் உண்மை. இக்கணத்தில் பெரிதாகத் தெரியாத ஒரே ஒரு மோசமான பழக்கம் நீண்டகால நோக்கில் நீங்கள் சென்றடைய வேண்டிய இலக்கை நீங்கள் சென்றடையவிடாமல் செய்துவிடும், நீங்கள் விரும்பிய வாழ்க்கையை வாழ முடியாமல் செய்துவிடும். இது குறித்து விபரமாகத் தெரிந்து கொள்ள, படம் 6ஐப் பார்க்கவும்.

பெரும்பாலான மக்கள், வாழ்க்கையில் தங்களுக்கு என்ன வேண்டும், தாங்கள் அடைய விரும்புகின்ற இடத்தை அடைவதற்குத் தாங்கள் என்ன செய்ய வேண்டும்

என்பதை அறிந்து வைத்திருக்காமலேயே வாழ்க்கையை ஓட்டிவிடுகின்றனர். உங்களுடைய ஆழ்விருப்பத்தை எவ்வாறு தூண்டிவிடுவது, உங்களுடைய இதயம் காட்டும் வழியில் நடைபோடுவதற்குத் தேவையான படைப்பாற்றலை எவ்வாறு பெறுவது என்பதை நான் உங்களுக்குக் காட்ட விரும்புகிறேன். பெரியதொரு ஓக் மரமாக வளர்ந்துவிட்டிருக்கும் ஒரு பழக்கத்தை வேரோடு பிடுங்கி எறிவது மிகவும் சிரமமானதாக இருக்கும்.

படம் 6

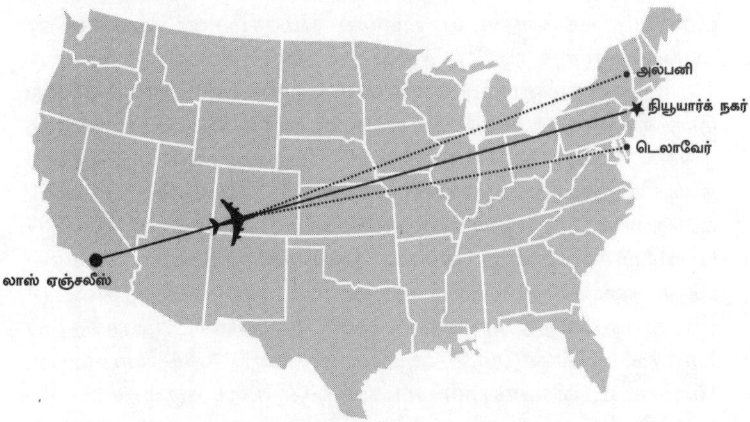

சிறிய விலகல்களின் நீண்டகாலத் தாக்கம்: பயணப்பாதையில் ஏற்படுகின்ற ஒரு சதவீத விலகல், இறுதியில் 150 மைல் தூரம் விலகியிருக்கின்ற ஓர் இடத்திற்கு உங்களைக் கொண்டு சேர்க்கும்.

உங்களை உற்சாகப்படுத்துகின்ற விஷயங்களைக் கண்டுபிடியுங்கள்

உங்களுடைய மோசமான பழக்கங்களை விட்டொழிக்க வெறும் மன உறுதி மட்டும் போதாது, அதைவிட வலுவான ஒன்று வேண்டும்.

உங்களுடைய இலக்கை அடையத் தேவையான கடின

உழைப்பை நல்குவதற்கு உங்களுக்குச் சிரமம் ஏற்பட்டால், உடனே நமக்கு மன உறுதி போதவில்லை என்ற முடிவுக்கு நாம் வந்துவிடுகிறோம். இக்கருத்தோடு எனக்கு உடன்பாடில்லை. வெற்றிகரமாக விளங்க வேண்டும் என்று முடிவு கட்டுவது மட்டும் போதாது. நீங்கள் மேற்கொள்ள வேண்டிய நேர்மறையான புதிய தேர்ந்தெடுப்புகளைத் தொடர்ந்து கடைபிடிக்க எது உங்களைத் தூண்டப் போகிறது? மோசமான பழக்கங்களில் மீண்டும் விழுந்துவிடாமல் எது உங்களைக் காக்கப் போகிறது? இதற்கு முன்பு நீங்கள் முயற்சி செய்து தோற்றதற்கும் இப்போது முயற்சி செய்வதற்கும் என்ன வேறுபாடு இருக்கப் போகிறது? லேசான அசௌகரிய உணர்வு ஏற்பட்டவுடனேயே நீங்கள் மீண்டும் உங்களுடைய பழைய மோசமான பழக்கத்தின் அரவணைப்புக்குள் புகுந்துவிடுவீர்கள்.

இதற்கு முன்பும் நீங்கள் மன உறுதியைத் தேர்ந்தெடுத்து இருந்தீர்கள். ஆனால் அது உங்களைக் கைவிட்டிருந்தது. நீங்கள் பல தீர்மானங்களை மேற்கொண்டு அவற்றை நிறைவேற்றாமல் இருந்திருக்கிறீர்கள். உங்கள் உடலில் கூடுதலாக இருக்கும் எடையை நீங்கள் இழக்கப் போகிறீர்கள் என்று நீங்கள் நினைத்திருந்தீர்கள். ஆனால் அது நடைபெறவில்லை. அதனால் அதை நிறுத்திவிட்டு இம்முறை வித்தியாசமான ஒன்றை நீங்கள் முயற்சித்துப் பார்க்க வேண்டும். அப்போதுதான், வித்தியாசமான, மேம்பட்ட விளைவுகள் உங்களுக்குக் கிடைக்கும்.

நீங்கள் உங்களுடைய தேர்ந்தெடுப்புகளை உங்களுடைய கனவுகளோடும் உங்களுடைய ஆழ்விருப்பங்களோடும் தொடர்புபடுத்தினால்தான் அவை பொருள் பொதிந்ததாக விளங்கும். உங்களுடைய நோக்கத்தோடு ஒத்திசைவாக இருக்கின்ற, உங்களுடைய உயர்வான விழுமியங்களோடு ஐக்கியப்பட்டிருக்கின்ற தேர்ந்தெடுப்புகள்தாம் உங்களை ஊக்குவிக்கின்ற தேர்ந்தெடுப்புகளாக இருக்கும். நீங்கள் ஒன்றின்மீது ஆழ்விருப்பம் கொண்டிருக்க வேண்டும், அதை நீங்கள் ஏன் விரும்புகிறீர்கள் என்பதை நீங்கள் அறிந்திருக்க வேண்டும். இல்லையெனில் அது வெகு சுலபமாகக் கைநழுவிப் போய்விடும்.

உங்களுடைய நோக்கம் எது? உங்களுடைய வாழ்க்கையில் குறிப்பிடத்தக்க மேம்பாடுகளை

ஏற்படுத்த நீங்கள் விரும்பினால், அதற்கு ஒரு நோக்கம் இருக்க வேண்டும். அது உங்களை ஊக்குவிக்கின்ற ஒன்றாக இருக்க வேண்டும். உங்களைக் காலையில் படுக்கையிலிருந்து துள்ளி எழ வைத்து அதன் பின்னால் ஆண்டுக்கணக்கில் ஓட வைக்கின்ற ஒன்றாக அது இருக்க வேண்டும். எல்லாவற்றையும்விட எது உங்களை அதிகமாக உந்தித் தள்ளுகிறது? உங்களுடைய ஆழ்விருப்பத்தை எது தூண்டுகிறது? எது உங்களுடைய உற்சாகத்தின் மூலாதாரமாக விளங்குகிறது?

ஏன் அனைத்தும் சாத்தியம்

அலுப்பு ஏற்படுத்துகின்ற, கடினமான, நீண்ட செயல்முறை ஒன்றை நீங்கள் விடாப்பிடியாகக் கடைபிடிப்பதற்கு உங்களுடைய நோக்கத்தின் ஆற்றல்தான் உங்களைத் தூண்டுகிறது. உங்களுடைய நோக்கம் ஆற்றல்மிக்கதாக இல்லாதவரை அதை எப்படி நிறைவேற்றப் போகிறீர்கள் என்ற கேள்வி அர்த்தமில்லாததாகவே இருக்கும். ஏனெனில், புத்தாண்டு அன்று தீர்மானங்களை மேற்கொண்டுவிட்டு, ஒருசில நாட்களில் அவற்றைக் காற்றில் பறக்கவிடப் போகின்ற எண்ணற்றோரில் நீங்களும் ஒருவராக இருக்கப் போகிறீர்கள். இதை இந்த ஒப்புவமை கொண்டு விளக்கலாம்.

ஓரடி அகலமும் முப்பதடி நீளமும் கொண்ட ஒரு பலகையைத் தரையில் கிடத்தி, அதிலிருந்து கீழே விழாமல் அதன் ஒரு முனையிலிருந்து மறுமுனைக்கு நடந்து சென்றால், உங்களுக்கு இருபது டாலர்கள் தருகிறேன் என்று நான் உங்களிடம் கூறினால், நீங்கள் என்ன செய்வீர்கள்? உடனே அதன்மீது நடந்து செல்வீர்கள், அப்படித்தானே? இதைவிடச் சுலபமாக இருபது டாலர்களைச் சம்பாதிக்க முடியாது இல்லையா? அதே பலகையை இரண்டு 100 மாடிக் கட்டடங்களுக்கு இடையே வைத்து, அதிலிருந்து கீழே விழாமல் அதன் ஒரு முனையிலிருந்து மறு முனைக்கு நீங்கள் நடந்து செல்ல வேண்டும் என்று நான் கூறினால் நீங்கள் என்ன செய்வீர்கள்? "கண்டிப்பாக மாட்டேன்!" என்று மறுத்துவிடுவீர்கள், சரிதானே? படம் 7ஐப் பார்க்கவும்.

ஆனால் உங்களுடைய குழந்தை அந்த எதிர்க் கட்டடத்தில் இருக்கிறது என்றும், அக்கட்டடம் தீப்பற்றி எறிந்து கொண்டிருக்கிறது என்றும் வைத்துக் கொள்ளலாம். அப்போது நீங்கள் என்ன செய்வீர்கள்? உடனடியாக அப்பலகையின்மீது ஏறி நடந்து மறுமுனைக்குச் சென்றுவிடுவீர்கள், இல்லையா?

படம் 7

உங்களுடைய நோக்கம் எந்த அளவு ஆற்றல்மிக்கதாக இருக்கிறது?

அந்த உயரமான கட்டடங்களுக்கு இடையே நடக்குமாறு நான் முதலில் கூறியபோது மறுத்த நீங்கள் இரண்டாவது முறை ஏன் துளிகூடத் தயங்கவில்லை? அவை இரண்டிலும் ஒரே ஆபத்துதான் இருந்தது. வேறு எதில் மாற்றம் இருந்தது? அதைச் செய்வதற்கான உங்களுடைய நோக்கம் மாறியிருந்தது. உங்களுடைய நோக்கம் வலுவானதாக இருந்தால், நீங்கள் அதை எப்படியோ செய்து முடித்துவிடுவீர்கள்.

உங்களுடைய படைப்பாற்றலை முடுக்கிவிடுவதற்கு நீங்கள் பணம் மற்றும் பொருள்ரீதியான ஊக்குவிப்புகளைத் தாண்டி யோசிக்க வேண்டும். அதற்காக, அப்படிப்பட்ட ஊக்குவிப்புகள் மோசமானவை என்று நான் கூற வரவில்லை. அவற்றில் தவறொன்றுமில்லை. அழகான, நல்ல பொருட்களைக் கொண்டாடுகின்றவன்தான் நான். ஆனால் பௌதிகப் பொருட்களால் உங்களுடைய இதயத்தையும் உங்களுடைய ஆன்மாவையும் வென்றெடுக்க முடியாது. அப்படிப்பட்ட ஆழ்விருப்பங்கள் ஆழமான பகுதிகளிலிருந்து பிறக்க வேண்டும். நீங்கள் எவ்வளவுதான் கண்களைக் குளிர்விக்கின்ற பொருட்களைச் சொந்தமாக்கிக் கொண்டாலும், மகிழ்ச்சி மற்றும் மனநிறைவு போன்ற உண்மையான பரிசுகளை வென்றெடுக்க முடியாது. நான் ஒருமுறை டோனி ராபின்ஸைப் பேட்டி எடுத்தபோது, அவர் இவ்வாறு கூறினார்: "தங்களுடைய உச்சகட்ட இலக்குகளை அடைந்த பிறகும், எரிச்சல், கவலை மற்றும் பயத்தில் உழன்று கொண்டிருக்கின்ற மாபெரும் தொழிலதிபர்கள் பலரை நான் அறிவேன். மகிழ்ச்சியாக இருப்பதிலிருந்து எது அவர்களைத் தடுத்துக் கொண்டிருக்கிறது? அவர்கள் மனநிறைவில் கவனத்தைக் குவிக்காமல், சாதனையில் மட்டுமே கவனத்தைக் குவித்திருந்ததுதான் அதற்குக் காரணம். அசாதாரணமான சாதனைகள், அசாதாரணமான மகிழ்ச்சிக்கும் அர்த்தமுள்ள வாழ்க்கைக்கும் இட்டுச் செல்ல வேண்டிய அவசியமில்லை. அதனால், மனநிறைவு இல்லாத வெற்றியை நான் தோல்வி என்றுதான் கருதுவேன்."

உள்ளார்ந்த ஊக்குவிப்பு

நீங்கள் யார் என்பதையும் நீங்கள் எதற்காகக் குரல் கொடுப்பவர் என்பதையும் விவரிக்கின்ற ஒன்றுதான் உங்களுடைய உள்ளார்ந்த விழுமியங்கள். உங்களுடைய உள்ளார்ந்த விழுமியங்கள்தாம் உங்களுடைய அகரீதியான திசைகாட்டும் கருவி, உங்களுடைய அக வழிகாட்டி, உங்களுடைய தனிப்பட்ட ஜிபிஎஸ். உங்களுடைய வாழ்க்கையில் நீங்கள் எங்கு போய்ச் சேர வேண்டும் என்று தீர்மானித்துள்ளீர்களோ அங்கு நீங்கள் சென்றடைவதை உறுதி செய்வதற்கு உதவியாக, வாழ்க்கையின் சவால்கள்,

நிர்ப்பந்தங்கள் மற்றும் சபலங்களை வடிகட்டுகின்ற வடிகட்டிகளாக உங்களுடைய உள்ளார்ந்த விழுமியங்கள் செயல்படுகின்றன. உங்களுடைய வாழ்க்கையை ஒரு மாபெரும் முன்னோக்கை நோக்கி நகர்த்துவதற்கு, நீங்கள் உங்களுடைய உள்ளார்ந்த விழுமியங்களைச் சிறப்பாக வடிவமைத்து அவற்றைச் செம்மையான முறையில் வைத்திருக்க வேண்டியது இன்றியமையாதது.

நீங்கள் ஏற்கனவே உங்களுடைய விழுமியங்களைத் திட்டவட்டமாக வரையறை செய்யாமல் இருந்திருந்தால், நீங்கள் விரும்புபவற்றோடு முரண்படுகின்ற சில தேர்ந்தெடுப்புகளை நீங்கள் மேற்கொள்ள வேண்டியிருக்கும். எடுத்துக்காட்டாக, உங்களைப் பொறுத்தவரை நேர்மை மிகவும் முக்கியமானது என்று வைத்துக் கொள்வோம். நீங்கள் பொய்யர்களோடு உறவாட வேண்டியிருந்தால், அங்கு முரண்பாடு ஏற்படுகின்றது. உங்களுடைய நடவடிக்கைகள் உங்களுடைய விழுமியங்களோடு முரண்பட்டால், நீங்கள் மகிழ்ச்சியற்றும் விரக்தியோடும் மனத்தளர்ச்சியோடும்தான் இருப்பீர்கள். நம்முடைய செயல்களும் நடத்தைகளும் நம்முடைய விழுமியங்களோடு முரண்படும்போதுதான் நமக்கு அதிகமான மன அழுத்தம் ஏற்படுகின்றது என்று உளவியலாளர்கள் கூறுகின்றனர்.

உங்களுடைய உள்ளார்ந்த விழுமியங்களை வரையறை செய்து கொள்வது உங்களுடைய வாழ்க்கையை எளிமையாகவும் செயற்திறன்மிக்கதாகவும் ஆக்கும். உங்களுக்கென்று சில உள்ளார்ந்த விழுமியங்கள் இருக்கின்றபோது, தீர்மானங்கள் எடுப்பதும் எளிதாக இருக்கும். நான் தீர அலசி ஆராய்ந்து, வளர்ச்சி, உன்னதம், தாக்கம் ஏற்படுத்துதல் போன்றவைதான் என்னுடைய விழுமியங்கள் என்று நிர்ணயித்துக் கொண்டவுடன், வாழ்க்கையில் சிறிய அளவிலும் சரி, பெரிய அளவிலும் சரி, தீர்மானங்கள் எடுப்பது எனக்கு எளிதானதாக ஆகிவிட்டது. நீங்கள் ஏதாவது ஒன்றைத் தேர்ந்தெடுக்க வேண்டும் என்று நிலை ஏற்படும்போது, "இது என்னுடைய உள்ளார்ந்த விழுமியங்களோடு பொருந்திப் போகின்றதா?" என்று உங்களை நீங்கள் கேட்டுக் கொள்ளுங்கள். அதற்கு ஆம் என்று பதில் வந்தால் அதைச் செய்யுங்கள். இல்லையென்றால் அதை விட்டுவிடுங்கள். அதற்குப்

பிறகு அதனைத் திரும்பிக்கூடப் பார்க்காதீர்கள். இப்படிச் செய்தீர்களேயானால், தேவையற்ற விரக்திகளும் தடுமாற்றங்களும் தடுக்கப்பட்டுவிடும்.

தேர்ந்தெடுத்துச் சண்டையிடுங்கள்

பொதுவாக மக்கள் தங்களுக்கு எது வேண்டுமோ அதனாலும் ஊக்குவிப்பு அடைகின்றனர், தங்களுக்கு எது வேண்டாமோ அதனாலும் ஊக்குவிப்பு அடைகின்றனர். அன்பு எந்த அளவுக்கு ஊக்குவிக்கின்ற ஒரு சக்தியாக இருக்கிறதோ, அதே அளவுக்கு வெறுப்பும் ஓர் ஊக்குவிப்பு சக்தியாக இருக்கிறது. பல விஷயங்களை வெறுப்பது எளிதாக இருக்கிறது. வியாதிகளை வெறுப்பது, அநியாயத்தை வெறுப்பது, அறியாமையை வெறுப்பது, மெத்தனப் போக்கை வெறுப்பது என்று அடுக்கிக் கொண்டே போகலாம். சில நேரங்களில் எதிரியை அடையாளம் கண்டு கொள்வது உங்களுடைய ஊக்குவிப்பைப் பற்ற வைத்துவிடுகிறது. நான் போராடுவதற்கு எனக்கு ஓர் எதிரி இருந்தபோதெல்லாம் நான் பெரும் ஊக்கம் பெற்றேன், மன உறுதி கிடைக்கப் பெற்றேன், விடாமுயற்சியால் முடுக்கப்பட்டேன். வரலாற்றைப் பொறுத்தவரை உலகையே புரட்டிப் போட்ட மாற்றங்களும் அரசியல் புரட்சிகளும் ஒரு பெரும் எதிரியோடு போராடியதன் விளைவே. டேவிட்டுக்கு ஒரு கோலியாத் இருந்தான். அமெரிக்காவுக்கு பிரிட்டன் இருந்தது. பெப்சிக்குக் கோக் இருந்தது. 'டிசி' காமிக்ஸுக்கு 'மார்வெல்' காமிக்ஸ் இருந்தது. இப்படி அடுக்கிக் கொண்டே போகலாம். நான் என்ன சொல்ல வருகிறேன் என்பது உங்களுக்குப் புரிந்திருக்கும் என்று நினைக்கிறேன்.

நாம் துணிவுடன் நிமிர்ந்து நிற்பதற்குத் தேவையான காரணங்களை எதிரிகள் நமக்குக் கொடுக்கின்றனர். ஒன்றோடு மோதுவது உங்களுடைய திறமைகளுக்குச் சவால்விடுகிறது, உங்களுடைய குணநலன்களை மெருகூட்டுகிறது, உங்களுடைய மனஉறுதிக்கு உத்வேகமூட்டுகிறது. மோதுகின்ற உத்வேகம் இல்லையென்றால், நீங்கள் சோம்பேறியாகிவிடுவீர்கள், உங்களுடைய நோக்கத்தை இழப்பீர்கள்.

நான் பயிற்றுவித்துக் கொண்டிருப்பவர்களில் சிலர், தாங்கள் மேன்மையில்லாத நோக்கங்களால் உந்தப்பட்டுக் கொண்டிருக்கிறோம் என்று கவலைப்படுவதை நான் கவனித்திருக்கிறேன். தங்களால் முடியாது என்று சொன்னவர்கள் முன்னால் தாங்கள் தலை நிமிர்ந்து நிற்க வேண்டும், தங்களுடைய தொழிற்போட்டியாளர்களை முறியடிக்க வேண்டும், அல்லது தங்களை எப்போதும் மட்டம் தட்டிக் கொண்டிருக்கும் மூத்த உடன்பிறப்புகளைவிடத் தாங்கள் ஒருபடி மேல் என்பதை அவர்களுக்குக் காட்ட வேண்டும் போன்றவற்றால் தாங்கள் உந்தப்பட்டுள்ளது குறித்து அவர்கள் குற்றவுணர்வு கொண்டிருக்கின்றனர். உங்களுடைய உத்வேகம் சட்டத்திற்கும் நன்னெறிக்கும் உட்பட்டு இருக்கின்றவரை, அந்த உத்வேகத்திற்குப் பின்னாலுள்ள நோக்கம் குறித்து நீங்கள் பெரிதாக அலட்டிக் கொள்ள வேண்டியதில்லை. மனிதாபிமானமிக்கக் காரணங்களுக்காக மட்டுமே உத்வேகம் கொள்ள வேண்டும் என்று அவசியமில்லை. நீங்கள் முழுமையாக உத்வேகம் பெற்றுள்ளீர்களா என்பது மட்டும்தான் இங்கு முக்கியம். ஒருசில நேரங்களில், உங்களை உத்வேகப்படுத்திக் கொள்வதற்கு எதிர்மறை உணர்ச்சிகளை அல்லது எதிர்மறை அனுபவங்களைப் பயன்படுத்துவதும் பலனளிக்கும்.

நான் ஒருமுறை மிகப் பிரபலமான நடிகரான ஆன்டனி ஹாப்கின்ஸைப் பேட்டி கண்டேன். அவருடைய அசாதாரணமான நடிப்புத் திறமை அவருடைய கோபத்திலிருந்து பிறந்தது என்பதை அறிந்து நான் வியப்படைந்தேன். அவர் சிறு வயதிலிருந்தே ‘ஏடிஎச்டி’, ‘டிஸ்லெக்சியா’ போன்ற குறைபாடுகளால் அவதியுற்று வந்திருந்ததால், தான் மிக மோசமான ஒரு மாணவனாக இருந்ததாக அப்பேட்டியில் அவர் தெரிவித்தார். அவருடைய இளமைக்காலத்தில் மேலே குறிப்பிடப்பட்டிருந்த மனநோய்கள் கண்டுபிடிக்கப்பட்டிருக்கவில்லை. அதனால் வெறுமனே அவர்மீது ‘பிரச்சனைக்குரிய சிறுவன்’ என்ற முத்திரை மட்டுமே குத்தப்பட்டது.

ஹாப்கின்ஸ் அப்பேட்டியில் மேலும் இவ்வாறு குறிப்பிட்டார்: “என் நிலை என் பெற்றோரிடம் மிகுந்த கவலையை ஏற்படுத்தியது. பள்ளியில் கற்றுக் கொடுப்பதைக் கிரகித்துக் கொள்ள முடியாத நிலையில் நான் இருந்ததால்,

எனது வருங்காலம் சிறப்பாக இருக்காது என்று அவர்கள் எண்ணினர். என் வயதிலிருந்த என்னுடைய உறவினர்கள் அனைவரும் புத்திசாலிகளாக இருந்தனர். மொத்தச் சமுதாயத்தாலும் நிராகரிக்கப்பட்ட ஒருவனாக நான் உணர்ந்தேன். அதனால் மனத்தளர்ச்சியால் நான் பெரிதும் அவதியுற்றேன்."

பின்னர் அவர் தன்னுடைய கோபத்தைத் தனக்குச் சாதகமாகப் பயன்படுத்திக் கொண்டார். முதலில், கல்வி அல்லது விளையாட்டுத் தளங்களுக்கு வெளியே வெற்றிகளைக் குவிக்க அது அவரை உந்தித் தள்ளியது. நடிப்பில் தனக்குத் திறமை இருந்ததை அவர் கண்டுபிடித்தார். அதனால் நடிப்புக் கலையில் மிளிர அவர் தன்னை அர்ப்பணித்துக் கொண்டார். இன்று உலகிலுள்ள மிகச் சிறந்த நடிகர்களில் ஒருவராக அவர் போற்றப்படுகிறார். ஹாப்கின்ஸ் தான் குவித்திருந்த புகழ் மற்றும் செல்வத்தின் உதவியைக் கொண்டு, சுற்றுச்சூழல் பாதுகாப்பு, போதை மருந்துப் பழக்கங்களிலிருந்து விடுபட உதவுதல் போன்ற நற்பணிகளில் தீவிரமாக ஈடுபட்டு வருகிறார். தொடக்கத்தில் அவருடைய நோக்கம் இதுபோன்ற உன்னதமான ஒன்றாக இருந்திருக்கவில்லை என்பதை நீங்கள் கவனத்தில் எடுத்துக் கொள்ள வேண்டும்.

நம் ஒவ்வொருவராலும் ஆற்றல்மிக்கத் தேர்ந்தெடுப்புகளை மேற்கொள்ள முடியும். பிறர்மீதும் புறச் சூழல்கள்மீதும் பழி போடாமல் நம் வாழ்க்கையை நம்முடைய கட்டுப்பாட்டிற்குள் கொண்டு வர நம்மால் முடியும். மாற்றத்தை உருவாக்குவது என்பது முழுக்க முழுக்க நம்முடைய கைகளில்தான் இருக்கிறது. நம்முடைய கடந்தகால வலிமிக்க அனுபவங்கள் நம்முடைய ஆற்றலை உறிஞ்சி நம்முடைய வெற்றியைச் சீர்குலைக்க அனுமதிக்காமல், நேர்மறையான, உருப்படியான மாற்றங்களை உருவாக்குவதற்கு அவற்றை நம்மால் பயன்படுத்திக் கொள்ள முடியும்.

இலக்குகள்

நான் முன்பே குறிப்பிட்டிருந்தபடி, கூட்டு விளைவால் உங்களை வேறு ஓர் உயர்ந்த இடத்திற்கு உந்தித் தள்ள

முடியும். ஆனால் அது எந்த இடம் என்பதைத் தீர்மானிக்க வேண்டியது உங்களுடைய பொறுப்பு.

என்னுடைய வழிகாட்டிகளில் ஒருவராக விளங்கிய பால் ஜே. மேயரின் இறுதிச் சடங்கில் நான் கலந்து கொண்டபோது, எவ்வளவு செழுமையான வாழ்க்கையை அவர் வாழ்ந்திருந்தார் என்பதை நான் நினைவுகூர்ந்தேன். ஒரு டஜன் நபர்கள் கூட்டாகச் சேர்ந்து சாதிக்கக்கூடிய அளவுக்கு அவர் சாதித்திருந்தார், அனுபவித்திருந்தார், பங்களித்திருந்தார். என்னுடைய இலக்குகளின் அளவு மற்றும் தரத்தை மறுபரிசீலனை செய்து கொள்ள அந்நிகழ்ச்சி எனக்கு உதவியது. இப்போது பால் நம்மிடையே இருந்தால் இவ்வாறுதான் கூறியிருந்திருப்பார்: "நீங்கள் விரும்புகின்ற அளவுக்கு, உங்களால் சாதிக்கக்கூடிய அளவுக்கு நீங்கள் முன்னேறாமல் இருந்தால், நீங்கள் உங்கள் இலக்குகளைத் தெளிவாக வரையறை செய்யாமல் இருப்பதுதான் அதற்குக் காரணமாக இருக்கும்." பாலின் இந்தப் பிரபலமான கூற்று, இலக்குகளின் முக்கியத்துவத்தைத் தெளிவாக எடுத்துரைக்கிறது: "நீங்கள் எதைத் திட்டவட்டமாக உங்கள் மனத்தில் கற்பனை செய்து, ஆழமாக விரும்பி, தீவிரமாக நம்பி, உற்சாகத்துடன் செயல்படுத்துகிறீர்களோ, அது கண்டிப்பாக உங்கள் வாழ்வில் தோன்றியே தீரும்."

இலக்குகளைத் திட்டவட்டமாக நிர்ணயித்து அவற்றை எவ்வாறு சாதிப்பது என்பதை நான் கற்றுக் கொண்டதுதான் என்னுடைய பிரம்மாண்டமான வெற்றிக்கான முக்கியக் காரணம். தெளிவாக வரையறுக்கப்பட்ட இலக்கின்மீது நீங்கள் உங்கள் கவனத்தைக் குவிக்கும்போது, மாயாஜாலமாக ஏதோ ஒன்று நிகழ்கிறது. இதை நான் மீண்டும் மீண்டும் பார்த்திருக்கிறேன். உலகின் மாபெரும் சாதனையாளர்கள் அனைவரும் தங்களுக்குத் துல்லியமாக என்ன வேண்டும் என்பதை அறிந்து வைத்திருந்தனர்.

இலக்குகளை நிர்ணயித்தல் எவ்வாறு வேலை செய்கிறது

உங்களுக்கு என்ன வேண்டும் என்பதை நீங்கள் அறிந்திருந்தால்தான் உங்களால் அதைப் பார்க்க முடியும், அடைய முடியும், அனுபவிக்க முடியும். மனிதர்களாகிய

நாம் அடிப்படையில் இலக்குகளைத் தேடி அவற்றை அடைகின்ற உயிரினங்கள். நம் மூளை எப்போதும் நம்முடைய அக உலகத்தைப் புற உலகத்தோடு பொருத்துகின்ற முயற்சியில் ஈடுபட்டுக் கொண்டிருக்கிறது. அதனால், நீங்கள் விரும்புகின்ற விஷயங்களைப் பெற்றுத் தருகின்ற அறிவுறுத்தல்களை நீங்கள் உங்களுடைய மூளைக்குக் கொடுத்தால், அவை உங்களுக்குக் கிடைக்கத் தொடங்கும். நீங்கள் விரும்புகின்ற பொருள் எப்போதுமே உங்களுக்கு அருகிலேயே இருந்திருப்பதற்கு அதிக வாய்ப்புகள் இருக்கின்றன என்றாலும், நீங்கள் அதை விரும்புகின்றவரை உங்கள் மனத்தால் அதைப் பார்க்க முடியாமல் இருந்திருக்கிறது.

நடைமுறையில் ஈர்ப்பு விதி இப்படித்தான் வேலை செய்கிறது. பல நேரங்களில் சித்தரிக்கப்படுவதுபோல அது ஒன்றும் மர்மமான மந்திரவித்தை அல்ல.

தினந்தோறும் கோடிக்கணக்கான காட்சிரீதியான, ஒலிரீதியான, உடல்ரீதியான உணர்வுசார் தகவல்களால் நாம் திணறடிக்கப்படுகிறோம். அவற்றால் மூழ்கடிக்கப்படாமலிருப்பதற்காக அவற்றில் 99.9 சதவீதத் தகவல்களை நாம் அலட்சியம் செய்துவிடுகிறோம். நம் மனம் எவற்றின்மீது கவனத்தைக் குவிக்கிறதோ அவற்றை மட்டுமே நான் பார்க்கிறோம், கேட்கிறோம், அனுபவிக்கிறோம். அதனால்தான் நீங்கள் ஏதாவது ஒன்றைப் பற்றி 'நினைக்கும்போது', அது மாயாஜாலமாக உங்கள் வாழ்க்கையில் தோன்றுவதுபோல உங்களுக்குத் தெரிகிறது. யதார்த்தத்தில், அங்கு ஏற்கனவே இருந்த ஒன்றை இப்போது உங்களால் பார்க்க முடிகிறது, அவ்வளவுதான். அதாவது, அதை நீங்கள் உண்மையிலேயே உங்களை நோக்கிக் 'கவர்ந்து இழுக்கிறீர்கள்'.

இந்த விளக்கம் சரியாக இருப்பதாக உங்களுக்குத் தோன்றுகிறதா? இதில் மர்மமோ அல்லது இரகசியமோ ஏதுமில்லை. இது உண்மையில் தர்க்கரீதியானது. புளித்துப் போன ஓர் எடுத்துக்காட்டையே நான் உங்கள் முன் வைக்கிறேன். ஏனெனில், அதில் உண்மை இருக்கிறது. நீங்கள் ஒரு புதிய மாடல் காரை வாங்க வேண்டும் என்று விரும்பியவுடன், எல்லா இடங்களிலும் அந்த மாடல் கார்தான் உங்கள் கண்களில் படுகிறது. திடீரென்று இன்று

நூற்றுக்கணக்கான அதே மாடல் காரை யாரோ எல்லா இடங்களிலும் நிரப்பி வைத்துள்ளதுபோலத் தோன்றுகிறது. ஆனால் அது உண்மையல்ல என்பது உங்களுக்குத் தெரியும். அவை எப்போதும் அங்குதான் இருந்தன. நீங்கள் அவற்றின்மீது உங்கள் கவனத்தைக் குவித்திருக்கவில்லை, அவ்வளவுதான்.

நீங்கள் உங்களுக்காக ஓர் இலக்கை நிர்ணயித்துக் கொள்ளும்போது, பார்ப்பதற்கும் கவனம் செலுத்துவதற்கும் நீங்கள் உங்கள் மூளைக்கு ஒரு புதிய விஷயத்தைக் கொடுக்கிறீர்கள். நீங்கள் உங்களுடைய மனத்திற்கு ஒரு புதிய ஜோடிக் கண்களைக் கொடுக்கிறீர்கள். உங்கள் மனம் புற உலகில் அதைத் தேடி உங்கள் முன் கொண்டு வந்து நிறுத்துகிறது.

நான் ஒருமுறை பிரையன் டிரேசியைப் பேட்டி கண்டபோது, இலக்குகள் குறித்து அவர் இவ்வாறு கூறினார்: "பெரும் வெற்றியாளர்கள் தெளிவான இலக்குகளைக் கொண்டிருக்கின்றனர். தாங்கள் யார் என்பதையும் தங்களுக்கு என்ன வேண்டும் என்பதையும் அவர்கள் அறிந்து வைத்துள்ளனர். அவர்கள் இலக்குகளை எழுதி வைத்துக் கொண்டு, அவற்றை எப்படி அடையலாம் என்பதற்குத் திட்டமிடுகின்றனர். தோல்வியாளர்கள் தங்களுடைய இலக்குகளை எழுதி வைத்துக் கொள்வதில்லை. அதனால், எழுதி வைக்கப்படாத இலக்குகள் வெற்றுக் கற்பனைகள் மட்டுமே."

இன்று நீங்கள் நிதானமாக உட்கார்ந்து உங்களுடைய முக்கியமான இலக்குகளைப் பட்டியலிடுங்கள். அதில் உங்கள் தொழில் அல்லது வேலை மற்றும் பணம் தொடர்பான இலக்குகளோடு, வாழ்க்கை தொடர்பான இலக்குகளையும் சேர்த்துக் கொள்ளுங்கள். உங்கள் வாழ்க்கையின் ஒரே ஒரு குறிப்பிட்ட அம்சத்தின்மீது மட்டுமே உங்களுடைய கவனத்தைக் குவிப்பதைத் தவிர்த்துவிடுங்கள். தொழில் அல்லது வேலை, பணம், ஆரோக்கியம், ஆன்மிகம், குடும்பம், உறவுகள் போன்றவற்றில் சமநிலையோடு உங்களுடைய ஒட்டுமொத்த வாழ்க்கையும் வெற்றிகரமாக விளங்குவதற்குப் பாடுபடுங்கள்.

நீங்கள் யாராக ஆக வேண்டும்

புதிய இலக்குகளை நிர்ணயித்தவுடன், பெரும்பாலான மக்கள், "சரி, இலக்குகளை நிர்ணயித்தாகிவிட்டது. அவற்றை அடைவதற்கு நான் என்ன செய்ய வேண்டும்?" என்று கேட்கின்றனர். அதை ஒரு மோசமான கேள்வி என்று கூறி ஒதுக்கிவிட முடியாது. ஆனால் கண்டிப்பாக முதலில் கேட்கப்பட வேண்டிய கேள்வி அதுவல்ல. நாம் உண்மையிலேயே கேட்டுக் கொள்ள வேண்டிய கேள்வி இதுதான்: "நான் யாராக ஆக விரும்புகிறேன்?" எல்லாவற்றையும் சரியாகச் செய்து கொண்டிருந்தாலும், தாங்கள் விரும்புகின்ற விளைவுகளைப் பெறாமல் இருக்கின்ற ஒரு சிலரை நீங்கள் அறிந்திருக்கக்கூடும். இது தொடர்பாக ஜிம் ரான் எனக்கு ஓர் அருமையான யோசனையைக் கற்றுக் கொடுத்திருக்கிறார்: "உங்களுக்கு அதிகம் வேண்டுமென்றால், நீங்கள் பெரிதாக வளர வேண்டும். வெற்றி என்பது நீங்கள் துரத்திச் சென்று பிடிக்கின்ற ஒன்றல்ல. நீங்கள் துரத்தும்போது அது ஒரு வண்ணத்துப்பூச்சியைப்போல உங்கள் கைக்கு அகப்படாமல் நழுவிக் கொண்டேயிருக்கும். நீங்கள் யாராக ஆகிறீர்களோ அதன் மூலம் கவர்ந்திழுக்கின்ற ஒன்றுதான் வெற்றி."

இக்கொள்கையை நான் புரிந்து கொண்டவுடன் என் வாழ்க்கை புரட்சிகரமான விதத்தில் மாறியது. நான் திருமணம் செய்து கொள்ள முடிவு செய்தபோது, என்னுடைய வாழ்க்கைத்துணைவியாக வரவிருந்தவரிடம் நான் எதிர்பார்த்த அம்சங்களை நான் விலாவாரியாகப் பட்டியலிட்டேன். அது நாற்பது பக்கங்கள் அளவு நீண்டது. அவரிடம் எப்படிப்பட்டப் பண்புநலன்கள் இருக்க வேண்டும், அவருடைய ஆளுமை எப்படிப்பட்டதாக இருக்க வேண்டும், அவருடைய மனப்போக்கு எப்படி இருக்க வேண்டும், வாழ்க்கையைப் பற்றி அவர் எத்தகைய கண்ணோட்டங்களைக் கொண்டிருக்க வேண்டும், அவர் எந்த மாதிரியான குடும்பப் பின்னணியைக் கொண்டிருக்க வேண்டும், அவர் எந்த வகையான கலாச்சாரத்தைப் பின்பற்றுபவராக இருக்க வேண்டும், அவர் எப்படிப்பட்ட உருவ அமைப்பைக் கொண்டிருக்க வேண்டும் போன்றவை அப்பட்டியலில் இடம் பெற்றிருந்தன. அவருடைய கூந்தல்

எப்படி இருக்க வேண்டும் என்பதுவரை நான் கற்பனை செய்து அதில் குறிப்பிட்டிருந்தேன். எங்களுடைய இணைந்த வாழ்க்கை எப்படி இருக்கும், நாங்கள் இருவரும் இணைந்து என்னவெல்லாம் செய்வோம் போன்றவற்றையும் நான் அதில் குறிப்பிட்டிருந்தேன். "இவ்வளவு அம்சங்களும் பொருந்திய ஒரு பெண்ணைக் கண்டுபிடிக்க நான் என்ன செய்ய வேண்டும்?" என்று மட்டும் நான் கேட்டிருந்தால், இன்றுகூட நான் அப்படிப்பட்ட ஒரு மங்கையைத் தேடி கொண்டுதான் இருப்பேன். ஆனால் நான் அப்படிச் செய்யவில்லை. மாறாக, நான் அப்பட்டியலை உற்று நோக்கி, அதில் கூறப்பட்டிருந்த அம்சங்கள் என்னிடம் இருந்தனவா என்று அலசினேன். எனக்கு நானே இப்படிக் கேட்டுக் கொண்டேன்: "எனக்கு வாழ்க்கைத்துணைவியாக வர வேண்டும் என்று நான் விரும்புகின்ற பெண்ணிடம் நான் எதிர்பார்க்கின்ற பண்புநலன்கள் என்னிடம் இருக்கின்றனவா? அப்படிப்பட்டப் பெண் ஓர் ஆடவனிடம் எவற்றையெல்லாம் எதிர்பார்ப்பாள்? அது போன்ற ஒரு பெண்ணை என்னிடம் கவர்ந்திழுக்க நான் எப்படிப்பட்ட ஒருவனாக ஆக வேண்டும்?"

அப்படிப்பட்ட ஒருவனாக ஆவதற்கு நான் என்னென்ன பண்புநலன்களை, மனப்போக்குகளை, மற்றும் நடத்தைகளைக் கொண்டிருக்க வேண்டும் என்று மேலும் நாற்பது பக்கங்களுக்கு நான் எழுதினேன். பின் அவற்றை என்னிடம் வளர்த்துக் கொள்ளும் முயற்சிகளில் இறங்கினேன். என்ன நடந்தது என்று நினைக்கிறீர்கள்? அது கனகச்சிதமாக வேலை செய்தது. நான் எழுதியிருந்த குறிப்பேட்டிலிருந்து உதயமாகி என் முன் தோன்றினார் என் மனைவி ஜார்ஜியா! நான் எப்படி விவரித்திருந்தேனோ கச்சிதமாக அப்படியே அவர் இருந்தார்.

சரியாக நடந்து கொள்ளுங்கள்

இப்போது உங்கள் கதைக்கு வருவோம். உங்களுக்கும் உங்களுடைய இலக்குகளுக்கும் இடையே இருப்பது உங்களுடைய நடத்தைதான். நீங்கள் செல்ல விரும்புகின்ற திசையில் பயணிப்பதற்கு நீங்கள் எந்த நடத்தைகளை நிறுத்திக் கொள்ள வேண்டும், எந்த நடத்தைகளை

வளர்த்துக் கொள்ள வேண்டும்? அதை ஒரு சூத்திரமாக மாற்றினால், அது இவ்வாறு இருக்கும்:

தேர்ந்தெடுப்புகள் (தீர்மானம்)
+ **நடத்தை** (செயல்நடவடிக்கை)
+ **பழக்கம்** (மீண்டும் மீண்டும் செய்யப்படுகின்ற செயல்கள்)
+ **கூட்டு விளைவு** (காலம்)
= **இலக்குகள்**

உங்களுடைய மோசமான பழக்கங்கள்மீது உங்களுக்குக் கட்டுப்பாடு இருப்பதாக நீங்கள் நம்பிக் கொண்டிருக்கலாம். ஆனால் அது உண்மையல்ல. அதற்காகத்தான் நான் கண்காணித்தலைப் பற்றி முன்பு குறிப்பிட்டிருந்தேன். நீங்கள் தினந்தோறும் எத்தனை மணிநேரம் தொலைக்காட்சி நிகழ்ச்சிகளைப் பார்க்கிறீர்கள் என்பதைக் கண்காணிக்காமல், துல்லியமாக அதைக் கணக்கிடுவது கடினம். நீங்கள் தினமும் எத்தனை பாட்டில் குளிர்பானங்களைப் பருகுகிறீர்கள்? தினமும் எத்தனை மணிநேரம் இணையத்திலும் சமூக வலைத்தளங்களிலும் மேய்ந்து கொண்டிருக்கிறீர்கள்? நான் முன்பே கூறியிருந்ததுபோல, நீங்கள் எவ்வாறு நடந்து கொண்டிருக்கிறீர்கள் என்பது குறித்த விழிப்புணர்வு உங்களிடம் இருக்க வேண்டும்.

வெற்றிகரமாக இயங்கிக் கொண்டிருந்த முதன்மை நிர்வாக அதிகாரி ஒருவர், ஒரு முறை, தன்னுடைய உற்பத்தித்திறனை உயர்த்துவதற்குத் தனக்கு உதவுமாறு என்னைக் கேட்டுக் கொண்டார். அவர் நன்றாகத்தான் செயல்பட்டுக் கொண்டிருந்தார் என்றாலும், தன்னுடைய நேரத்தை மேலும் சிறப்பாகப் பயன்படுத்த அவர் விரும்பினார். அவர் தன்னுடைய ஒவ்வொரு நடவடிக்கையிலும் எவ்வளவு நேரத்தைச் செலவிட்டார் என்பதை, தொடர்ந்து ஒரு வாரம் கவனமாகக் குறிப்பெடுத்துக் கொள்ளுமாறு நான் அவருக்கு அறிவுறுத்தினேன். அதைப் பார்த்தப் பிறகு, எண்ணற்றப் பிறரிடம் நான் கண்ட அதே போக்கை அவரிடமும் நான் கண்டேன். தினமும் காலையில் தினசரிகளைப் படிப்பதற்கு நாற்பத்தைந்து நிமிடங்களையும், அலுவலகத்திற்குக் காரோட்டிச் சென்று

கொண்டிருக்கும்போது செய்திகளைக் கேட்பதில் அரை மணிநேரத்தையும், மீண்டும் வீட்டுக்கு திரும்பி வரும்போது செய்திகளைக் கேட்பதில் இன்னும் அரை மணிநேரத்தையும் அவர் செலவழித்துக் கொண்டிருந்தார். அது தவிர, பகலில் அவர் இணையத்தில் இருபது நிமிடங்கள் செய்திகளைப் படித்துக் கொண்டிருந்தார். இரவில் வீட்டுக்கு வந்தவுடன் பதினைந்து நிமிடங்கள் தொலைக்காட்சிச் செய்திகளைப் பார்த்தார். பிறகு விளையாட்டுச் செய்திகளைப் பார்க்க அரை மணிநேரத்தைச் செலவிட்டார். இறுதியாக, இரவு பத்து மணிச் செய்தியைப் பார்க்கவும் அவர் தவறவில்லை. மொத்தத்தில், அவர் தினமும் மூன்றரை மணிநேரத்தைச் செய்திகளுக்காகச் செலவிட்டார்! இத்தனைக்கும் அவர் ஒரு பொருளாதார நிபுணரோ அல்லது செய்திகளை நம்பிச் செயல்பட்டுக் கொண்டிருக்கின்ற ஒரு தொழிலில் ஈடுபட்டிருப்பவரோ அல்லர். சராசரி நபர் ஒருவர் நாட்டு நடப்புகளைப் பற்றித் தெரிந்து வைத்திருப்பதற்குத் தேவைப்படுகின்ற அளவைவிடப் பல மடங்கு அதிகமான நேரத்தை அவர் செய்திகளில் தொலைத்துக் கொண்டிருந்தார். அவர் அவற்றிலிருந்து உருப்படியான எதையும் பெற்றுக் கொண்டிருக்கவில்லை. ஆனால் அவர் தினமும் அதைத்தான் செய்து கொண்டிருந்தார். அதற்கு என்ன காரணம்? பழக்கம்தான் காரணம்.

தொலைக்காட்சியையும் வானொலியையும் அணைத்துவிடுமாறும், செய்திப் பத்திரிகையின் சந்தாவை ரத்து செய்துவிடுமாறும் நான் அவருக்குப் பரிந்துரைத்தேன். அவருடைய தொழில் தொடர்பான செய்திகளைத் தொகுத்து வழங்குகின்ற அமைப்பு ஒன்றின் செய்திகளை மட்டும் படிக்குமாறு நான் அவரைக் கேட்டுக் கொண்டேன். அதைச் செய்தவுடன் அவருடைய மனத்திலிருந்த குப்பைகளில் 95 சதவீதம் விடைபெற்றுக் கொண்டது. தனக்குத் தேவையான செய்திகளை மட்டும் படிப்பதற்கு அவருக்கு இருபது நிமிடங்களுக்கு மேல் தேவைப்படவில்லை. அதனால், உடற்பயிற்சி செய்வதற்கு, ஊக்குவிப்புத் தொடர்பான விஷயங்களைப் படிப்பதற்கு அல்லது கேட்பதற்கு, புத்தகங்கள் வாசிப்பதற்கு, திட்டமிடுவதற்கு, குடும்பத்தாருடன் செலவிடுவதற்கு போன்ற விஷயங்களுக்கு அவருக்கு தினமும் மூன்று

மணிநேரத்திற்கும் அதிகமாகக் கிடைத்தது. தான் முன்னெப்போதும் இல்லாத அளவுக்கு இப்போது துடிப்பாக இருப்பதாகவும் உத்வேகத்துடன் செயல்படுவதாகவும் அவர் என்னிடம் தெரிவித்தார். பழக்கத்தில் ஏற்படுத்திய ஒரு சிறிய மாற்றம், உற்பத்தித்திறனை அதிகரிக்க உதவுகின்ற விஷயங்களில் நேரத்தைச் செலவழிக்க அவருக்கு ஏகப்பட்ட நேரத்தைப் பெற்றுத் தந்தது.

இப்போது, நம்மை பாதிக்கின்ற மற்றொரு பழக்கத்தைப் பற்றிப் பார்க்கலாம். அளவுக்கதிகமான தொழில்நுட்பப் பயன்பாடுதான் அது. நம்முடைய கவனக்குவிப்பை அது எந்த அளவு பாதிக்கிறது என்பதை நாம் அறிந்திருப்பதில்லை. நம்முடைய வாழ்க்கையை இலகுவாக்குவதற்கும், நம்முடைய உற்பத்தித்திறனை அதிகரிப்பதற்கும் கண்டுபிடிக்கப்பட்டத் தொழில்நுட்பங்கள், அதற்கு நேரெதிரானவற்றையே சாதித்துள்ளன. தொழில்நுட்பங்கள் சிறந்த கருவிகள் என்பதில் சந்தேகமில்லை. ஆனால் வெகுவிரைவில் அவை நம்முடைய எஜமானர்களாக ஆகிவிடுகின்றன.

என்னுடைய வலைத்தளத்தில் உறுப்பினராக இருக்கும் செர்கியோ இவ்வாறு தெரிவித்திருந்தார்: "டிஜிட்டல் தொழில்நுட்பம் என் உற்பத்தித்திறன்மீது இவ்வளவு மோசமான தாக்கத்தை ஏற்படுத்தும் என்று நான் நினைத்திருக்கவில்லை. என்னுடைய அலைபேசியில் நான் எவ்வளவு நேரத்தைச் செலவழித்துக் கொண்டிருக்கிறேன் என்பதைக் கண்டுபிடிப்பதும் அவ்வளவு எளிதாக இருக்கவில்லை. பின் இதற்காக நான் ஒரு செயலியை நிறுவினேன். தினமும் நான்கிலிருந்து ஐந்து மணிநேரம் நான் அதில் வீணடிப்பதையும், குறைந்தது அதை நான் 150 முறை எடுத்துப் பார்ப்பதையும் நான் தெரிந்து கொண்டபோது நான் பெரும் அதிர்ச்சியடைந்தேன்.

பீட்டர் என்ற இன்னோர் உறுப்பினர் இவ்வாறு தெரிவித்திருந்தார்: "என்னுடைய நடத்தை இயல்பானது என்றுதான் நான் நினைத்திருந்தேன். ஆனால் என் வாழ்க்கையை என்னுடைய அலைபேசியும் கணினியும்தான் ஆட்டுவித்துக் கொண்டிருந்தன. நான் இரண்டு நிமிடங்களுக்கு ஒரு முறை மின்னஞ்சல்களைச் சோதித்துக் கொண்டிருந்தேன், ஒரு மணிநேரத்திற்கு ஒரு முறை இணையத்தில் செய்திகளைப் பார்த்துக்

கொண்டிருந்தேன், அடிக்கடிக் குறுஞ்செய்திகளை அனுப்பிக் கொண்டிருந்தேன். இந்த வகையான கவனச்சிதறல்களின் காரணமாக என்னுடைய வாடிக்கையாளர்களோடும் என்னுடைய குடும்ப உறுப்பினர்களோடும் என்னால் ஒன்ற முடியவில்லை. என் முன் இருந்த பல கணினித் திரைகளில் குறைந்தபட்சம் ஐந்து செயலிகளாவது எப்போதும் ஓடிக் கொண்டிருக்கும். தொலைபேசியில் நான் பேசிக் கொண்டிருக்கும்போதே, நான் மேலும் ஐந்தாறு வேலைகளைச் செய்து கொண்டிருப்பேன்."

நல்லவேளையாக இவர்கள் இருவரும் இந்தப் போக்கிலிருந்து விடுபட்டுவிட்டனர். ஊட்டச்சத்துக் குறைவான உணவை அதிக அளவில் உட்கொள்வது எப்படி நம்முடைய உடல் பருமனை அதிகரிக்கிறதோ, அதுபோல, உருப்படாத தகவல்களை நாம் அதிக அளவில் நுகர்கின்றபோது அது நம்முடைய மூளையை பாதிக்கிறது.

சரி, இப்போது உங்கள் முறை. உங்களுடைய குறிப்பேட்டை வெளியே எடுத்து உங்களுடைய முக்கியமான மூன்று இலக்குகளைப் பட்டியலிடுங்கள். இவை ஒவ்வொன்றையும் சீரழிக்கின்ற மோசமான பழக்கங்களையும் அவற்றின் அருகே பட்டியலிடுங்கள்.

பழக்கங்களும் நடத்தைகளும் ஒருபோதும் பொய் பேசுவதில்லை. உங்களுடைய சொல்லுக்கும் செயலுக்கும் இடையே முரண்பாடு இருந்தால், நான் உங்களுடைய செயலையே உண்மை என்று எடுத்துக் கொள்வேன். சுயமுன்னேற்றம்தான் உங்களுடைய முன்னுரிமை என்று முழங்கிவிட்டு, நீங்கள் நூலகத்திற்குச் செல்லாமல் உங்களுடைய வீடியோ விளையாட்டில் மூழ்கியிருந்தால், நான் உங்களுடைய வீடியோ விளையாட்டைத்தான் நம்புவேன். நீங்கள் ஒரு வல்லுனர் என்று கூறிக் கொண்டு, கூட்டங்களுக்குத் தாமதமாகவும் முன்தயாரிப்பு இல்லாமலும் வந்தால், அதை ஏற்றுக் கொள்ள முடியாது. குடும்பம்தான் உங்களுடைய முதல் முன்னுரிமை என்று முழங்கிவிட்டு, உங்களுடைய கால அட்டவணையில் அவர்களுக்கு இடம் ஒதுக்காமல் இருந்தால், உங்களைப் பற்றி என்ன சொல்வது? இங்கு பட்டியலிடப்பட்டிருக்கும் மோசமான நடத்தைகளைப் பாருங்கள். நீங்கள் யார் என்ற உண்மையை அவை புட்டுப் புட்டு வைக்கின்றன. அவை

ஏற்றுக் கொள்ளத்தக்க நடத்தைகளா அல்லது அவற்றை மாற்றிக் கொள்ள வேண்டுமா என்பதைத் தீர்மானிக்க வேண்டிய நபர் நீங்கள்தான்.

அடுத்து, நீங்கள் உங்களுடைய இலக்கை அடைய உங்களுக்குத் தேவைப்படுகின்ற பழக்கவழக்கங்களைப் பட்டியலிடுங்கள்.

இப்பட்டியலில் இடம் பெற்றுள்ளவற்றை வைத்து உங்களை நீங்கள் எடைபோடவோ அல்லது அது குறித்து வருந்தவோ தேவையில்லை. எதில் நீங்கள் மேம்பாடு அடைய வேண்டும் என்பதை அடையாளம் கண்டு கொள்வதுதான் இதன் நோக்கம். உங்களை நான் இதோடு விட்டுவிடப் போவதில்லை. உங்களுடைய மோசமான பழக்கங்களை வேரோடு பிடுங்கியெறிந்துவிட்டு, அந்த இடத்தில் நேர்மறையான, ஆரோக்கியமான, புதிய பழக்கங்களை நடலாம், வாருங்கள்.

மோசமான பழக்கங்களைத் தூக்கியெறிவதற்கான 5 உத்திகள்

நீங்கள் படிப்படியாகக் கற்றுக் கொண்டவைதான் உங்களுடைய பழக்கங்கள். எனவே, அவற்றை உங்களால் துறக்கவும் முடியும். நீங்கள் ஒரு புதிய திசையில் பயணிக்க வேண்டும் என்றால், முதலில், உங்களை இழுத்துப் பிடித்துக் கொண்டிருக்கின்ற மோசமான பழக்கங்களை நீங்கள் களைய வேண்டும். உங்களுடைய நோக்கம் வலுவாக இருப்பது அதற்கு உதவும். அதைச் செய்வதற்கு உங்களுக்குப் புதிய உத்திகள் தேவைப்படும். நான் வெற்றிகரமாகப் பயன்படுத்திக் கொண்டிருக்கின்ற ஐந்து உத்திகளை இப்போது நாம் பார்க்கலாம்.

1. பழக்கத்தை எவை தூண்டுகின்றன என்று கண்டுபிடியுங்கள்

உங்களுடைய மோசமான பழக்கங்களின் பட்டியலை வெளியே எடுங்கள். அவை ஒவ்வொன்றையும் எவை தூண்டிவிடுகின்றன என்று கண்டறியுங்கள். எடுத்துக்காட்டாக,

- குறிப்பிட்ட சில நபர்களுடன் இருக்கும்போதுதான் நீங்கள் குடிக்கத் தொடங்குகிறீர்களா?
- ஒரு நாளின் ஒரு குறிப்பிட்ட நேரத்தில்தான் இனிப்புச் சாப்பிட வேண்டும் என்ற விருப்பம் உங்களுக்குள் தலைதூக்குகிறதா?
- கோபம், மன அழுத்தம், சோர்வு, பதற்றம், சலிப்பு போன்ற எந்த உணர்வுகள் மோசமான பழக்கங்களைத் தூண்டுகின்றன?
- அப்படிப்பட்ட உணர்வை நீங்கள் அனுபவித்துக் கொண்டிருக்கும்போது நீங்கள் எங்கே, யாருடன் இருக்கிறீர்கள் அல்லது என்ன செய்து கொண்டிருக்கிறீர்கள்?
- எந்தச் சூழல்கள் உங்களுடைய மோசமான பழக்கங்களை வெளியே கொண்டு வருகின்றன? அலுவலகத்தில் ஆண்டு இறுதி மதிப்பீட்டுக்கு முன்பாகவா? உங்களுடைய மாமனார் வீட்டுக்குச் செல்லும்போதா? சமூகக் கூட்டங்களில் பங்கு கொள்ளும்போதா? கெடுநாள் நெருங்கும்போதா?
- உங்களுடைய அன்றாட நடவடிக்கைகளைத் தீர அலசுங்கள். காலையில் எழுந்தவுடன் வழக்கமாக நீங்கள் என்ன கூறுகிறீர்கள்? காபி குடிக்கும்போதோ அல்லது மதிய உணவு இடைவேளையின்போதோ நீங்கள் என்ன கூறுகிறீர்கள்? இரவு வீட்டுக்குத் திரும்பிய பிறகு நீங்கள் என்ன கூறுகிறீர்கள்?

உங்களுடைய குறிப்பேட்டைக் கையிலெடுத்து, எவை இப்பழக்கங்களைத் தூண்டுகின்றன என்பதை அதில் குறித்துக் கொள்ளுங்கள். இந்த எளிய நடவடிக்கை, உங்களுடைய மோசமான பழக்கங்கள் குறித்த விழிப்புணர்வை உங்களுக்கு ஏற்படுத்தும்.

2. துடைத்தெறியுங்கள்

நீங்கள் குடியை நிறுத்த விரும்பினால், வீட்டில் ஆங்காங்கே இருக்கும் மதுப்புட்டிகள் அனைத்தையும் தூக்கி வீட்டிற்கு வெளியே எறிந்துவிடுங்கள். மதுக்கோப்பைகளையும் அப்புறப்படுத்திவிடுங்கள். இரவில்

தொலைக்காட்சி பார்ப்பதை நீங்கள் நிறுத்த விரும்பினால், தொலைக்காட்சி நிகழ்ச்சிகளுக்குச் சந்தா கட்டுவதை நிறுத்திவிடுங்கள். நீங்கள் உங்களுடைய செலவுகளைக் குறைக்க விரும்பினால், உங்களுடைய மின்னஞ்சலுக்கு வந்து கொண்டிருக்கின்ற தள்ளுபடிக் கூப்பன்களை நிறுத்துங்கள். நீங்கள் ஆரோக்கியமான உணவை உண்ண விரும்பினால், வீட்டிலிருக்கும் சத்தில்லா உணவுப் பொருட்கள் அனைத்தையும் குப்பைத்தொட்டிக்குள் வீசிவிடுங்கள், மேலும் அவற்றை வாங்காதிருங்கள். மொத்தத்தில், உங்களுடைய மோசமான பழக்கங்களைத் தூண்டுகின்ற அனைத்தையும் தலை முழுகுங்கள்.

3. மாற்று ஒன்றைக் கண்டுபிடியுங்கள்

உங்களுடைய மோசமான பழக்கங்களின் பட்டியலை மீண்டும் ஒருமுறை பாருங்கள். ஆபத்தில்லாத விதத்தில் அவற்றை மாற்ற முடியுமா என்று யோசியுங்கள். அவற்றைத் தூக்கியெறிந்துவிட்டு, அந்த இடத்தில் ஆரோக்கியமான பழக்கங்களை நிலைப்படுத்த முடியுமா என்று யோசியுங்கள். அல்லது அவற்றை ஒரேயடியாகத் தலைமுழுகுவதுதான் ஒரே வழியா?

சாப்பிட்டு முடித்தப் பின் ஏதேனும் ஓர் இனிப்புப் பதார்த்தத்தை வாயில் போட்டுக் கொள்ளும் பழக்கம் முன்பு எனக்கு இருந்தது. வீட்டில் ஐஸ்கிரீம் இருந்தால், அதை நன்றாக ஒரு வெட்டு வெட்டிவிடுவேன். அது கிட்டத்தட்ட 1200 கலோரிகள் இருக்கும். அதனால் அதற்கு பதிலாக நான் ஒரு சாக்லெட்டை உட்கொண்டேன். அது 50 கலோரிகள் மட்டுமே இருந்தது. ஆனால் இன்றுவரை, சாப்பிட்டப் பின்பு இனிப்பைச் சாப்பிடுகின்ற பழக்கம் மட்டும் மாறவில்லை.

என் மனைவியின் தங்கைக்குத் தொலைக்காட்சி பார்க்கும்போது சிப்ஸ் சாப்பிடும் பழக்கம் இருந்தது. தான் என்ன சாப்பிட்டுக் கொண்டிருக்கிறோம் என்ற பிரக்ஞையின்றி ஒரு பெரிய சிப்ஸ் பாக்கெட்டை அவர் காலி செய்துவிடுவார். வாயில் கரகரவென்று ஏதோ ஒன்றை மெல்ல வேண்டும் என்ற உணர்வுதான் தனக்கு இருந்தது என்பதையும் அது சிப்ஸாகத்தான் இருக்க

வேண்டும் என்ற அவசியமில்லை என்பதையும் அவர் கண்டு கொண்டவுடன், சிப்ஸுக்கு பதிலாகக் கேரட்டைச் சாப்பிடத் தொடங்கினார். ஒரு மோசமான பழக்கத்தை ஒரு நல்ல பழக்கத்தைக் கொண்டு அவர் இட்டு நிரப்பிவிட்டார்.

என் ஊழியர்களில் ஒருவர் தினமும் எட்டு பாட்டில்கள் குளிர்பானங்களைக் குடித்து வந்தார். அதை நிறுத்திவிட்டு, சோடாவுடன் எலுமிச்சையைக் கலந்து குடிக்குமாறு நான் அவருக்குப் பரிந்துரைத்தேன். ஒரு மாதத்திற்குப் பிறகு, தனக்கு சோடா தேவையில்லை, வெறும் தண்ணீரே போதும் என்ற முடிவுக்கு அவர் வந்துவிட்டார்.

நீங்களும் உங்களுடைய மோசமான பழக்கம் தொடர்பாகப் பல்வேறு மாற்றுகளை முயற்சி செய்து பாருங்கள்.

4. படிப்படியாக நீக்குதல்

நான் பசிபிக் கடற்கரையோரம் வசித்து வருகிறேன். அதனால் நேரம் கிடைக்கும்போதெல்லாம் நான் கடலுக்குள் இறங்கிவிடுவேன். ஆனால் எப்போதும் முதலில் முழங்கால் அளவு நீரில் நின்றுவிட்டு, படிப்படியாக நீர் என் இடுப்பு, மார்பு என்று உயர்ந்த பிறகுதான் முழுமையாக மூழ்குவேன். ஒரு சிலர் நேராக ஓடி வந்து கடலுக்குள் குதித்துவிடுவார்கள். ஆனால் நான் எப்போதும் மெதுவாகத்தான் அதில் இறங்குவேன். ஒருவேளை என் குழந்தைப்பருவத்தில் எனக்கு ஏற்பட்டிருந்த வேதனைமிக்க அனுபவத்தின் காரணமாக இப்பழக்கம் எனக்குள் தோன்றியிருக்கலாம். உங்களிடம் நீண்ட நாட்களாகப் படிந்திருக்கும் ஒரு மோசமான பழக்கத்தைக் களைய, படிப்படியாக நீக்குகின்ற இந்த முறை உதவும்.

நான் ஒரு காபி பிரியன். ஒரு சில ஆண்டுகளுக்கு முன்பு, நான் அப்பழக்கத்தை நிறுத்த முடிவு செய்தேன். உடனடியாக நிறுத்தாமல், ஒரு வாரம் வெறும் 50 சதவீத காஃபெயின் மட்டுமே இருந்த காபியைக் குடித்தேன். அதற்கு அடுத்த வாரம், காஃபெயினே இல்லாத காபிக்கு நான் மாறினேன். அதற்கடுத்த வாரம் நான் தேநீருக்கு மாறினேன். ஒரு மாதத்திற்குப் பிறகு நான் பசுந்தேநீருக்கு மாறினேன். அதனால், திடீரென்று காபியை நிறுத்தினால்

ஏற்படக்கூடிய தலைவலி, சோர்வு போன்ற எதுவும் எனக்கு ஏற்படவில்லை.

5. ஒட்டுமொத்தமாக மாற்றுதல்

நாம் ஒவ்வொருவரும் வெவ்வேறானவர்கள். ஒருசிலருக்கு, தங்களுடைய அனைத்து மோசமான பழக்கங்களையும் ஒரேயடியாக மாற்றிவிடுவது பொருத்தமாக இருக்கும் என்று சில ஆய்வுகள் தெரிவிக்கின்றன. சிலருக்கு இது சிறப்பாக வேலை செய்வதாகவும் கண்டுபிடிக்கப்பட்டுள்ளது. பல ஆண்டுகளாக இருந்து வந்த பழக்கங்களை அவர்கள் ஒரே இரவில் தலை முழுகிவிட்டிருந்தனர். இது எல்லோருக்கும் பலனளிக்காது. இந்த உத்தி உங்களுக்கு வேலை செய்கிறதா என்று நீங்கள்தான் சோதித்துப் பார்க்க வேண்டும்.

நான் சிறுவனாக இருந்தபோது, ஒரு முறை ஒரு விடுமுறைக்கு வடக்குக் கலிபோர்னியாவில் ஓர் ஏரிக்கு அருகிலிருந்த இடத்தில் நாங்கள் முகாமிட்டிருந்தோம். அந்த ஏரியின் நீர் நேரடியாகப் பனிப்பாறைகளிலிருந்து வந்து கொண்டிருந்ததால், நீர் மிகவும் குளிராக இருந்தது. நாங்கள் அங்கு தங்கியிருந்த நாட்கள் அனைத்திலும் என் எப்பா என்னை நீர்ச் சறுக்கு விளையாடக் கட்டாயப்படுத்துவார். எனக்கு நீர்ச் சறுக்கு விளையாடப் பிடிக்கும். ஆனால் அந்தக் குளிரான நீரைப் பிடிக்காது.

சில நாட்கள் அவர் என்னை அந்த ஏரிக்குள் தூக்கி வீசிவிடுவார். அக்குளிரில் நான் வெடவெடத்துப் போவேன். ஆனால் அது எனக்குப் புத்துணர்ச்சியைக் கொடுத்தது என்பதை மறுக்க முடியாது. அக்குளிரைவிட அதில் இறங்க வேண்டுமே என்ற எண்ணம்தான் என்னை அதிகமாக வாட்டியது.

சில நேரங்களில், தயங்கிக் கொண்டிருப்பது பயன் தராது. தடாலென்று குதித்துவிடுவது சிறந்த பயனை அளிக்கும்.

என் நண்பர்களில் ஒருவர் பீர் குடித்துத் தள்ளுவார். அவர் மதிய உணவோடு குடிப்பார், இரவு உணவோடு குடிப்பார், படுப்பதற்கு முன்பு குடிப்பார், வார இறுதி முழுவதும் குடித்துக் கொண்டே இருப்பார். ஒரு முறை அவர் தன் கல்லூரித் தோழன் ஒருவனின் திருமணத்திற்குச்

சென்றபோது அந்த நண்பனின் பத்து வயது மூத்த அண்ணனை அங்கு சந்தித்தார். அவர் இவரைவிட இளமையாகவும் துடிப்பாகவும் இருந்ததைக் கண்ட என் நண்பர் அக்கணத்திலிருந்து குடியை நிறுத்த முடிவு செய்தார். அச்சம்பவம் நடந்து பதினைந்து ஆண்டுகள் இருக்கும். ஆனால் இன்றுவரை மதுவின் பக்கம் அவர் போவதில்லை.

உங்களுடைய பழக்கங்கள் மோசமானவையா என்று சோதியுங்கள்

நம்முடைய பழக்கங்கள் மிதமானவையாக இருக்கும்வரை அவற்றால் ஒரு பிரச்சனையும் இல்லை. ஆனால் ஒரு மோசமான பழக்கம் உங்கள்மீது ஆதிக்கம் செலுத்தத் தொடங்குகிறது என்பதை எப்படிக் கண்டுபிடிப்பது? சோதிப்பதுதான் அதற்கு ஒரே வழி என்று நான் கருதுகிறேன். என்னுடைய மோசமான பழக்கங்கள் என்னென்ன என்று எனக்குத் தெரியும். ஒரு மாதத்திற்கு ஒரு முறை நான் அப்பழக்கங்களை முற்றிலுமாக நிறுத்திப் பார்ப்பேன். ஐஸ்கிரீம் சாப்பிடுவது, காபி மற்றும் ஒயின் அருந்துவது, திரைப்படங்கள் பார்ப்பது போன்றவற்றை நான் என்னுடைய பலவீனப் பழக்கங்களாகக் கருதுகிறேன். ஐஸ்கிரீம் பழக்கத்தைக் கட்டுக்குள் கொண்டு வர நான் மேற்கொண்ட முயற்சிகளைப் பற்றி நான் ஏற்கனவே கூறியிருக்கிறேன். நான் என்னுடைய மோசமான மனநிலையை மறப்பதற்காக ஒருபோதும் ஒயினைக் குடிப்பதில்லை, மாறாக, ஒரு சிறந்த நாளைக் கொண்டாடுவதற்குத்தான் நான் குடிக்கிறேன்.

மூன்று மாதங்களுக்கு ஒரு முறை நான் என்னுடைய பலவீனப் பழக்கங்களில் ஒன்றை எடுத்துக் கொண்டு ஒரு மாதம் அதன் பக்கம் தலைவைத்துக்கூடப் படுக்க மாட்டேன். என்மீது எனக்குக் கட்டுப்பாடு இருக்கிறது என்பதை எனக்கு நானே நிரூபித்துக் கொள்வது எனக்கு மிகவும் பிடிக்கும். நீங்களும் இதை முயற்சி செய்து பார்க்கலாம். நீங்கள் மிதமாக ஈடுபட்டிருக்கின்ற ஒரு பழக்கத்தை எடுத்துக் கொள்ளுங்கள். ஆனால் அது உங்களைக் கட்டுப்படுத்திக் கொண்டிருக்கிறதா என்பதை

அறிந்து கொள்ள ஒரு மாதத்திற்கு அதை அறவே நிறுத்திப் பாருங்கள். அதை நிறுத்துவது உங்களுக்குக் கடினமானதாக இருந்தால், அது ஒரு மோசமான பழக்கம் என்பதை உங்களால் கண்டு கொள்ள முடியும். பின்னர் அதை அடியோடு நிறுத்துவதற்குத் தேவையான காரியங்களில் நீங்கள் இறங்கலாம்.

நல்ல பழக்கங்களை உருவாக்கிக் கொள்வதற்கான ஆறு உத்திகள்

நீங்கள் உங்களுடைய மோசமான பழக்கங்களைக் களைவதற்கு நான் ஒரு வழியைக் காட்டியிருப்பதால், உங்களுடைய இலக்கை நோக்கி உங்களை அழைத்துச் செல்ல உதவுகின்ற நல்ல பழக்கங்களை உருவாக்கிக் கொள்ள உதவுகின்ற நடத்தைகள், தேர்ந்தெடுப்புகள் போன்றவற்றில் இனி நாம் கவனம் செலுத்தலாம். மோசமான பழக்கங்களைக் களைவது என்பது உங்களுடைய அன்றாட நடைமுறையிலிருந்து ஒரு பழக்கத்தைக் கைவிடுவதாகும். ஆனால் ஒரு புதிய பழக்கத்தை உருவாக்கிக் கொள்வதற்கு உங்களுக்கு முற்றிலும் புதிய திறன்கள் தேவைப்படும். அதாவது, நீங்கள் ஒரு விதையை ஊன்றி, அதற்கு நீரூற்றி, உரமிட்டுப் பராமரித்து, அது நன்றாக வேர்பிடித்து வளர்கிறதா என்று பார்க்க முயல்கிறீர்கள். அதற்கான உத்திகளை இப்போது நாம் பார்க்கலாம்.

"நீங்கள் உங்களுடைய வாழ்க்கையில் தினமும் செய்து வருபவற்றை நீங்கள் மாற்றாதவரை, உங்களால் உங்களுடைய வாழ்க்கையை ஒருபோதும் மாற்ற முடியாது. உங்களுடைய வெற்றியின் இரகசியம் உங்களுடைய அன்றாட நடவடிக்கைகளில் புதைந்துள்ளது," என்று ஜான் சி. மேக்ஸ்வெல் கூறியுள்ளார். முந்நூறு முறை ஒன்றைத் திரும்பத் திரும்பச் செய்தால்தான் ஒரு புதிய நடவடிக்கையை ஓர் அனிச்சையான பழக்கமாக மாற்ற முடியுமென்று ஆய்வுகள் தெரிவிக்கின்றன. அதாவது, நீங்கள் அதைக் கிட்டத்தட்ட ஓராண்டு காலம் தினமும் செய்து வர வேண்டும். ஆனால் ஒரு புதிய பழக்கத்தின்மீது மூன்று வாரங்கள் தீவிரமாக கவனத்தைக் குவித்தால், அதை வாழ்நாள் முழுவதும் நீடிக்கின்ற ஒரு பழக்கமாக ஆக்கிக்

கொள்ள முடியும் என்பதை நாம் ஏற்கனவே பார்த்தோம்.

உண்மை என்னவென்றால், உங்களால் ஒரு புதிய பழக்கத்தை ஒரு நொடியில்கூட உருவாக்கிக் கொள்ள முடியும். அதே நேரம், பத்து ஆண்டுகள் முயற்சித்தும் அது உங்களுக்குக் கைகூடி வராமலும் போகலாம். முதன்முறை நீங்கள் சூடான அடுப்பைத் தொட்டவுடன் உங்களுக்குத் தெரியும் அது ஒருபோதும் ஒரு பழக்கமாக ஆகாது என்பது! ஏனெனில், அந்த அனுபவம் கொடுத்திருந்த வலியும் அதிர்ச்சியும் உங்களுடைய பிரக்ஞையை முற்றிலுமாக மாற்றிவிட்டது. அதனால், நீங்கள் உங்களுடைய வாழ்நாள் முழுவதும் சூடான அடுப்பின் அருகில் இருக்கும்போது மிகவும் கவனமாக இருப்பீர்கள்.

பிரக்ஞையுடன் இருத்தல்தான் இங்கு எல்லாவற்றையும்விட முக்கியம். நீங்கள் ஒரு நல்ல பழக்கத்தைத் தக்கவைத்துக் கொள்ள விரும்பினால், தினமும் அது குறித்து ஒரு முறையாவது கவனம் செலுத்த வேண்டும்.

இப்போது நாம் நல்ல பழக்கங்களை உருவாக்கிக் கொள்வதற்கான 6 உத்திகளைப் பார்க்கலாம்.

1. வெற்றி பெறுவதற்கு ஏற்ற விதத்தில் பழக்கங்களை வடிவமைத்துக் கொள்ளுங்கள்

எந்தவொரு புதிய பழக்கமும் உங்களுடைய வாழ்க்கைமுறையோடு ஒத்துப் போவதாக இருக்க வேண்டும். நீங்கள் வசிக்குமிடத்திலிருந்து இருபது மைல்கள் தள்ளி இருக்கின்ற ஓரிடத்திலிருக்கின்ற உடற்பயிற்சி மையம் ஒன்றில் நீங்கள் சேர்ந்தால், கண்டிப்பாக நீங்கள் அங்கு தொடர்ந்து செல்ல மாட்டீர்கள். அதற்கு பதிலாக, நீங்கள் உங்கள் வீட்டுக்கு அருகே இருக்கும் உடற்பயிற்சி மையத்தில் சேர்கிறீர்கள் என்று வைத்துக் கொள்வோம். நீங்கள் இரவில் வேலை பார்ப்பதை விரும்பும் நபராக இருந்து, அந்த மையம் மாலை ஆறு மணிக்கு மூடிவிடுவதாக இருந்தாலும் அதை உங்களால் திறமையாகப் பயன்படுத்த முடியாது. நீங்கள் சேர விரும்புகின்ற உடற்பயிற்சி மையம் நீங்கள் போய்வரக்கூடிய தூரத்தில் இருக்க வேண்டும், அது உங்களுடைய அன்றாட நடவடிக்கைகளுக்குள்

பொருந்துவதாகவும் இருக்க வேண்டும். அப்போதுதான் அதை ஒரு பழக்கமாக உங்களால் ஆக்கிக் கொள்ள முடியும். நீங்கள் உங்கள் உடல் எடையைக் குறைக்க விரும்புவதாக வைத்துக் கொள்வோம். அப்போது நீங்கள் உங்களுடைய ஃபிரிட்ஜை ஆரோக்கியமற்ற உணவுப் பதார்த்தங்களால் நிரப்பி வைக்கக்கூடாது. வெளியே நொறுக்குத் தீனி சாப்பிடக்கூடாது. அதற்கு பதிலாக, கலோரிகள் இல்லாத, புரதச் சத்துகளால் நிறைந்திருக்கும் உணவுப் பதார்த்தங்களை நீங்கள் உண்ணலாம்.

அளவுக்கு மீறி மின்னஞ்சல்களைப் பார்ப்பது என்னுடைய மோசமான பழக்கங்களில் ஒன்று. எனக்கு ஏகப்பட்ட மின்னஞ்சல்கள் வந்து குவியும். நான் கவனமாகவும் ஒழுங்குமுறையுடனும் இல்லாவிட்டால், நான் தினந்தோறும் பல மணிநேரத்தை இதில் இழக்க நேரிட்டுவிடும். அதனால் ஒரு நாளைக்கு மூன்று முறை மட்டுமே மின்னஞ்சல்களைப் பார்ப்பது என்ற புதிய பழக்கத்தை நான் உருவாக்கிக் கொண்டேன். மற்ற நேரங்களில் நான் அதை அணைத்து வைத்துவிடுவேன். மின்னஞ்சல் வந்துள்ளதைத் தெரிவிக்கும் அறிவிப்புகளையும் நான் அப்புறப்படுத்திவிட்டேன். சுருக்கமாகச் சொல்ல வேண்டுமென்றால், என்னுடைய நேர விரயத்தைச் சுற்றி நான் ஒரு சுவரை எழுப்பிக் கொண்டேன்.

2. கூட்டல் உதவும், கழித்தல் உதவாது

தொலைக்காட்சி நிகழ்ச்சி நடத்தி வருகின்ற மான்டெல் வில்லியம்ஸிடமிருந்து நான் ஒரு முக்கிய உத்தியைக் கற்றுக் கொண்டேன். மல்டிபிள் ஸ்கிளிரோசிஸ் என்ற வியாதியால் அவர் அவதிப்பட்டு வந்தார். அதனால் அவர் உணவுக் கட்டுப்பாட்டில் மிகவும் தீவிரமாக இருப்பார். அதற்கு அவர் “சேர்க்கைக் கொள்கை” என்று பெயரிட்டிருந்தார்.

“உங்களுடைய உணவிலிருந்து நீங்கள் விலக்க வேண்டியிருப்பவற்றில் உங்களுடைய கவனத்தைக் குவிப்பதற்கு பதிலாக, அதில் சேர்க்க முடிகின்றவற்றில் கவனத்தைக் குவித்தால் நீங்கள் வெற்றி பெறுவதற்கு வாய்ப்புகள் அதிகம்,” என்று அவர் கூறினார். இது கிட்டத்தட்ட அவருடைய வாழ்க்கையின் தத்துவமாகவே

மாறிப் போய்விட்டது. தான் உண்ணக்கூடாத பர்கர்கள், சாக்லெட் போன்றவற்றைக் குறித்து யோசிப்பதற்கு பதிலாக, தான் சாப்பிடக்கூடிய காய்கறிகளையும் பழங்களையும் குறித்து அவர் யோசித்தார். அது அவருக்கு நல்ல பலனை அளித்தது.

என்னுடைய நண்பர்களில் ஒருவன் தொலைக்காட்சியில் அளவுக்கதிகமாக நேரத்தைச் செலவழிப்பதைக் குறைத்துக் கொள்ள விரும்பினான். நான் அவனிடம், “உனக்கு மூன்று மணிநேரம் கூடுதலாகக் கிடைத்தால், அதை நீ எவ்வாறு செலவழிப்பாய்?” என்று கேட்டேன். “நான் என் குழந்தைகளுடன் விளையாடுவேன்,” என்று அவன் கூறினான். அவன் எப்போதும் விரும்பி வந்திருந்த பொழுதுபோக்கு ஒன்றைத் தேர்ந்தெடுத்துக் கொள்ளும்படி நான் அவனிடம் பரிந்துரைத்தேன். அவன் புகைப்படம் எடுப்பதைத் தேர்ந்தெடுத்தான். அவன் தொழில்நுட்பத்தில் கைதேர்ந்தவனாக விளங்கியதால், புகைப்பட எடிட்டிங் தொடர்பான சாதனங்கள் சிலவற்றை வாங்கினான். அவன் தன் குழந்தைகளுடன் நேரத்தைச் செலவழித்தபோது அதைப் புகைப்படம் எடுத்து, அதை எடிட் செய்வதில் மும்முரமாக ஈடுபட்டான். பின் தான் தொகுத்தவற்றைத் தன் குடும்பத்தாருக்குப் போட்டுக் காட்டினான். அது எல்லோரையும் மகிழ்வித்தது. தொலைக்காட்சி முன்பாக உட்கார்ந்திருக்க வேண்டும் என்ற ஆர்வம் இப்போது அவனிடம் துளிகூட இல்லை. ஒரு புதிய பழக்கத்தை வளர்த்துக் கொண்டதன் மூலம் அவன் ஒரு மோசமான பழக்கத்தைக் களைந்தான்.

இதுபோல உங்களுடைய வாழ்க்கையில் உங்களால் என்ன செய்ய முடியும் என்று யோசியுங்கள்.

3. பொறுப்புணர்வு

பொது வாழ்க்கையில் பங்கேற்கின்ற நபர்கள் உறுதிமொழி எடுத்துக்கொள்வதை நீங்கள் பார்த்திருப்பீர்கள். பலர் முன்னிலையில் அப்படி உறுதிமொழி எடுத்துக் கொண்டவர்கள், அதைத் தாங்கள் மீறினால், அதற்குத் தாங்கள் பொறுப்பேற்க வேண்டியிருக்கும் என்பதை அறிவர்.

நீங்கள் ஒரு புதிய பழக்கத்தை உறுதி செய்து கொள்ள விரும்புகிறீர்களா? பொதுவெளியில் அதைப் பலருக்குத் தெரியப்படுத்துங்கள். இப்போது சமூக ஊடகங்கள் பல்கிப் பெருகியுள்ளதால் இது எளிது. தன் செலவுகளைச் சுருக்கிக் கொள்ள விரும்பிய ஒரு பெண், தான் செய்கின்ற அனைத்துச் செலவுகளையும் ஒரு வலைப்பூவாக தினமும் பதிவிட்டு வந்தாள். அவளுடைய குடும்பத்தார், உறவினர்கள், நண்பர்கள் போன்ற பலரும் அவள் எதற்கெல்லாம் செலவு செய்தாள் என்பதை கவனித்து வந்தனர். பல கண்கள் தன்னை கவனித்துக் கொண்டிருக்கின்றன என்ற உணர்வால் அவளுடைய பொறுப்புணர்ச்சி கூடியது. அது தன்னுடைய செலவுகள்மீது கட்டுப்பாடு கொள்ள அவளுக்கு உதவியது.

ஒரு முறை என்னுடைய சக ஊழியர் மார்க் தன்னுடைய புகைப்பழக்கத்தை விட்டுவிட முடிவு செய்தார். நான் உடனே என் சக ஊழியர்கள் அனைவரையும் அழைத்து, "இன்று முதல் மார்க் புகைபிடிப்பதை நிறுத்தப் போகிறான். எல்லோரும் கை தட்டுங்கள்!" என்று பகிரங்கமாக அறிவித்தேன். அவனுடைய அலுவலகத் தடுப்புச் சுவரின் வெளிப்புறம் நான் ஒரு பெரிய மாத நாட்காட்டியை ஒட்டி வைத்தேன். அவன் புகைபிடிக்காத நாட்களில் அந்த நாட்காட்டியில் அவற்றுக்குரிய கட்டங்களில் அவன் ஒரு 'எக்ஸ்' கோடு போட வேண்டும் என்று ஏற்பாடு செய்யப்பட்டது. அதில் எக்ஸ் போடப்பட்டிருந்தால் அவனை மற்ற ஊழியர்கள் பாராட்டி ஊக்குவித்தனர். தன்னையும் தன் சக ஊழியர்களையும் ஏமாற்றத்திற்கு உள்ளாக்க விரும்பாத மார்க், இறுதியில் புகைபிடிக்கும் பழக்கத்தைக் கைவிட்டான்.

நீங்கள் உங்களுடைய புதிய பழக்கத்தைப் பறையறிவியுங்கள், உங்கள் குடும்பத்தாரிடம் கூறுங்கள், உங்கள் நண்பர்களுக்குத் தெரிவியுங்கள், ஃபேஸ்புக்கில் பதிவிடுங்கள்.

4. வெற்றிக் கூட்டாளி ஒருவரைக் கண்டுபிடியுங்கள்

இரண்டு பேர் கைகோர்த்துக் கொண்டு ஒரே இலக்கை நோக்கி நடைபோடுவதில் நிறைய அனுகூலங்கள் இருக்கின்றன. நீங்கள் ஒரு புதிய பழக்கத்தை உருவாக்கிக்

கொள்ள முயலும்போது, அதைக் கண்காணிப்பதற்கு வேறொருவரைக் கூட்டாளியாகச் சேர்த்துக் கொள்ளுங்கள். பதிலுக்கு அவருடைய பழக்கம் ஒன்றைக் கண்காணிக்க நீங்கள் முன்வாருங்கள். இது உங்களுடைய பழக்கத்தின் வெற்றி வாய்ப்பைப் பெருமளவுக்கு அதிகரிக்கும். நானும் அது போன்ற ஒரு கூட்டாளியை வைத்துள்ளேன். ஒவ்வொரு வெள்ளியன்றும் காலை பதினோரு மணிக்கு நாங்கள் தவறாமல் தொலைபேசியில் அரை மணிநேரம் உரையாடுவோம். அப்போது நாங்கள் அந்த வாரத்தில் எங்களுக்குக் கிடைத்த வெற்றிகள், தோல்விகள் போன்றவற்றை ஒருவரோடு ஒருவர் பகிர்ந்து கொள்வோம். ஒருவரிடமிருந்து மற்றொருவர் பின்னூட்டக்கருத்துகளையும் கேட்டுப் பெறுவோம்.

நீங்களும் உங்கள் வாழ்க்கையில் இப்படிப்பட்ட ஒரு வெற்றிக் கூட்டாளியைக் கண்டுபிடியுங்கள்.

5. தோழமையுணர்வுடனான போட்டி

ஒரு புதிய பழக்கத்தை உருவாக்கிக் கொள்வதில் தோழமையுணர்வுடன்கூடிய ஒரு போட்டி நல்ல பலனளிக்கும். இதை நான் ஓர் எடுத்துக்காட்டுடன் விளக்குகிறேன். கடந்த ஆண்டு கோடையின்போது நான் என்னுடைய வலைத்தளத்திலுள்ள மூன்றரை இலட்சம் உறுப்பினர்களுக்காக ஒரு சவாலை அறிவித்திருந்தேன். அடுத்த முப்பது நாட்களுக்கு அவர்கள் தினந்தோறும் ஒரு மைல் தூரம் ஓட வேண்டும் என்பதுதான் அந்தச் சவால். அதற்கு நான் 'ரேவன் ஓட்டச் சவால்' என்று பெயரிட்டிருந்தேன். ராபர்ட் ரேவன் கிராஃப்ட் என்ற மிகப் பிரபலமான ஓட்டக்காரர், மயாமியின் தெற்குக் கடற்கரையில், கடந்த நாற்பத்தைந்து ஆண்டுகளாக ஒருநாள்கூட விடாமல் தினந்தோறும் எட்டு மைல்கள் ஓடியிருந்தார். மழை, இடி, புயல், காலில் சிராய்ப்பு, எலும்பு முறிவு, பயங்கரக் குளிர் காய்ச்சல் போன்ற எதுவும் அவருடைய ஓட்டத்தைத் தடுக்கவில்லை. நான் இதை எழுதிக் கொண்டிருக்கும்போது அவர் இன்னமும் தொடர்ந்து ஓடிக் கொண்டிருக்கிறார்.

ரேவனால் தினமும் எட்டு மைல்கள் ஓட முடியும்

என்றால் என் உறுப்பினர்களால் ஏன் ஒரு மைல் ஓட முடியாது என்று நான் எண்ணினேன். ஆனாலும், ஒரு பத்து சதவீதத்தினர் அதைச் செய்து முடித்தால் பெரிய விஷயம் என்று நான் நினைத்திருந்தேன். தொடர்ச்சியாக ஒரு காரியத்தில் ஈடுபடுவது மனிதர்களுக்கு எப்போதுமே பெரும் சவாலாக இருந்து வந்துள்ளது. ஆனால் இங்கு நான் தோழமையுணர்வுடன்கூடிய போட்டி மனப்பான்மையைக் கணக்கில் எடுத்துக் கொள்ளத் தவறியிருந்தேன். இறுதியில், நான் எதிர்பார்த்திருந்ததைவிட மூன்று மடங்கு அதிகமான நபர்கள் அந்த ஓட்டச் சவாலில் வெற்றி பெற்றிருந்தனர்.

ஆனால் போட்டி முடிந்த ஒரு மாதத்திற்குப் பிறகு அதில் கலந்து கொண்டிருந்தவர்களில் அறுபது சதவீதத்தினர் அதிலிருந்து விலகியிருந்தனர். சில மாதங்கள் கழித்து நான் மீண்டும் ஒரு போட்டியை அறிவித்தபோது, அதில் கலந்து கொண்டவர்களின் எண்ணிக்கை மீண்டும் பழைய அளவை எட்டியது.

இதைப் போன்ற ஒன்றை நீங்களும் உங்களுடைய நண்பர்கள், சக ஊழியர்கள் மற்றும் பிற குழுவினருடன் ஏன் முயற்சி செய்து பார்க்கக்கூடாது? நீங்கள் ஏன் உங்களுடைய புதிய பழக்கத்தைப் போட்டியுணர்வைக் கொண்டு தூண்டிவிடக்கூடாது?

6. கொண்டாடுங்கள்!

வேடிக்கை எதுவுமில்லாமல் எப்போதும் வேலை பார்த்துக் கொண்டிருந்தாலும் அலுத்துவிடும். உங்களுடைய பயணத்தின் இடையிடையே அவ்வப்போது வெற்றியைக் கொண்டாட நீங்கள் நேரம் ஒதுக்கிக் கொள்ள வேண்டும். எந்தவிதமான பயனையும் அறுவடை செய்யாமல் எப்போதும் தியாகம் செய்து கொண்டிருந்தால் அது அலுத்துவிடும். தினந்தோறும், வாரந்தோறும் அல்லது மாதந்தோறும் சிறுசிறு வெகுமதிகளை உங்களுக்கு நீங்களே வழங்கி கொள்ள வேண்டும். வெளியே ஆசுவாசமாக நடந்துவிட்டு வருவது, வேடிக்கைக்காக எதையாவது படிப்பது, ஒரு திரைப்படம் பார்ப்பது போன்ற சிறிய விஷயங்களாக அவை இருக்கலாம். பெரிய மைல்கற்களை நீங்கள் கடக்கும்போது ஓரளவு பெரிய வெகுமதிகளை

உங்களுக்கு நீங்களே வழங்கிக் கொள்ளலாம். உங்களுக்குப் பிடித்த உணவகம் ஒன்றில் உணவருந்தப் போவது, ஒரு சிறிய உல்லாசப் பயணத்திற்குச் செல்வது போன்றவை இதில் அடங்கும். இறுதியில், நீங்கள் வானவில்லைத் தொடும்போது உங்களுக்கு நீங்களே ஒரு பெரிய பரிசை அளித்துக் கொள்ளப் போவதாக உறுதியெடுத்துக் கொள்ளுங்கள்.

மாற்றம் கடினம்தான்

அனைத்து வெற்றியாளர்களும் 99 சதவீதத் தோல்வியாளர்களும் ஒரு விஷயத்தில் ஒத்துப் போகின்றனர். ஒரே விஷயத்தை மீண்டும் மீண்டும் செய்வதை வெறுப்பதுதான் அது. வெற்றியாளர்கள் தோல்வியாளர்களிடமிருந்து இதில் ஒரே ஒரு விதத்தில் வேறுபடுகின்றனர். ஒரே விஷயத்தை மீண்டும் மீண்டும் செய்வதை அவர்கள் வெறுத்தாலும் அவர்கள் அதைச் செய்து முடித்துவிடுகின்றனர் என்பதுதான் அது. மாற்றம் கடினமானதுதான். அதனால்தான் பெரும்பாலான மக்கள் தங்களுடைய மோசமான பழக்கங்களை மாற்றிக் கொள்ள முடியாமல் தவிக்கின்றனர், எண்ணற்றோர் ஆரோக்கியமில்லாமலும் மகிழ்ச்சியற்றும் இருக்கின்றனர்.

மாற்றம் எளிதானதாக இருந்தால் எல்லோருமே அதைச் செய்துவிடுவர். அப்போது அசாதாரணமான வெற்றியைச் சாதிப்பது உங்களுக்கும் எனக்கும் கடினமாகிவிடும். சாதாரணம் எளிதானது, ஆனால் அசாதாரணம்தான் உங்களைத் தனித்துவப்படுத்துகிறது.

ஏதாவது ஒன்று கடினமாக இருந்தால் நான் மகிழ்ச்சியடைவேன். ஏன் தெரியுமா? பெரும்பாலானவர்கள் அதைச் செய்ய முன்வர மாட்டார்கள் என்பதுதான் அதற்குக் காரணம். டாக்டர் மார்ட்டின் லூதர் கிங் இதை மிக அழகான வார்த்தைகளில் இவ்வாறு கூறியிருக்கிறார்: "ஒரு மனிதன் சௌகரியமான, வசதியான கணங்களில் எங்கே நிற்கிறான் என்பதை வைத்து அல்லாமல், சவாலான கணங்களில் அவன் எங்கு நிற்கிறான் என்பதை வைத்தே அவன் எடைபோடப்படுகிறான்." சிரமம், சலிப்பு, இன்னல் ஆகியவை இருந்தும் நீங்கள் முன்னேறிச்

செல்கின்றபோதுதான், நீங்கள் போட்டியாளர்களை விஞ்சுகிறீர்கள். உங்கள் பாதை கரடுமுரடாக இருந்தால் இருந்துவிட்டுப் போகட்டும். தொடர்ந்து பீடுநடை போடுங்கள். கூட்டு விளைவு உங்களுக்குப் பிரமாதமாக வெகுமதியளிக்கும்.

பொறுமையைக் கடைபிடியுங்கள்

மோசமான பழக்கங்களைக் களைந்துவிட்டு அங்கே புதிய பழக்கங்களைக் கொலுவேற்ற நீங்கள் விரும்பினால், நீங்கள் பொறுமையாக இருக்க வேண்டும். முப்பது நாற்பது ஆண்டுகள் உங்களோடு ஊறிப் போயுள்ள பழக்கங்களை மாற்ற நீங்கள் முயலும்போது, நீடித்து நிலைத்திருக்கும் விளைவுகளை உருவாக்க நீண்ட காலமும் நிறைய முயற்சியும் கண்டிப்பாகத் தேவைப்படும். மீண்டும் மீண்டும் செய்யப்படுகின்ற காரியங்களும் மீண்டும் மீண்டும் எண்ணப்படுகின்ற எண்ணங்களும் மூளையில் மெல்லிய நரம்பணுப் பள்ளங்களை ஏற்படுத்துகின்றன என்று அறிவியல் கூறுகிறது. நல்ல வேளையாக, மூளையானது மாற்றத்திற்கு ஏற்றதாக இருக்கிறது. மோசமான பழக்கங்களுக்கு நாம் அளிக்கின்ற கவனத்தை நாம் நிறுத்திவிட்டால், அப்பழக்கங்களுக்குரிய நரம்பணுப் பள்ளங்கள் பலவீனமடையும். புதிய பழக்கங்களை நாம் மீண்டும் மீண்டும் செய்கின்றபோது, புதிய நரம்பணுப் பள்ளங்கள் ஏற்படுகின்றன.

ஆனால் இவற்றை உருவாக்க நீண்ட காலம் பிடிக்கும். அதனால் பொறுமையாக இருங்கள். நீங்கள் கடைபிடித்து வருகின்ற புதிய பழக்கத்தில் தடை ஏற்பட்டால், அது குறித்துப் பெரிதாக அலட்டிக் கொள்ளாமல் மீண்டும் அதைத் தொடருங்கள். அது ஒரு பெரிய பிரச்சனையே அல்ல. நாம் எல்லோருமே தடுமாறுபவர்கள்தாம்.

கூட்டு விளைவை உங்களுக்காக வேலை செய்ய வையுங்கள்

செயல்முறைப் பயிற்சிகள்

- உங்களுடைய முக்கியமான இலக்குகளுக்கு உதவுகின்ற மூன்று பழக்கங்களை அடையாளம் காணுங்கள்.
- உங்களுடைய மிக முக்கியமான இலக்கை நீங்கள் அடைவதற்குத் தடையாக இருக்கின்ற மூன்று மோசமான பழக்கங்களை அடையாளம் காணுங்கள்.
- உங்களுடைய மிக முக்கியமான இலக்கை நீங்கள் மீண்டும் அடைவதற்கு நீங்கள் வளர்த்துக் கொள்ள வேண்டிய மூன்று புதிய பழக்கங்களை அடையாளம் காணுங்கள்.
- எது உங்களை ஆழமாக ஊக்குவிக்கிறது என்பதைக் கண்டறியுங்கள். பெரும் இலக்குகளை அடைய எது உங்களை உந்தித் தள்ளுகிறது என்பதைக் கண்டுபிடியுங்கள்.
- உங்களை முடுக்கிவிடுகின்ற நோக்கத்தை அடையாளம் காணுங்கள். அதன் அடிப்படையில் உங்கள் இலக்குகளை வடிவமையுங்கள்.

அத்தியாயம் 4

உந்துவிசை

நான் இப்போது என்னுடைய நண்பர் ஒருவரை உங்களுக்கு அறிமுகம் செய்து வைக்கப் போகிறேன். செரீனா வில்லியம்ஸ், ஜெஃப் பீசோஸ், பியான்சே, இந்திரா நூயி, மெரில் ஸ்ட்ரீப் மற்றும் பல சாதனையாளர்களோடு நெருங்கிய தொடர்புடையவர் அவர். அவர் உங்கள் வாழ்க்கையின்மீது மற்ற எவரொருவரையும்விட அதிகமான தாக்கத்தை ஏற்படுத்த வல்லவர். அவர் பெயர் திருவாளர் உந்துசக்தி. வெற்றிக்கு மிகவும் இன்றியமையாத ஆற்றல்மிக்க சக்தியாக அவர் விளங்குகிறார். அவரை உங்களால் பார்க்கவோ அல்லது உணரவோ முடியாது. ஆனால் அவருடைய நட்பு உங்களுக்குக் கிடைக்கும்போது அதை நீங்கள் அறிவீர்கள். அவர் எல்லா நேரங்களிலும் உங்கள்முன் தோன்றுவார் என்று எதிர்பார்க்க முடியாது. ஆனால் அவர் உங்கள் பக்கம் வந்துவிட்டால், பின் நீங்கள் வெற்றி மேல் வெற்றியாகக் குவிப்பீர்கள், அதற்குப் பின் உங்களை எவரொருவராலும் தொடக்கூட முடியாது.

இந்த அத்தியாயத்தில் கூறப்பட்டுள்ளவற்றை நீங்கள் உங்கள் வாழ்க்கையில் நடைமுறைப்படுத்தினால், இப்புத்தகத்திற்கு நீங்கள் கொடுத்திருந்த விலையைப்போல ஆயிரம் மடங்கு அதிகமாக நீங்கள் வசூல் செய்வீர்கள்.

திருவாளர் உந்துசக்தியை உங்களுக்குச் சாதகமாகப் பயன்படுத்திக் கொள்வது எப்படி

சர் ஐசக் நியூட்டனின் இயற்பியல் இயக்க விதிகளை நீங்கள் பள்ளியில் படித்திருப்பீர்கள். முதல் இயக்க விதி இவ்வாறு கூறுகிறது: "ஒரு பொருளின்மீது புறவிசைகள் செயல்படாதவரை, அப்பொருள் தன்னிச்சையாகத் தனது இயக்க நிலையை அல்லது ஓய்வு நிலையை மாற்றிக் கொள்ளாது." அதாவது, ஓரிடத்தில் இருக்கும் ஒரு பொருளின்மீது வெளியிலிருந்து ஓர் ஆற்றல் செலுத்தப்படாதவரை அது அந்த இடத்தில் அப்படியே இருக்கும். அதேபோல, நகர்ந்து கொண்டிருக்கும் ஒரு பொருளின் இயக்கத்தை வேறு ஏதாவது ஒன்று தடுத்து நிறுத்தாதவரை, அது தொடர்ந்து தன் பாதையில் சென்று கொண்டேயிருக்கும். இதை வேறு வார்த்தைகளில் கூறுவதென்றால், ஒரு சோபாவில் உட்கார்ந்து தொலைக்காட்சி பார்த்துக் கொண்டிருப்பவர்கள் எப்போதும் அப்படியேதான் இருப்பார்கள். ஒரு வெற்றிகரமான தாளகதியில் இயங்கிக் கொண்டிருக்கும் சாதனையாளர்கள், தொடர்ந்து வெற்றிப் பாதையில் பயணித்து, சாதனை மேல் சாதனைகளாகக் குவித்துக் கொண்டிருப்பர்.

தேவையான வேகத்தை உருவாக்குவது எளிதல்ல என்றாலும் அதற்குப் பின் அதைத் தடுத்து நிறுத்துவது அதைவிடக் கடினம். சிறுவர் பூங்காவில் இருக்கின்ற, கையால் சுற்றி இயக்கக்கூடிய இராட்டினத்தை நீங்கள் பார்த்திருக்கக்கூடும். சிறு வயதில் நீங்களும் உங்கள் நண்பர்களும் அதில் ஏறிச் சுற்றி விளையாடியிருக்கவும்கூடும். அந்த இராட்டினத்தில் முதலில் உங்களுடைய நண்பர்கள் ஏறிக் கொள்வதாக வைத்துக் கொள்வோம். நீங்கள் அதைச் சுற்ற முயற்சிக்கிறீர்கள். அந்த இராட்டினம் சுற்றத் தொடங்குவதற்கு ஏராளமான ஆற்றல் தேவைப்படும். நீங்கள் முதலில் ஓரடி எடுத்து வைப்பீர்கள். அடுத்து இரண்டாவது அடியை எடுத்து வைப்பீர்கள். அதற்கடுத்து மூன்றாவது அடியையும் எடுத்து வைப்பீர்கள். ஆனால் ஒன்றும் நிகழாது. தொடர்ந்து ஏராளமான முயற்சிக்குப் பிறகு அந்த இராட்டினம் லேசாக அசையும், பின்னர் நகரும். அதற்குப்

பின்னர் அது வேகமெடுக்கும். அதோடு சேர்ந்து நீங்களும் ஓடுவீர்கள். நீங்கள் விரும்புகின்ற வேகத்தை அடைவதற்கு நீங்கள் தொடர்ந்து அதைப் பிடித்துக் கொண்டே வேகமாக ஓடிக் கொண்டிருக்க வேண்டும். இறுதியில் உங்களுக்கு வெற்றி கிடைக்கும். அப்போது நீங்களும் பாய்ந்து அதில் ஏறி நின்று கொள்வீர்கள். காற்று வேகமாக உங்கள் முகத்தில் அடிக்கின்ற உணர்வையும் உங்களைச் சுற்றி உலகம் வேகமாகப் பறந்து கொண்டிருப்பதையும் நீங்கள் வெகுவாக ரசிப்பீர்கள். சிறிது நேரத்திற்குப் பிறகு அந்த இராட்டினத்தின் வேகம் குறையும். நீங்கள் கீழே குதித்து அதை வேக வேகமாகத் தள்ளிவிட்டுவிட்டு மீண்டும் பாய்ந்து அதில் ஏறி உட்கார்ந்து கொள்கிறீர்கள். இப்போது அது மீண்டும் சிறிது நேரத்திற்குத் தானாகவே சுற்றிக் கொண்டிருக்கிறது.

மாற்றத்திற்கு நம்மைப் பழக்கப்படுத்திக் கொள்வதற்கும் இது பொருந்தும். முதலில் நீங்கள் ஓரடி எடுத்து வைக்க வேண்டும். அதாவது, ஒரு நேரத்தில் ஒரு நடவடிக்கையை மட்டும் மேற்கொள்ள வேண்டும். முன்னேற்றம் மெதுவாகத்தான் இருக்கும். நீங்கள் புதிதாக ஏற்படுத்தியிருக்கின்ற பழக்கம் வேர் பிடிக்கத் தொடங்கியவுடன் திருவாளர் உந்துசக்தியும் உங்களுடன் சேர்ந்து கொள்வார். உங்களுடைய முயற்சி வேகமெடுத்து வெற்றி உங்களுக்குக் கைகூடும். அடுத்தப் பக்கத்திலுள்ள படம் 8ஐப் பார்க்கவும்.

ஒரு விண்கலம் ஏவப்படுகின்றபோதும் இதுதான் நிகழ்கிறது. விண்கலம் முதல் சில நிமிடங்களில் பயன்படுத்துகின்ற எரிபொருளின் அளவு, அதற்குப் பிறகுள்ள பயணத்தின்போது அது பயன்படுத்துகின்ற எரிபொருளின் அளவைவிடப் பல மடங்கு அதிகம். அதற்கு என்ன காரணம்? அந்த விண்கலம் பூமியின் புவியீர்ப்பு விசையைவிட்டு வெளியேறுவதற்கு அதற்கு அதிக ஆற்றல் தேவைப்படுகிறது. அதைத் தாண்டிவிட்டால், அதனால் விண்வெளியில் இலகுவாக மிதக்க முடியும். நீங்கள் ஒரு புதுப் பழக்கத்தை உருவாக்க முனையும்போதும், இதுபோல, தொடக்கத்தில் அதிகமான ஆற்றல் தேவைப்படுகிறது. அதற்குப் பிறகு அந்த அளவு ஆற்றலை நீங்கள் தராவிட்டாலும் அது தானாகவே இயங்கிக் கொண்டிருக்கும்.

படம் 8

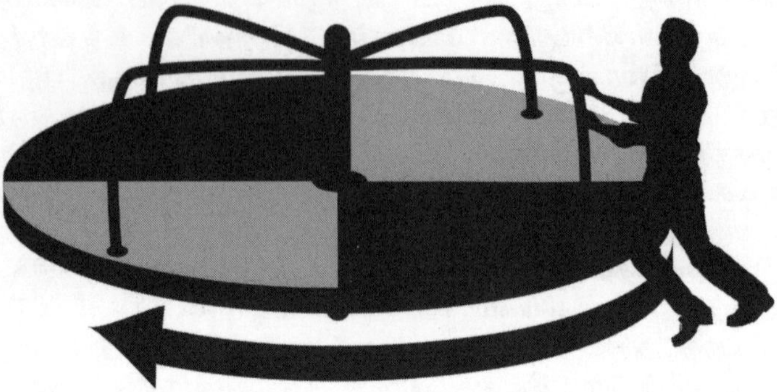

திருவாளர் உந்துசக்தியை உங்கள் பக்கம் இழுக்க ஏராளமான நேரமும் ஆற்றலும் தேவைப்படும். ஆனால் அவர் உங்கள் பக்கம் வந்தவுடன் உங்களுடைய முயற்சி வேகமெடுத்து வெற்றி உங்களுக்குக் கைகூடும்.

வெற்றியாளர்களால் மட்டும் எப்படி மேலும் மேலும் வெற்றியை குவித்துக் கொண்டேயிருக்க முடிகிறது? பணக்காரர்கள் எப்படி மேலும் மேலும் பணக்காரர்களாக ஆகிக் கொண்டிருக்கின்றனர்? அதிர்ஷ்டசாலிகள் எப்படி மேலும் மேலும் அதிர்ஷ்டசாலிகளாக ஆகிக் கொண்டிருக்கின்றனர்?

ஏனெனில், திருவாளர் உந்துசக்தி அவர்கள் பக்கம் இருக்கிறார்.

ஆனால் உந்துசக்தி இரண்டு பக்கமும் வேலை செய்யும் என்பதை நீங்கள் மறக்கக்கூடாது. அது உங்களுக்கு ஆதரவாகவும் வேலை செய்யும், எதிராகவும் வேலை செய்யும். எதிர்மறையான பழக்கங்கள் கூடிக் கொண்டே சென்றால், கூட்டு விளைவின் காரணமாக அது உங்களைப் பந்தாடிவிடும். வெறுமனே தொலைக்காட்சி நிகழ்ச்சிகளைப் பார்த்துக் கொண்டே உட்கார்ந்திருப்பது இதற்கான ஓர் எடுத்துக்காட்டு.

திருவாளர் உந்துசக்தியை உங்களிடம் ஈர்ப்பது எப்படி?

நாம் ஏற்கனவே பார்த்துள்ள இந்த ஐந்து விஷயங்களைச் செய்யுங்கள்:

1. உங்களுடைய உள்ளார்ந்த விழுமியங்கள் மற்றும் இலக்குகளை அடிப்படையாகக் கொண்டு புதிய தேர்ந்தெடுப்புகளை மேற்கொள்ளுங்கள்.
2. புதிய நேர்மறையான நடத்தைகளின் மூலம் அத்தேர்ந்தெடுப்புகளை நடைமுறைப்படுத்துங்கள்.
3. அவற்றை மீண்டும் மீண்டும் செய்வதன் மூலம் அவற்றைப் பழக்கங்களாக மாற்றுங்கள்.
4. உங்களுடைய அன்றாட நடவடிக்கைகளுக்குள் உங்களுடைய பழக்கங்களைப் புகுத்திக் கொள்ளுங்கள்.
5. தொடர்ச்சியாக அவற்றை நீண்ட காலம் செய்து வாருங்கள்.

அப்போது திருவாளர் உந்துசக்தி உங்கள் வீட்டுக் கதவைத் தட்டுவார்.

உலகப் புகழ் பெற்ற நீச்சல் வீரர் மைக்கேல் பெல்ப்ஸை எடுத்துக் கொள்வோம். அவர் 28 ஒலிம்பிக் பதக்கங்களை வென்றுள்ளார். அதில் 23 தங்கப் பதக்கங்கள்! அது எப்படி அவருக்குச் சாத்தியப்பட்டது? அவருடைய பயிற்றுவிப்பாளர் பாப் பவ்மேனுடன் இணைந்து அவர் பன்னிரண்டு ஆண்டுகள் பயிற்சி எடுத்துக் கொண்டிருந்தார். அவர்கள் ஒழுங்குமுறையுடன்கூடிய ஒரு செயற்திட்டத்தை வடிவமைத்து அதைத் தொடர்ந்து நடைமுறைப்படுத்தி வந்தனர். பாப் கண்டிப்புக்கு மிகவும் பேர் போனவர். தான் ஒருமுறை தன் பயிற்சியை முடிக்க வேண்டிய நேரத்திற்குப் பதினைந்து நிமிடங்கள் முன்னதாக அதை முடிப்பதற்குத் தன் பயிற்றுவிப்பாளரிடம் அனுமதி பெறுவதற்குத் தான் மிகவும் பாடுபட வேண்டியிருந்தது என்று பெல்ப்ஸ் ஒரு பேட்டியில் நினைவுகூர்ந்தார். யோசித்துப் பாருங்கள். பன்னிரண்டு ஆண்டுகள் இடைவிடாத பயிற்சி! அவர் ஓர் உலகச் சாம்பியனாக இருப்பதில் என்ன வியப்பு?

ஆப்பிள் நிறுவனம், ஐபேட் என்ற, இசையைக் கேட்பதற்கான கருவியைக் கொண்டு வருவதற்கு முன்பாகக் கணினிகளுக்குப் புகழ்பெற்ற ஒரு நிறுவனமாக

இருந்து வந்தது என்றாலும், தனிநபர் கணினிச் சந்தையில் அதன் பங்கு குறைவாக இருந்தது. ஐபேட், எம்பி3 வடிவில் இருக்கும் பாடல்களைக் கேட்க வடிவமைக்கப்பட்ட முதல் கருவி அல்ல. இன்னும் சொல்லப் போனால், சந்தைக்கு அது கடைசியாகத்தான் வந்தது. ஆனால், வாடிக்கையாளர்களைத் தக்கவைத்துக் கொள்ள அந்நிறுவனம் தொடர்ச்சியாக மேற்கொண்ட நடவடிக்கைகள், தரமிக்கப் பொருட்களை மட்டுமே கொடுக்க வேண்டும் என்ற அர்ப்பணிப்பு, புதுமையான, பயன்படுத்துவதற்கு எளிதாக இருக்கும் வடிவமைப்பு போன்றவற்றின் காரணமாக மக்கள் அந்நிறுவனத்தை நோக்கிப் படையெடுத்தனர்.

ஆனால் ஐபேட் ஒரே இரவில் வெற்றி பெற்றுவிடவில்லை. அதை வெளிவிடுவதற்கு முந்தைய ஆண்டு 30 சதவீதமாக இருந்த அந்நிறுவனத்தின் இலாபம் அதை வெளியிட்ட ஆண்டு 33 சதவீத நஷ்டத்தில் போய் முடிந்தது. இரண்டாம் ஆண்டும் நஷ்டம்தான் என்றாலும் அது வெறும் 2 சதவீதம் மட்டுமே இருந்தது. அதற்கு அடுத்த ஆண்டு இலாபம் 18 சதவீதமாக உயர்ந்தது. அதற்கு அடுத்த ஆண்டு அது 33 சதவீதமாக உயர்ந்தது. நான்கு ஆண்டுகள் கழித்து, திருவாளர் உந்துசக்தி, ஆப்பிளுடன் கை கோர்த்துக் கொண்டார். எம்பி3 சந்தையில் ஆப்பிள் 70 சதவீதத்தை வளைத்துப் போட்டுக் கொண்டது. இதுவேதான் பின்னர் ஐபோன் விஷயத்திலும் நடந்தது.

கூகுள் முதலில் தடுமாறிக் கொண்டிருந்த ஓர் இணையத்தளத் தேடுபொறியாகத்தான் இருந்தது. இன்று அச்சந்தையில் 90 சதவீதம் கூகுளின் வசம்தான் இருக்கிறது. அதேபோல, 2005ல் தொடங்கப்பட்ட யூடியூபும் முதலில் பெரிதாகச் சோபிக்கவில்லை. “சேட்டர்டே நைட் லைவ்” என்ற நிகழ்ச்சி முதன்முதலாக “லேஸி சண்டே” என்ற பெயரில் ஒளிபரப்பப்பட்டபோதுதான் மக்கள் அதைக் கவனிக்கத் தொடங்கினர். அதை ஐம்பது இலட்சம் பேர் பார்த்தனர். உடனேயே அது திருவாளர் உந்துசக்தியுடன் கைகோர்த்துக் கொண்டது. வெகுவிரைவில் கூகுள் யூடியூபை 165 கோடி டாலர்கள் கொடுத்து வாங்கிவிட்டது. இன்று அலைபேசி வழியாக நுகரப்படுகின்ற சமூக ஊடகப் போக்குவரத்தில் அது 37 சதவீதத்தைத் தன்னகத்தே

வைத்துள்ளது. சமூக ஊடகங்களில் இரண்டாவதாக மக்கள் விரும்பிப் பார்க்கும் ஒன்றாக அது இருந்து வருகிறது.

மைக்கேல் பெல்ப்ஸ், ஆப்பிள், கூகுள், யூடியூப் ஆகியவற்றுக்கு இடையே இருந்த ஒற்றுமை என்ன? அவர்கள் ஒரு குறிப்பிட்ட வேகத்தை அடைவதற்கு முன்பும் பின்பும் ஒரே காரியத்தைத்தான் செய்து கொண்டிருந்தனர். அவர்கள் சுவீகரித்துக் கொண்டிருந்த பழக்கங்கள், அவர்களுடைய கட்டுப்பாடு, அன்றாட நடைமுறைகள், அவர்கள் தொடர்ச்சியாக அதைச் செய்து வந்தது ஆகியவைதான் அவர்களுடைய மாபெரும் வெற்றிக் காரணங்கள்.

வழமையாக்கிக் கொள்வதன் சக்தி

சில நேரங்களில் நம்முடைய சிறப்பான நோக்கங்கள்கூட நிறைவேறாமல் போய்விடுகின்றன. அவற்றைச் செயல்படுத்துவதற்கு நம்மிடம் முறையான அமைப்புமுறை இல்லாததே அதற்குக் காரணம். உங்களுடைய புதிய பழக்கங்களும் நடத்தைகளும் நேர்மறையான மாற்றங்களை ஏற்படுத்த வேண்டும் என்றால், அவற்றை உங்களுடைய அன்றாட, வாராந்திர, மற்றும் மாதாந்திர நடவடிக்கைகளுக்குள் ஒருங்கிணைத்துக் கொள்ள வேண்டும். காலையில் பல் துலக்குதல், காரில் ஏறி அமர்ந்ததும் இருக்கைப் பட்டியை மாட்டிக் கொள்ளுதல் போன்ற, நீங்கள் தன்னிச்சையாகச் செய்கின்ற செயல்கள்தாம் வழமையான செயல்கள். வழமையாக நாம் மேற்கொள்கின்ற காரியங்கள் நம்முடைய மன அழுத்தத்தை வெகுவாகக் குறைக்கின்றன. நீங்கள் புதிய பழக்கங்களை உருவாக்கிக் கொள்ள வேண்டும் என்றால், நீங்கள் புதிய வழமைகளை உருவாக்கிக் கொள்ள வேண்டும்.

உங்களுடைய சவால் எந்த அளவுக்குப் பெரிதாக இருக்கின்றதோ, உங்கள் வழமைகள் அந்த அளவுக்குக் கடுமையாக இருக்க வேண்டும். இராணுவத்தில் சாதாரணமான வழமைகள்கூட ஏன் கடுமையானவையாக இருக்கின்றன என்று நீங்கள் என்றாவது யோசித்திருக்கிறீர்களா? காலையில் எழுந்தவுடன் படுக்கையை மடித்து வைப்பது, காலணிகளைப்

பளிச்சூட்டுவது, நெஞ்சை நிமிர்த்தி முதுகு வளையாமல் நிற்பது போன்றவற்றிற்கு ஏன் அளவுக்கு அதிகமான முக்கியத்துவம் கொடுக்கப்படுகிறது? இராணுவத்தினரை அப்படித் தயார்படுத்தினால்தான், கடுமையான அழுத்தமிக்கச் சூழல்களில் அவர்களால் திறமையாகவும் நம்பகமாகவும் செயற்திறனுடனும் இயங்க முடியும். வெளிப்பார்வைக்கு எளிமையாக இருப்பதுபோலத் தோன்றுகின்ற இந்த வழமையான நடவடிக்கைகள்தாம், எட்டிலிருந்து பன்னிரண்டு வாரங்களுக்குள், மென்மையான இளைஞர்களைத் துணிவுமிக்க வீரர்களாக மாற்றுகின்றன. இராணுவத்தினரின் வழமைகள் அவர்களுடைய மனங்களில் ஆழமாகப் பதிந்து போய்விடுவதால், போரின் குழப்பங்களுக்கு நடுவே, உயிர் போய்விடக்கூடிய சூழலை எதிர்கொள்ளும்போதுகூட, உள்ளுணர்வுரீதியாகத் துல்லியமாக இயங்க அது அவர்களுக்கு உதவுகிறது.

உங்களுடைய நாட்கள் இந்த அளவு ஆபத்தானவையாக இருக்க வாய்ப்பில்லை என்றாலும், உங்களுடைய பழக்கங்களை வழமைகளாக ஆக்கிக் கொள்ளாவிட்டால், உங்கள் வாழ்க்கை தேவையில்லாமல் கடினமான ஒன்றாக விளங்கும். வாழ்க்கையெனும் போர்க்களத்தில் நீங்கள் வெற்றிவாகை சூட வழமைகள் உங்களுக்கு உதவும்.

பிரபல கோல்ஃப் விளையாட்டு வீரர் ஜாக் நிக்லாஸ் தன் ஆட்டத்தைத் தொடங்குவதற்கு முன்பு ஒரு வழமையைத் தவறாமல் பின்பற்றுவார். பந்தை ஒவ்வொரு முறை அடிப்பதற்கு முன்பும் அவர் ஒரு “நடனம்” ஆடுவார். அது அவருடைய ஆட்டத்தில் கவனத்தைக் குவிக்க அவருக்கு உதவுகிறது.

கால்பந்து விளையாடுபவர்களும் பந்தை உதைப்பதற்கு முன்பு இதேபோன்ற வழக்கத்தைப் பின்பற்றுகின்றனர். சூழல் அழுத்தம் காரணமாக அவர்கள் அதைப் பின்பற்றாமல் போய்விடுகின்றபோது அவர்களுடைய செயற்திறன் குறைகிறது. ஆயிரக்கணக்கான மணிநேரம் விமானத்தை ஓட்டியிருக்கின்ற விமானிகள்கூட, ஒவ்வொரு பயணத்திற்கு முன்பும் கண்டிப்பாக, அவர்களுக்கு வகுத்துக் கொடுக்கப்பட்டிருக்கும் ஒரு வழமையை முறைப்படிக் கடைபிடிப்பர்.

நான் பழகியிருந்த வெற்றியாளர்கள் அனைவரும்

நல்ல பழக்கங்களை பழகிக் கொண்டிருந்ததோடு மட்டுமல்லாமல், அவற்றை அன்றாட வழமையாகவும் ஆக்கிக் கொண்டிருந்தனர். இது ஒன்றுதான் சிறப்பான வழி.

நீங்களும் உங்களுடைய பழக்கங்களை நிலைநிறுத்திக் கொள்ள எந்த வகையான வழமையைக் கையாளலாம் என்று யோசியுங்கள். ஆனால் ஒருமுறை ஒரு வழமையை உருவாக்கிவிட்டால், அதை நீங்கள் தவறாமல் கடைபிடித்து வர வேண்டும். அதற்கு எந்தவிதமான சாக்குப்போக்குகளும் கூறப்படலாகாது. யாராவது ஒருவரோ அல்லது ஏதோ ஒன்றோ உங்களுடைய வழமையில் குறுக்கிட்டுவிட்டால், அதை நீங்கள் மீண்டும் முதலிலிருந்து தொடங்க வேண்டும்.

தரமான வழமைகளை உருவாக்குங்கள்

உங்களுடைய செயல்பாட்டில் நீங்கள் உலகத் தரம் மிக்கவராக ஆக வேண்டும் என்றால், உலகத் தரம் வாய்ந்த வழமைகளை நீங்கள் பின்பற்ற வேண்டும். உங்களுடைய வேலை நேரத்திற்கு இடையே எந்தவிதமான குறுக்கீடுகள் ஏற்படும் என்பதை உங்களால் முன்கூட்டியே அனுமானிக்க முடியாது என்பது உண்மைதான் என்றாலும், உங்களுடைய அதிகாலை நேரமும் முன்னிரவு நேரமும் உங்களுடைய கைகளில்தான் இருக்கின்றன. நான் அவை இரண்டுக்கும் தனித்தனியான வழமைகளைப் பின்பற்றி வருகிறேன். அவற்றை நான் இப்போது உங்களுடன் பகிர்ந்து கொள்ளப் போகிறேன். நீங்கள் உங்களுடைய வழமைகளை வடிவமைத்துக் கொள்ள இது உங்களுக்கு உதவலாம். நான் என்னுடைய இலக்குகளை மனதில் வைத்து என்னுடைய வழமைகளை உருவாக்கியுள்ளேன்.

என்னுடைய அதிகாலை வழமைகள்

காலையில் நான் என் அலைபேசியில் 5 மணிக்கு அலாரம் வைப்பேன். அது அடித்தவுடன் அதை "ஸ்னூஸில்" போட்டுவிடுவேன். அடுத்த எட்டு நிமிடங்களில் எழுந்திருக்க வேண்டும் என்பதை அது எனக்கு உணர்த்தும். அந்த எட்டு நிமிடங்களை இப்படி நான் பயன்படுத்திக்

கொள்வேன். முதலில் நான் எவற்றுக்கெல்லாம் நன்றியுடையவனாக இருக்கிறேன் என்று சிந்திப்பேன். என் மனத்தை அபரிமிதத்துடன் ஐக்கியப்படுத்திக் கொள்ள வேண்டும் என்பதை நான் அறிவேன். நன்றியுணர்வுடன் உங்களுடைய நாளைத் தொடங்கும்போது உலகம் உங்களை வித்தியாசமாகப் பார்க்கும், உங்களிடம் வித்தியாசமாக நடந்து கொள்ளும், உங்களுக்கு வித்தியாசமான விதத்தில் செயல்விடை அளிக்கும். நான் செய்கின்ற இரண்டாவது காரியம் உங்களுக்கு விநோதமாகப் படலாம். நான் யாராவது ஒருவருக்கு என் அன்பை அனுப்புவேன். அன்பைப் பெற வேண்டுமென்றால், அன்பைக் கொடுக்க வேண்டும். தினமும் யாராவது ஒரு நபரை நான் நினைத்துக் கொள்வேன். அது என்னுடைய நண்பராக, உறவினராக, சக ஊழியராக அல்லது முதல் நாள் நான் பல்பொருள் அங்காடியில் சந்தித்த நபராக, என்று யாராக வேண்டுமானாலும் இருக்கலாம். அது யார் என்பது முக்கியமல்ல. அவருக்கு என்னவெல்லாம் கிடைக்க வேண்டும் என்று நான் விரும்புகிறேனோ, அவையெல்லாம் அவருக்குக் கிடைத்திருப்பதுபோல நான் கற்பனை செய்வேன். ஒருசிலர் இதை ஆசீர்வாதம் என்றோ பிரார்த்தனை என்றோ கூறக்கூடும். நான் அதை என்னுடைய மனத்தில் நான் எழுதுகின்ற அன்பு மடல் என்று அழைக்கிறேன். மூன்றாவதாக, நான் என்னுடைய தலையாய இலக்கைப் பற்றி எண்ணிப் பார்த்து அதை அடைவது தொடர்பாக அன்று நான் எந்த மூன்று விஷயங்களை மேற்கொள்ளப் போகிறேன் என்று யோசிப்பேன். எடுத்துக்காட்டாக, நான் இந்த நூலை எழுதிக் கொண்டிருந்தபோது, என் திருமண வாழ்வில் காதலையும் அந்நியோன்யத்தையும் பெருக்கிக் கொள்ள வேண்டும் என்பது என்னுடைய தலையாய நோக்கமாக இருந்தது. அதனால் ஒவ்வொரு நாளும் என் மனைவி, தான் காதலிக்கப்படுவதாக, மரியாதையுடன் நடத்தப்படுவதாக, அவளுடைய அழகு ஆராதிக்கப்படுவதாக உணர்வதற்குத் தேவையான மூன்று நடவடிக்கைகளைப் பற்றி நான் யோசிப்பேன்.

நான் எழுந்தவுடன் காபி போடுவேன். அது தயாராவதற்குள் ஒரு பத்து நிமிடம் நீட்டல், மடக்கல்

போன்ற உடற்பயிற்சிகளைச் செய்வேன். என்னுடைய உடற்பயிற்சியை என் அன்றாட நிகழ்வுகளில் எங்கு புகுத்தலாம் என்று யோசித்துக் கொண்டிருந்தபோதுதான், காபி தயாராகிக் கொண்டிருக்கின்ற பத்து நிமிடங்களை அதற்கு ஒதுக்கலாம் என்ற யோசனை எனக்குள் பிறந்தது.

காபியைப் பருகி முடித்தப் பிறகு ஓர் அரை மணிநேரத்திற்கு அலாரம் வைத்துவிட்டு, ஊக்குவிப்புத் தொடர்பான எதையாவது படிப்பேன். அதைத் தொடர்ந்து அடுத்த 90 நிமிடங்களுக்கு என்னுடைய மிக முக்கியமான வேலை ஒன்றில் எந்தவிதமான கவனச்சிதறலும் இல்லாமல் ஈடுபடுவேன். அதையடுத்து, சரியாக 7 மணிக்கு, என்னுடைய கால அட்டவணையை ஒழுங்குபடுத்துவதில் ஈடுபடுவேன். அதற்கு நான் 15 நிமிடங்களை ஒதுக்குகிறேன். என்னுடைய மூன்று ஆண்டு இலக்கு, ஓராண்டு இலக்கு, மூன்று மாத இலக்கு, மாதாந்திர இலக்கு, வாராந்திர இலக்கு ஆகியவற்றை நான் அலசுவேன். பின் அவை தொடர்பான அன்றைய தினத்திற்கான மூன்று முக்கிய முன்னுரிமைகளை நிர்ணயித்துக் கொள்வேன். "இன்று நான் மூன்றே மூன்று விஷயங்களை மட்டுமே செய்வதாக இருந்தால், என்னை என்னுடைய இலக்குகளை நோக்கி உந்தித் தள்ளுகின்ற எந்த மூன்று விஷயங்களை நான் செய்வேன்?" என்று எனக்கு நானே கேட்டுக் கொள்வேன். அதற்குப் பிறகுதான் நான் மின்னஞ்சல் பக்கமே போவேன். பின் அதைப் படித்துப் பார்த்து வேலைகளைப் பிறருக்குப் பகிர்ந்து அளிப்பேன். பின் மின்னஞ்சலை மூடிவிட்டு, நான் குறிப்பிட்டிருந்த மூன்று முக்கிய விஷயங்களில் கவனத்தைச் செலுத்தத் தொடங்குவேன்.

மீதி நாள் எப்படி வேண்டுமானாலும் போகும். ஆனால் அதைப் பற்றி நான் அதிகமாக அலட்டிக் கொள்ள மாட்டேன். ஏனெனில், முக்கியமான பல வேலைகளை நான் காலையிலேயே முடித்துவிட்டிருப்பேன் என்பதுதான் அதற்குக் காரணம்.

படுக்கப் போவதற்கு முன்பு நான் கடைபிடிக்கின்ற வழமைகள்

மாலை வேலைகளில் "கணக்குகளை முடித்தல்"

என்ற ஒரு பழக்கத்தை நான் கடைபிடிக்கிறேன். அது நான் இளமையாக இருந்தபோது உணவகங்களில் ஒரு பணியாளாக வேலை பார்த்தபோது கற்றுக் கொண்ட ஒரு பழக்கம். ஒவ்வொரு நாளும் நீங்கள் வேலையை முடித்துவிட்டுக் கிளம்புவதற்கு முன்பாக, அன்றைய தினத்திற்கான கணக்கைச் சரிசெய்துவிட்டுத்தான் போக வேண்டும். இல்லையென்றால் பிரச்சனைதான்.

இப்போது நான் இவ்வாறு கணக்கு முடித்தலைச் செய்கிறேன். நான் காலையில் திட்டமிட்டிருந்தபடி வேலைகளை முடிக்க முடிந்ததா? ஏதேனும் பாக்கி இருக்கும் பட்சத்தில், அவற்றில் எவற்றையெல்லாம் அடுத்த நாளுக்கு எடுத்துச் செல்ல வேண்டும்? இன்றைய தினத்தில் நடைபெற்ற விஷயங்களைக் கணக்கில் எடுத்துக் கொள்ளும் பட்சத்தில் அவற்றில் எவற்றையெல்லாம் சேர்த்துக் கொள்ள வேண்டும்? முக்கியமில்லாதவையாக ஆகிவிட்டிருக்கின்ற எவற்றையெல்லாம் அதிலிருந்து நீக்க வேண்டும்? அதற்குப் பிறகு அன்றைய தினம் எனக்குத் தோன்றுகின்ற புதிய யோசனைகளை, "ஆகா!" கணங்களை, முன்னோக்குகளை ஒரு குறிப்பேட்டில் குறித்துக் கொள்வேன். இப்படி யோசனைகளால் நிரப்பப்பட்டுள்ள நாற்பது குறிப்பேடுகள் என்னிடம் இருக்கின்றன. இறுதியாக, நான் தூங்கச் செல்வதற்கு முன்பாக ஊக்குவிப்பு நூல் ஒன்றில் பத்துப் பக்கங்களுக்குக் குறையாமல் வாசிப்பேன். நாம் தூங்கச் செல்வதற்கு முன்பாக எதை அசைபோட்டுக் கொண்டிருக்கிறோமோ, அதை நமது ஆழ்மனம் ஆழ்ந்து ஆராய்ந்து அதை நிஜமாக்க முயலும் என்பதால் கண்ணயர்வதற்கு முன்பு என்னுடைய இலக்குகளையும் குறிக்கோள்களையும் பற்றி நான் எண்ணிக் கொண்டிருப்பேன். அவ்வளவுதான்.

அவ்வப்போது வழமைகளை உலுக்கிப் பாருங்கள்

அவ்வப்போது நான் என்னுடைய வழமைகளை உலுக்கிப் பார்ப்பது உண்டு. இல்லையெனில், வாழ்க்கை சலிப்பூட்டுவதாக ஆகிவிடும். பளுவைத் தூக்கி மேற்கொள்ளப்படும் உடற்பயிற்சி இதற்கு ஒரு நல்ல எடுத்துக்காட்டாகும். தினந்தோறும், ஒரே நேரத்தில்,

வாரக்கணக்கில், மாதக்கணக்கில் பளுவைத் தூக்கி மீண்டும் மீண்டும் உடற்பயிற்சி செய்து கொண்டிருந்தால், நம்முடைய உடல் கூட்டு விளைவின் பயனை அறுவடை செய்வதை நிறுத்திவிடும். அதனால்தான் சிலவற்றைக் கலந்து செய்வது நல்ல பலனளிக்கிறது.

அதனால் இப்போதெல்லாம் நான் என்னுடைய வாழ்க்கையில் சாகசங்களைச் சேர்த்துக் கொள்ளத் தொடங்கியிருக்கிறேன். நான் சாதாரணமாக ஈடுபடாத விஷயங்களில் ஈடுபடுவதற்கான வாராந்திர, மாதாந்திர, வருடாந்திர இலக்குகளை நிர்ணயிக்கிறேன். பெரும்பாலான சமயங்களில் அவை உலகைப் புரட்டிப் போடுகின்ற விஷயங்களாக இருக்காது. வித்தியாசமான உணவு வகைகளை உண்பது, புதிய வகுப்பு ஒன்றில் சேர்வது, ஒரு புதிய இடத்திற்குச் செல்வது, புதிய மனிதர்களைச் சந்திப்பதற்காக ஒரு புதிய கிளப்பில் சேர்வது போன்றவை அவற்றில் அடங்கும். இந்த மாற்று ஏற்பாடுகள் எனக்குப் புத்துணர்ச்சியளிக்கின்றன, புதிய கண்ணோட்டங்களை நான் பெறுவதற்கான சந்தர்ப்பங்களை வழங்குகின்றன.

இதைப் போன்ற ஒன்றை நீங்களும் உங்கள் வாழ்வில் புகுத்தலாம்.

புதிய தாளகதியை உருவாக்குதல்

உங்களுடைய அன்றாட நடவடிக்கைகள் வழமையான காரியங்களாக ஆனவுடன், நீங்கள் அதற்கு ஒரு தாளகதியை ஏற்படுத்த வேண்டும். உங்களுடைய நடவடிக்கைகள், வாராந்திர, மாதாந்திர, வருடாந்திரத் தாளகதிக்குள் விழும்போது, நீங்கள் திருவாளர் உந்துசக்தியை இரத்தினக் கம்பளம் விரித்து வரவேற்கிறீர்கள் என்று பொருள்.

அது நீராவி இரயில் எஞ்சினில் இருக்கும் சக்கரங்களைப் போன்றது. அது நிலையாக இருக்கும்போது, அதைத் தடுத்து நிறுத்த ஒரு சிறு மரக்கட்டை போதுமானது. ஓர் அங்குல நீளமிருக்கும் மரக்கட்டையை அந்தச் சக்கரத்தின் முன்னால் வைத்தால் அதனால் நகர முடியாது. அந்த எஞ்சினிலுள்ள பிஸ்டன்களை இயக்கி, அந்தச் சக்கரங்களை உருள வைக்க ஏராளமான நீராவி தேவைப்படும். அது மெதுவாக நடைபெறுகின்ற ஒரு செயல்முறை. இரயில் புறப்படத்

தொடங்கியதும், அந்தச் சக்கரங்கள் ஒரு தாளகதியைப் பெற்றுவிடுகின்றன. எஞ்சினுக்கு வந்து கொண்டிருக்கும் நீராவியின் அழுத்தம் ஒரே சீராக இருக்கும் பட்சத்தில் அந்த இரயிலும் சீராக ஓடிக் கொண்டிருக்கும். 55 மைல் வேகத்தில் அது ஓடிக் கொண்டிருக்கும்போது ஐந்தடி அகலமுள்ள ஒரு கான்கிரீட் சுவரைத் தகர்த்துவிட்டு மேலும் சென்று கொண்டிருக்கும். உங்களுடைய வெற்றியையும் இதுபோன்ற தடுத்து நிறுத்தப்பட முடியாத ஒரு நீராவி எஞ்சினாகக் கற்பனை செய்து பார்ப்பது, நீங்களும் ஒரு தாளகதியை உருவாக்கிக் கொள்ள உங்களுக்கு உதவும். படம் 9ஐப் பார்க்கவும்.

படம் 9

உங்களுடைய நடவடிக்கைகள் ஒருவிதமான தாளகதிக்குள் விழும்போது, நீங்கள் திருவாளர் உந்துசக்தியை இரத்தினக் கம்பளம் விரித்து வரவேற்கிறீர்கள் என்று பொருள்.

நான் என்னுடைய அன்றாடத் தாளகதியைத் திட்டமிடுவதோடு சேர்த்து, வாராந்திர, மாதாந்திர, கால் வருடாந்திரத் தாளகதிகளையும் திட்டமிடுகிறேன்.

என்னுடைய திருமண உறவை மேம்படுத்த நான் மேற்கொண்ட திட்டத்தில் இப்படித்தான் நான் செயல்பட்டேன். காதல் உறவு குறித்த விஷயங்களை அட்டவணைக்குள் அடைக்க நான் முயல்வது உங்களுக்கு விநோதமாகத் தெரியலாம். ஆனால் நீங்கள் மிக அதிகபட்ச முன்னுரிமை கொடுத்துள்ள விஷயங்கள்கூட உங்களுடைய கால அட்டவணையில் இல்லாமல் போகும்போது, அது நீங்கள் எதிர்பார்த்துள்ள அளவு அடிக்கடி நிகழ்வதில்லை என்பதை நீங்கள் நடைமுறைரீதியாக உணர்ந்திருக்கக்கூடும்.

நான் இப்படித்தான் திட்டமிட்டிருந்தேன். அனைத்து வெள்ளி இரவுகளையும் நானும் என் மனைவியும் சேர்ந்து வெளியே செல்வதற்காக ஒதுக்கி வைத்தேன். அன்று நானும் ஜார்ஜியாவும் வெளியே சென்று ஏதாவது ஒரு காரியத்தில் சேர்ந்து ஈடுபடுவோம். அன்று மாலை 6 மணிக்கு எங்கள் இருவரின் அலைபேசியிலும் அலாரம் ஒலிக்கும். நாங்கள் அப்போது என்ன செய்து கொண்டிருந்தாலும் அதை அப்படியே போட்டுவிட்டு இதற்காகத் தயாராகவிடுவோம். அதேபோல, சனிக்கிழமை குடும்பத்திற்காக ஒதுக்கப்பட்டுள்ள நாள். அதனால் அன்று எந்த அலுவலக வேலையையும் நான் செய்ய மாட்டேன். அதாவது, வெள்ளிக்கிழமை சூரிய அஸ்தமனத்திலிருந்து ஞாயிறு காலை சூரிய உதயம்வரை நான் என்னுடைய நேரத்தை என் மனைவிக்காகவும் குடும்பத்திற்காகவும் ஒதுக்கி வைத்துள்ளேன். இப்படிப்பட்ட எல்லைகளை நாம் வரையறை செய்யாமல் இருக்கும்போது, ஒரு நாள் அடுத்த நாளின்மீது ஏறி அமர்ந்து கொள்ளப் பார்க்கும். துரதிர்ஷ்டவசமாக, அதில் புறந்தள்ளப்படுபவர்கள் நாம் நம் வாழ்க்கையில் மிகவும் முக்கியமாகக் கருதும் நபர்களாகத்தான் இருப்பர்.

ஒவ்வொரு ஞாயிறு மாலை 6 மணிக்கு "உறவுகள் குறித்த அலசல்" என்ற ஒன்றை நான் மேற்கொள்கிறேன். நான் இதை, உறவுகள் குறித்த வல்லுனர்களான லின்டா மற்றும் ரிச்சர்டு இயர் தம்பதியரிடமிருந்து கற்றுக் கொண்டேன். அப்போது நானும் என் மனைவியும் அதற்கு முந்தைய வாரம் எங்களுடைய உறவுகளில் நாங்கள் பெற்றிருந்த வெற்றி, தோல்வி, செய்து கொள்ள வேண்டிய மாற்றங்கள் அல்லது சமரசங்கள் போன்றவற்றை விவாதிப்போம். நாங்கள்

மற்றவரிடம் கண்ட பாராட்டத்தக்க விஷயங்களோடு எங்களுடைய உரையாடலைத் தொடங்குவோம். நல்ல விஷயங்களோடு உரையாடலைத் தொடங்குவது அதை மேற்கொண்டு தொடர்வதற்கு உதவிகரமாக இருக்கும். என்னுடைய நண்பர் ஜாக் கேன்ஃபீல்டிடம் கற்றுக் கொண்ட ஒன்றை நாங்கள் இருவரும் ஒருவருக்கொருவர் கேட்டுக் கொள்வோம். "நம்முடைய உறவின் தரத்திற்கு, 1லிருந்து 10 வரையுள்ள எண்ணில் ஏதோ ஒன்றை மதிப்பெண்ணாகக் கொடுக்க முடியுமென்றால் (பத்து என்பது சிறப்பானது), கடந்த வாரத்தில் நம்முடைய உறவுக்கு நீ என்ன மதிப்பெண் கொடுப்பாய்?" என்பதுதான் அக்கேள்வி. அது உறவைப் பற்றிய அலசலுக்கு அடிகோலும். பின்னர் அதைத் தொடர்ந்து அடுத்த ஒரு கேள்வியையும் நாங்கள் ஒருவருக்கொருவர் கேட்டுக் கொள்வோம். என்னுடைய மதிப்பெண் பத்துக்குக் குறைவாக இருக்கும் பட்சத்தில், நான் என் மனைவியிடம், "அதை பத்தாக மாற்ற நான் என்ன செய்ய வேண்டும்?" என்று கேட்பேன். அவரும் அதேபோல என்னிடம் கேட்பார். எங்களுடைய உரையாடலின் முடிவில், நாங்கள் ஒருவர் மற்றொருவரிடம் பரிமாறிக் கொள்ள விரும்பியதைப் பரிமாறிக் கொண்ட உணர்வும், அடுத்த வாரத்தை எப்படிக் கொண்டு செல்ல வேண்டும் என்பது குறித்தத் தெளிவும் எங்களுக்குக் கிடைக்கும். இது ஓர் அருமையான நடவடிக்கை. முடிந்தால் நீங்களும் இதை முயற்சி செய்து பாருங்கள்.

ஒவ்வொரு மாதமும் நானும் என் மனைவியும் ஒரு தனித்துவமான, மறக்க முடியாத அனுபவத்தைப் பெற முயற்சி செய்வோம். வாழ்க்கை என்பது மலரும் நினைவுகளின் தொகுப்பு என்று ஜிம் ரான் எனக்குக் கற்றுக் கொடுத்திருந்தார். அதனால், நல்ல அனுபவங்களை அதிகரித்துக் கொள்வதுதான் நம்முடைய நோக்கமாக இருக்க வேண்டும். அப்படி நினைவில் கொள்ளத்தக்க அனுபவம் ஒன்றைப் பெற நாங்கள் விழைவோம். படகுச் சவாரி செய்வது, முற்றிலும் புதிய உணவகத்திற்குச் செல்வது என்று அது எதுவாக வேண்டுமானாலும் இருக்கலாம். அது சாதாரணத்திலிருந்து விலகியிருக்க வேண்டும், மறக்க முடியாத ஓர் அனுபவத்தைத் தோற்றுவிப்பதாக இருக்க வேண்டும், அவ்வளவுதான்.

மூன்று மாதங்களுக்கு ஒரு முறை நாங்கள் இருவரும் இரண்டு அல்லது மூன்று நாள் சுற்றுலா ஒன்றுக்குச் செல்வோம். நான் என்னுடைய இலக்குகளை மூன்று மாதங்களுக்கு ஒருமுறை மறுபரிசீலனை செய்வேன். எங்களுடைய உறவு எப்படிச் சென்று கொண்டிருக்கிறது என்பதை அலசி ஆராயவும் நாங்கள் அந்தச் சுற்றுலாவைப் பயன்படுத்திக் கொள்வோம். இவை தவிர வழக்கமான விழாக் கொண்டாட்டங்கள், புத்தாண்டுக் கொண்டாட்டங்கள் போன்றவையும் உண்டு. மொத்தத்தில், எல்லாவற்றையும் அட்டவணைப்படுத்திவிடுகின்றபோது, நீங்கள் ஒரு விஷயத்தைக் குறித்து அடுத்து என்ன செய்ய வேண்டும் என்று யோசித்துக் கொண்டிருக்க வேண்டிய அவசியம் இல்லாமல் போய்விடுகிறது.

தாளகதிப் பதிவேடு

ஒரு புதிய நடத்தை தொடர்பான ஒரு தாளகதியை உருவாக்கிய பிறகு, அதைக் கண்காணிப்பதற்கு நான் ஒரு செயல்முறையை உருவாக்கியுள்ளேன். அதை நான் "தாளகதிப் பதிவேடு" என்று அழைக்கிறேன். இதற்கு முன்பு நாம் கண்காணித்தலின் முக்கியத்துவத்தைப் பற்றிப் பார்த்தது உங்களுக்கு நினைவிருக்கிறதா?

நீங்கள் உங்களுடைய இலக்கை அடைவதற்காக, தினந்தோறும் அதிக தூரம் நடக்க விரும்பினாலோ, அதிக நீர் அருந்தத் திட்டமிட்டாலோ அல்லது உங்களுடைய வாழ்க்கைத்துணைவரைக் கூடுதலான கரிசனத்துடன் கவனித்துக் கொள்ள ஆசைப்பட்டாலோ, அவற்றை ஒரு தாளகதிக்குள் கொண்டுவருவதற்காக நீங்கள் அதைக் கண்காணிக்க விரும்பக்கூடும். அடுத்தப் பக்கத்திலுள்ள படம் 10ஐப் பார்க்கவும்.

வாழ்க்கையின் தாளகதி

மக்கள் ஏதாவது ஒரு புதிய விஷயத்தில் குதிக்கும்போது முதலில் அதில் அளவுக்கதிகமாக ஈடுபட்டுவிடுகின்றனர். நீங்கள் ஒரு தாளகதியை ஏற்படுத்த விரும்பும்போது உற்சாகத்துடன் அதில் ஈடுபடுவதுதான் நல்லது. ஆனால்

நீண்ட காலத்திற்குத் தொடர்ந்து உறுதியாகச் செய்யக்கூடிய ஒரு திட்டத்தைத்தான் நீங்கள் கையில் எடுக்க வேண்டும். வெறுமனே அடுத்த வாரம்வரை அல்லது அடுத்த மாதம்வரை தொடர்ந்து உங்களால் செய்ய முடிகின்ற ஒன்றை நீங்கள் தேர்ந்தெடுக்கக்கூடாது. உங்கள் வாழ்நாள் முழுவதும் நீங்கள் தொடர்ந்து செய்யத் துணிகின்ற ஒன்றாக அது இருக்க வேண்டும்.

படம் 10

வாராந்திர தாளகதிப் பதிவேடு (எடுத்துக்காட்டு)

நடத்தைச் செயல்பாடு	திங்.	செவ்.	புதன்	வியா.	வெள்.	சனி	ஞாயி.	சாதித்தவை	இலக்கு	கூடு/குறை
வார நாட்களில் 3 கூடுதல் அழைப்புகள்	X			X	X			3	5	<2>
வாரத்திற்கு 3 கூடுதல் விளக்கவுரைகள்		X		X				2	3	<1>
வாரத்திற்கு 30 நிமிடம் இதயப் பயிற்சிகள்		X			X			2	3	<1>
வாரத்திற்கு 3 முறை பளுதூக்கும் பயிற்சிகள்	X	X		X				3	3	☺
தினமும் 10 பக்கங்களைப் படித்தல்	X	X		X	X			4	5	<1>
தினமும் 30 நிமிடம் ஒலிப்பதிவுகள் கேட்டல்	X	X	X			X		4	5	<1>
தினமும் 2 லிட்டர் நீரைப் பருகுதல்		X	X	X		X	X	5	7	<2>
தினமும் காலையில் சத்தான உணவு	X	X		X		X		4	7	<3>
குழந்தைகளுடன் நேரம் செலவிடுதல்	X			X		X		3	4	<1>
வாழ்க்கைத்துணையுடன் வெளியே செல்லுதல்					X			1	1	☺
பிரார்த்தனை அல்லது தியானம்		X	X				X	3	5	<2>
குறிப்பேட்டில் எழுதுதல்	X		X		X	X	X	5	5	☺
							மொத்தம்	39	53	<14>

தொடக்கத் தேதி: __________

நிறைவுத் தேதி: __________

என் நண்பன் ஒருவன் ஒல்லியாக இருந்த தன்னுடைய பழைய படம் ஒன்றைச் சமூக ஊடகம் ஒன்றில் பார்த்துவிட்டு, தன் உடலின் எடையைக் குறைக்க முடிவு செய்தான். அதற்கு அவன் தன் வாழ்க்கைமுறையில் ஒரு பெரிய மாற்றத்தைச் செய்ய வேண்டியிருக்கும். அவன் தன் அலுவலகத்தில் பன்னிரண்டு மணிநேரம் தன் நாற்காலியில் ஆணியடித்தாற்போல உட்கார்ந்திருப்பான். அவனுக்கு உடற்பயிற்சி என்றால் வேப்பங்காய். கீழே விழுந்துவிட்டக் காகிதத்தைக் குனிந்து எடுக்கக்கூட அவனுக்குப் பிடிக்காது. அவன் அவ்வளவு சோம்பேறி. ஆனாலும் உடல் எடையைக் குறைக்க வேண்டும் என்று அவன் தீர்மானித்தான். உடனடியாக ஓர் உடற்பயிற்சிக் கூடத்தில் சேர்ந்தான். தனிப்பட்டப் பயிற்றுவிப்பாளர் ஒருவரை அமர்த்திக் கொண்டான். தினமும் இரண்டு மணிநேரம் என்று வாரத்தில் ஐந்து நாட்கள் உடற்பயிற்சி செய்தான். நான் அவனிடம் மெதுவாகத் தொடங்குமாறு கூறியும் அவன் என் குரலுக்குச் செவி சாய்க்கவில்லை. தான் மாறிவிட்டதாக அவன் என்னிடம் கூறினான்.

நான் அவனிடம், "எதற்காக நீ உன் உடல் எடையைக் குறைக்க விரும்புகிறாய்?" என்று கேட்டேன். அதற்கு அவன், "நான் ஆரோக்கியமாக இருக்கப் போகிறேன். என் பேரக்குழந்தைகளைப் பார்க்கும்வரை நான் உயிரோடு இருக்க விரும்புகிறேன்," என்று பதிலளித்தான். அவை அர்த்தம் வாய்ந்த ஊக்குவிப்புகள்தாம் என்பதில் சந்தேகமில்லை.

நான் அவனுக்கு இவ்வாறு பரிந்துரைத்தேன்: "எனக்கு உன்மீது நம்பிக்கை பிறந்துவிட்டது. ஆனால் தொடக்கத்தில் அளவுக்கதிகமாக இதில் ஈடுபடாதே. தினமும் இரண்டு மணிநேரம் என்பது அதிகப்படியானது. ஓரிரு மாதங்கள் கழித்ததும், நேரமில்லை என்ற காரணத்தைக் கூறி முதலில் ஒரு நாள் உடற்பயிற்சி செய்வதைத் தவிர்ப்பாய். பின்னர் அது அதிகமாகிவிடும். அதனால் நீ ஊக்கமிழப்பாய். இப்போது நீ முழு ஊக்கத்துடன் இருப்பதால் மூன்று மாதங்களுக்கு இப்படியே தொடர்ந்து செய்து வா. அதற்குப் பிறகு தினசரி ஒரு மணிநேரமாக அதைக் குறைத்துக் கொள். முடிந்தால் அதை நான்கு நாட்களுக்குச் செய்து வா. இதை மூன்று மாதங்களுக்குத் தொடர்ந்து செய்து

வா. பின் அதை தினசரி ஒரு மணிநேரம் என்ற கணக்கில் வாரத்திற்கு மூன்று நாட்கள் செய்து வா. அப்படிச் செய்து வந்தால், உன்னால் இதை நீண்ட காலத்திற்குச் செய்து வர முடியும்." ஆனால், இதை அவனுக்குப் புரிய வைக்க நான் சிரமப்பட்டேன்.

தொடர்ச்சியாகச் செய்வதன் பலன்

ஒரு காரியத்தில் தொடர்ச்சியாக ஈடுபடுகின்ற என்னுடைய குணம் என்னுடைய வெற்றிக்கான காரணங்களில் ஒன்று. நல்ல நோக்கம் கொண்ட மனிதர்கள்கூட இதில் தவறிவிடுகின்றனர்.

நாம் இரண்டு பேரும் ஆளுக்கொரு விமானத்தை ஓட்டிக் கொண்டு, லாஸ் ஏஞ்சலீஸிலிருந்து நியூயார்க் நகருக்குச் செல்வதாக வைத்துக் கொள்வோம். நீங்கள் மணிக்கு ஐந்நூறு மைல் வேகத்தில் பறக்கிறீர்கள். நான் மணிக்கு இருநூறு மைல் வேகத்தில் பறக்கிறேன். புறப்பட்டதும் நான் நேராக நியூயார்க்கை நோக்கிப் பறக்கிறேன். ஆனால் நீங்கள் இடையிலிருக்கும் ஒவ்வொரு மாநிலத்திலும் தரையிறங்கிவிட்டுப் பின் பயணத்தைத் தொடர்கிறீர்கள். ஆனால் நான்தான் நியூயார்க்கை உங்களுக்கு முன்பாக அடைந்திருப்பேன். நீங்கள் பல முறை நிறுத்திவிட்டு, மீண்டும் தொடங்கி உங்களுடைய உச்சகட்ட வேகத்தை அடைந்து பயணத்தைத் தொடர வேண்டியிருப்பதால், உங்களுடைய நேரமும் ஆற்றலும் அதிகமாக வீணாகும். சில நேரங்களில் நீங்கள் உங்கள் இறுதி இலக்கை அடையாமல்கூடப் போகலாம். மெதுவாகச் சென்றால்கூட, ஒரே ஒரு முறை கிளம்பி, தொடர்ந்து சென்று கொண்டிருப்பது நல்லது.

அடிபம்பு

ஒரு பழக்கத்தைத் தொடங்கிவிட்டு, இடையில் அதில் சுணக்கம் காட்டினால், அதற்கு ஏற்கனவே செலவழித்த மொத்த ஆற்றலும் வீணாகிவிடும்.

அடிபம்பை நீங்கள் பயன்படுத்தியிருக்கக்கூடும். நிலத்திற்கு வெகு கீழேயிருக்கும் நீரை அது உறிஞ்சி மேலே

கொண்டு வருகிறது. அதை வெளியே கொண்டு வருவதற்கு நீங்கள் அதன் கைப்பிடியைத் தொடர்ந்து அடித்துக் கொண்டிருக்க வேண்டும். படம் *11*ஐப் பார்க்கவும்.

படம் 11

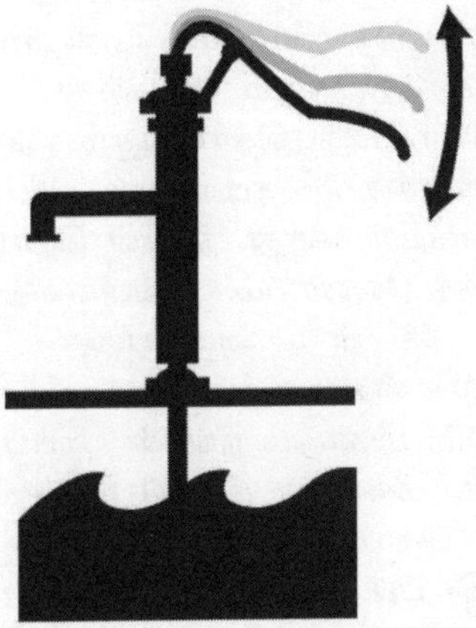

தொடர்ச்சியாகச் செயல்பட்டுக் கொண்டிருந்தால்தான் தொடர் இயக்கத்தை நிலைநிறுத்த முடியும்.

பலர் ஒரு காரியத்தைத் தொடங்கும்போது, அடிபம்பில் முதலில் வேகவேகமாக அடிப்பதுபோல அதில் தீவிரமாக ஈடுபடுவர். ஒரு சில நிமிடங்கள் அடித்தும் நீர் வராததை அவர்கள் பார்ப்பர். நாம் முன்பு பார்த்த என் நண்பனின் எடுத்துக்காட்டில், அவன் ஒரு சில வாரங்கள் உடற்பயிற்சியை மேற்கொண்டும் எந்தப் பயனும் ஏற்படவில்லை என்று அவன் உணர்வதாக வைத்துக் கொள்ளலாம். ஆனால் நிலத்திற்கு அடியில் உள்ள நீரை மேலே கொண்டு வர முதலில் அக்குழாயிலிருக்கும் காற்றை வெளியே கொண்டு வர வேண்டும் என்பதை அவர்கள் உணர்வதில்லை. அடிபம்பில் நீரை வெளியே கொண்டு வருவதற்கு நேரம், தொடர்ச்சியான உழைப்பு,

ஆற்றல் ஆகியவை தேவைப்படும். பெரும்பாலானோர் வெளிப்படையான விளைவுகள் ஏற்படாததைக் கண்டு தங்கள் முயற்சியைக் கைவிட்டுவிடுகின்றனர்.

விடாப்பிடியாகச் சிலர் தொடர்வர். மேலும் சிறிது நேரம் அடித்தப் பிறகு, ஒரு சில துளிகள் நீர் வரும். இக்கட்டத்திலும் சிலர் தங்களுடைய முயற்சியைக் கைவிட்டுவிடுவர்.

ஆனால் அதற்கு மேலும் தொடர்பவர்களுக்கு ஒரு மாயாஜாலம் காத்திருக்கும். அதற்குப் பிறகு தண்ணீர் அருவியாகக் கொட்டத் தொடங்கும். அப்போது நீங்கள் முந்தைய அளவுக்குக் கடினமாகப் பம்பை அடிக்க வேண்டிய தேவையிருக்காது. நீங்கள் தொடர்ந்து அடித்துக் கொண்டேயிருக்க வேண்டும், அவ்வளவுதான்.

ஆனால் நீங்கள் அடிப்பதை நீண்ட நேரம் நிறுத்திவிட்டால் என்னவாகும்? தண்ணீர் மீண்டும் பூமிக்குக் கீழே போய்விடும். மீண்டும் நீங்கள் புறப்பட்ட இடத்திற்கே வந்துவிடுவீர்கள். மீண்டும் நீரைப் பெற வேண்டுமானால், முதலிலிருந்து தொடங்க வேண்டும். நம்மில் பலர் வாழ்க்கையை இப்படித்தான் வாழ்ந்து கொண்டிருக்கிறோம். தினமும் ஐந்து பேரைத் தொலைபேசியில் அழைப்பதில் தொடங்குகிறோம். நல்ல பலன் கிடைக்கிறது. உடனே சுணக்கம் காட்டத் தொடங்குகிறோம். ஒருசில வாரங்களுக்கு நம் வாழ்க்கைத்துணையோடு வெள்ளி இரவன்று வெளியே செல்கிறோம். அதற்குப் பிறகு மீண்டும் வீட்டில் தனியாக அமர்ந்தபடி தொலைக்காட்சி, நொறுக்குத்தீனி என்று வாழ்க்கை தொடர்கிறது. பலர் புதிதாக ஒரு புத்தகத்தை வாங்குகின்றனர், ஒரு கருத்தரங்கில் சேர்கின்றனர். ஒருசில நாட்களுக்கு அல்லது ஒரு சில வாரங்களுக்கு அது தொடர்கிறது. பின்னர் அவர்கள் அதை நிறுத்திவிடுகின்றனர். மீண்டும் பழைய கதைதான். இது உங்களுக்கும் நிகழ்ந்திருக்கலாம்.

நீங்கள் தொடர்ச்சியாகச் செய்து வருகின்ற ஒரு காரியத்தை ஏதோ ஒரு காரணத்திற்காக ஒருசில நாட்களுக்கு அல்லது ஒரு சில வாரங்களுக்கு நிறுத்த நேர்ந்தால், அதனால் பெரிதாக பாதிப்பு ஏதும் ஏற்பட்டுவிடாது என்றும், அந்த இடைவெளியில் ஏற்பட்டுள்ள இழப்பைப் பற்றி மட்டும்தான் கவலைப்பட வேண்டும் என்றும் சிலர் நினைக்கின்றனர்.

ஆனால் அப்படிச் செய்யும்போது நீங்கள் திருவாளர் உத்வேகத்தின் நட்பையும் இழக்கிறீர்கள். உங்களுடைய உத்வேகம் ஒரேயடியாகச் சாகடிக்கப்பட்டுவிடும். அது உண்மையிலேயே ஒரு துயரக் கதைதான்.

பந்தயத்தில் வெற்றி பெறுவது என்பது ஒரே சீராக இயங்கிக் கொண்டிருப்பதாகும். ஆமையாக இருங்கள். ஒருவனுக்குப் போதுமான நேரத்தைக் கொடுத்தால், தொடர்ச்சியாக மேற்கொள்ளப்படுகின்ற நேர்மறையான நடவடிக்கைகள் மூலம் அவனால் எந்தப் போட்டியிலும் எவரொருவரையும் தோற்கடித்துவிட முடியும்.

சரியான தேர்ந்தெடுப்புகளை மேற்கொண்டு, சரியான நடத்தைகளை விடாப்பிடியாகப் பிடித்துக் கொண்டு, கச்சிதமான பழக்கங்களைச் செயலாக்கிக் கொண்டு, அதில் தொடர்ச்சியாக ஈடுபட்டுக் கொண்டிருப்பது அவ்வளவு எளிதான காரியமல்ல. குறிப்பாக, எப்போதும் மாறிக் கொண்டிருக்கின்ற இந்தச் சவாலான உலகில் அது அவ்வளவு சுலபமல்ல. எளிதாகவும் சுலபமாகவும் இருந்திருந்தால் எல்லோருமே வெற்றியாளர்களாக இருந்திருப்பார்களே!

கூட்டு விளைவை உங்களுக்காக வேலை செய்ய வையுங்கள்

செயல்முறைப் பயிற்சிகள்

- அதிகாலை மற்றும் முன்னிரவு நேர வழமைகளை உருவாக்கிக் கொள்ளுங்கள். அவை உலகத் தரம் வாய்ந்தவையாக இருக்கட்டும்.
- உங்களுடைய வாழ்க்கையில் நீங்கள் தொடர்ச்சியாக ஈடுபட்டுக் கொண்டிருக்காத மூன்று அம்சங்களைப் பட்டியலிடுங்கள். அதன் காரணமாக நீங்கள் உங்கள் வாழ்க்கையில் எவற்றையெல்லாம் இழந்துள்ளீர்கள்? அப்பகுதிகளில் இனி நீங்கள் விடாப்பிடியாக ஈடுபடுவீர்கள் என்று உறுதி பூணுங்கள்.
- உங்களுடைய தாளகதிப் பதிவேட்டில் உங்களுடைய புதிய இலக்குகளுக்கு வலுச் சேர்க்கின்ற ஆறு புதிய நடத்தைகளைக் குறித்துக் கொள்ளுங்கள். இவை நாளடைவில் திருவாளர் உத்வேகத்துடன் நீங்கள் கைகுலுக்க உதவ வேண்டும்.

அத்தியாயம் 5

செல்வாக்கு

தேர்ந்தெடுப்புகளின் முக்கியத்துவத்தைப் பற்றியும், அவற்றின் கூட்டு விளைவின் தாக்கத்தைப் பற்றியும் நாம் பார்த்தோம். உங்களுடைய தேர்ந்தெடுப்புகளுக்கும் உங்களுடைய நடவடிக்கைகளுக்கும் நீங்கள்தான் 100 சதவீதப் பொறுப்பு என்பதையும் நாம் பார்த்தோம். அதே சமயம், உங்களுடைய தேர்ந்தெடுப்புகள், நடத்தைகள் மற்றும் பழக்கங்கள்மீது ஆற்றல்மிக்கப் புறச் சூழல்கள் தாக்கம் விளைவிக்கின்றன என்பதையும் நீங்கள் புரிந்து கொள்ள வேண்டும். இந்த சக்திகள் நம்முடைய வாழ்க்கையை நுண்ணிய வழியில் கட்டுப்படுத்திக் கொண்டிருக்கின்றன என்பதை நம்மில் பெரும்பாலானோர் அறிந்திருப்பதில்லை. நீங்கள் உங்களுடைய இலக்குகளை நோக்கிச் சீராகப் பயணிக்க வேண்டுமென்றால், இவற்றைப் பற்றி அறிந்து வைத்திருக்க வேண்டியது அவசியம். அப்போதுதான் அவற்றை உங்களால் உங்களுக்குச் சாதகமாகப் பயன்படுத்திக் கொள்ள முடியும். நம்மீது அப்படித் தாக்கம் விளைவிக்கின்ற அந்த மூன்று அம்சங்கள் இவைதாம்.

1. உள்ளீடுகள். அதாவது, நீங்கள் உங்கள் மனத்திற்குக் கொடுக்கின்ற விஷயங்கள்.
2. தொடர்புகள். அதாவது, உங்களுடைய நேரத்தை நீங்கள் யாருடன் செலவழிக்கிறீர்களோ அவர்கள்.
3. சுற்றுச்சூழல். அதாவது, உங்களுடைய புறச் சூழல்.

1. உள்ளீடுகள்:

உள்ளே போவது குப்பையாக இருந்தால், வெளியே வருவதும் குப்பையாகத்தான் இருக்கும்

உங்கள் உடல் உச்சகட்டச் செயற்திறனுடன் செயல்பட வேண்டும் என்று நீங்கள் விரும்பினால், தரமான ஊட்டச்சத்துகளை அதற்கு அளிக்க வேண்டும், குப்பை உணவுகளைத் தவிர்க்க வேண்டும். உங்களுடைய மூளை உச்சகட்டச் செயற்திறனுடன் இயங்க வேண்டும் என்று நீங்கள் விரும்பினால், நீங்கள் அதற்கு என்ன உணவளிக்கிறீர்கள் என்பதில் இன்னும் கூடுதல் எச்சரிக்கையுடன் இருக்க வேண்டும். நீங்கள் அதற்கு எப்போதும் எதிர்மறையான செய்திகளையும் உருப்படாத தொலைக்காட்சி நிகழ்ச்சிகளையும் தீனியாகப் போட்டுக் கொண்டிருக்கிறீர்களா? உங்கள் தலைக்குள் எப்போதும் தேவையற்றக் கிசுகிசுக்கள், மடத்தனமான சமூக ஊடகங்களின் பகிர்வுகள் மற்றும் காணொளிகளைத் திணித்துக் கொண்டிருக்கிறீர்களா? நீங்கள் உங்களுக்குள் செலுத்துகின்ற உள்ளீடுகள், உங்களுடைய உற்பத்தித்திறன்மீதும் விளைவுகள்மீதும் நேரடியான, அளவிடத்தக்கத் தாக்கங்களை ஏற்படுத்தும்.

நம்முடைய மூளை நுகர்கின்ற விஷயங்கள்மீது நாம் முழுக் கட்டுப்பாடு கொண்டிருப்பது மிகவும் கடினமான காரியம். நாம் நம்முடைய மூளைக்குள் செலுத்திக் கொண்டிருக்கின்ற விஷயங்களில் பெரும்பாலானவற்றை நாம் பிரக்ஞையின்றி அதற்குள் செலுத்திக் கொண்டிருப்பதுதான் அதற்குக் காரணம். எந்தவிதமான யோசனையுமின்றி நம்மால் உணவு உட்கொள்ள முடியும் என்றாலும், நாம் எதை உண்கிறோம் என்பதில் நமக்குக் கட்டுப்பாடு இருக்கிறது. ஏனெனில், எந்த உணவும் தானாகவே நம் வாய்க்குள் நுழைவதில்லை. ஆனால் நம்முடைய மூளைக்குள் தேவையற்ற, எதிர்மறையான, அழிவுபூர்வமான விஷயங்கள் நுழைந்துவிடாமல் பார்த்துக் கொள்ள நாம் கூடுதல் எச்சரிக்கையுடன் இருந்தாக வேண்டும். ஆனால் அது மிகவும் கடினமான ஒரு போராட்டமாகவே இருக்கும்.

உங்களுடைய மூளை உங்களை மகிழ்ச்சியுடன் வைத்திருப்பதற்காகப் படைக்கப்பட்ட ஒன்றல்ல

என்பதை நீங்கள் உணர்ந்திருப்பது முக்கியமானது. உங்களுடைய மூளைக்கு ஒரே ஒரு குறிக்கோள்தான் உண்டு. உங்களை உயிரோடு வைத்திருப்பதுதான் அது. மனித மூளை எப்போதும் இல்லாமை மற்றும் தாக்குதல் குறித்த அறிகுறிகளை எச்சரிக்கையுடன் கண்காணித்துக் கொண்டிருக்கும். அதனால் உங்களை அச்சுறுத்தலுக்கு உள்ளாக்கக்கூடிய, குறைந்து கொண்டிருக்கும் வளங்கள், மோசமான வானிலை, வேறு சில ஆபத்தான சாத்தியக்கூறுகள் போன்ற எதிர்மறையான விஷயங்களையே அது எப்போதும் கண்காணித்துக் கொண்டிருக்கும். அதனால் நீங்கள் உங்களுடைய அலைபேசியைக் காலையில் கையில் எடுத்து, கொள்ளைகள், தீப்பிடித்தல்கள், தாக்குதல்கள், சரிந்து கொண்டிருக்கும் பொருளாதாரம் போன்ற செய்திகளைப் படித்து அவற்றால் திணறடிக்கப்பட்டுக் கொண்டிருக்கும்போது, உங்கள் மூளை பிரகாசமடையும். அன்றைய நாள் முழுவதும் அது பயம், கவலை, மற்றும் எதிர்மறை எண்ணங்களையே அசைபோட்டுக் கொண்டிருக்கும். மீண்டும் மாலையில் நீங்கள் செய்திகளைப் படிக்கும்போது, கேட்கும்போது அல்லது பார்க்கும்போது அதேதான் நிகழ்கிறது. கூடுதலாக மோசமான செய்திகளா? நல்லதாகப் போயிற்று! இரவு முழுவதும் அசைபோட விஷயங்கள் கிடைத்துவிட்டன என்று உங்கள் மூளை குதூகலிக்கும்.

மூளையை நீங்கள் அதன் போக்கில் விட்டுவிட்டால், அது இரவும் பகலும் எதிர்மறையான, கவலை ஏற்படுத்துகின்ற, பயத்தைத் தோற்றுவிக்கின்ற செய்திகளிலேயே உழன்று கொண்டிருக்கும். ஆனால் நம்மால் நம்முடைய நடத்தையை மாற்றிக் கொள்ள முடியும். “இல்லாமை மற்றும் தாக்குதல்” ஆகியவற்றுக்கு அப்பால் பார்க்க அதற்கு நம்மால் கற்றுக் கொடுக்க முடியும். நம்முடைய மூளைக்கு எதைக் கொடுக்க வேண்டும் என்பதை நம்மால் கவனமாகத் தேர்ந்தெடுக்க முடியும்.

நம்முடைய மூளைக்குக் கொடுப்பதற்காக, ஒவ்வொரு நாளின் தொடக்கத்திலும் நேர்மறையான விஷயங்களைத் தேடிக் கண்டுபிடிப்பது அவ்வளவு எளிதான காரியமல்ல. ஆனால் நேர்மறையான செய்திகளை வெளியிடுகின்ற எண்ணற்ற வலைத்தளங்கள் இருக்கின்றன. நீங்கள் தேடிப்

பிடித்து அவற்றைக் கேட்க வேண்டும் அல்லது வாசிக்க வேண்டும். என் பங்கிற்கு நான் என்னுடைய வலைத்தளத்தில் பதிவு செய்துள்ளவர்களுக்கு, நேர்மறையான செய்திகளை உள்ளடக்கியுள்ள, ஐந்து நிமிடங்கள் ஓடக்கூடிய வீடியோக்களைப் பதிவு செய்து அனுப்புகிறேன்.

அழுக்கு நீரைப் பருகாதீர்கள்

நீங்கள் எதை உருவாக்குகிறீர்களோ அதைத்தான் பெறுவீர்கள். எதிர்பார்ப்புகள் படைப்பாற்றல் செயல்முறையை உந்தித் தள்ளுகின்றன. நீங்கள் எதை எதிர்பார்க்கிறீர்கள்? நீங்கள் எதைப் பற்றிச் சிந்தித்துக் கொண்டிருக்கிறீர்களோ அதைத்தான் எதிர்பார்ப்பீர்கள். உங்களுடைய சிந்தனைமுறையும் உங்களுடைய தலைக்குள் ஓடிக் கொண்டிருக்கும் உரையாடல்களும்தாம் நீங்கள் உங்கள் வாழ்வில் உருவாக்க இருக்கின்றவற்றுக்கான அடித்தளம். அதனால் இப்போது கேட்கப்பட வேண்டிய கேள்வி இதுதான்: நீங்கள் எதைப் பற்றிச் சிந்தித்துக் கொண்டிருக்கிறீர்கள்? உங்களுடைய எண்ணங்கள்மீது எவை தாக்கம் ஏற்படுத்திக் கொண்டிருக்கின்றன, எவை அவற்றை வழிநடத்திக் கொண்டிருக்கின்றன? அதற்கான விடை இதுதான்: எவற்றைக் கேட்கவும் பார்க்கவும் நீங்கள் உங்களை அனுமதித்துக் கொண்டிருக்கிறீர்களோ அவைதாம் அதைச் செய்து கொண்டிருக்கின்றன. இவைதாம் உங்களுடைய மூளைக்குள் நீங்கள் செலுத்திக் கொண்டிருக்கும் உள்ளீடுகள். அதற்கு மேல் ஒன்றுமில்லை. படம் 12ஐப் பார்க்கவும்.

உங்களுடைய மனம் ஒரு காலி டம்ளரைப் போன்றது. அதை நீங்கள் எதைக் கொண்டு நிரப்புகிறீர்களோ அதை அது உள்வாங்கி கொள்ளும். நீங்கள் உங்கள் மூளைக்குள் பரபரப்பான செய்திகள், கேவலமான தலைப்புச் செய்திகள், உருப்படாத தொலைக்காட்சி நிகழ்ச்சிகள் போன்றவற்றைத் திணிக்கும்போது, நீங்கள் உங்களுடைய டம்ளரை அழுக்கு நீரால் நிரப்புகிறீர்கள். அது மோசமான செய்திதான். ஆனால் நீங்கள் அதில் சுத்தமான நீரை மேலும் மேலும் ஊற்றிக் கொண்டேயிருந்தால், ஒரு கட்டத்தில் அதே டம்ளர் சுத்தமான நீரால் நிரம்பிவிடும். நேர்மறையான,

படம் 12

எதிர்மறைச் சிந்தனைகளை (அழுக்கான நீர்) நேர்மறையான, உத்வேகமூட்டுகின்ற, ஆதரவளிக்கின்ற யோசனைகளால் (சுத்தமான நீர்) நீர்த்துப் போகச் செய்யுங்கள்.

உத்வேகமூட்டுகின்ற யோசனைகள்தாம் சுத்தமான நீர். பெரும் சவால்களுக்கு இடையே சாதனைகளை நிகழ்த்துபவர்களின் கதைகள் நேர்மறையானவை. வெற்றி, செல்வம், ஆரோக்கியம், அன்பு, மற்றும் மகிழ்ச்சிக்கு வழிவகுக்கின்ற உத்திகள் நேர்மறையானவை. வளர்வதற்கும் அபரிமிதத்தைப் பெருக்குவதற்கும் உதவுகின்ற யோசனைகள் நேர்மறையானவை. இணையத்தில் இப்படிப்பட்ட உண்மைக் கதைகள் ஏராளமாக இருக்கின்றன. உங்களைக் குறித்த, இந்த உலகைக் குறித்த, நீங்கள் உருவாக்கவிருக்கின்ற விளைவுகள் குறித்தக் கண்ணோட்டங்களை மேம்படுத்திக் கொள்ள அது உதவும். அதற்காகத்தான் நான் தினமும் காலையிலும் மாலையிலும் அரை மணிநேரம் ஊக்குவிப்பு நூல்களைப் படிக்கிறேன். நான் காரில் பயணிக்கும்போதும், வெளியே ஆசுவாசமாக நடக்கும்போதும், என் நாயை நடத்திச் செல்லும்போதும் ஊக்குவிப்பு ஒலிபரப்புகளையும் பேச்சுகளையும் கேட்கிறேன். என் டம்ளரில் தொடர்ந்து சுத்தமான நீரை ஊற்றிக் கொண்டிருக்கிறேன். காலையில் எழுந்தவுடன் செய்தித்தாள்களைப் படித்துக் கொண்டும், இரவில் படுக்கப் போவதற்கு முன்பு தொலைக்காட்சிச் செய்திகளைப் பார்த்துக் கொண்டும் இருக்கின்ற

நபரோடு ஒப்பிடும்போது நான் நிறைய அனுகூலங்களைக் கொண்டிருக்கிறேன். இதை உங்களால் பின்பற்ற முடியும். அதை நீங்கள் இரண்டு வழிகளில் செய்யலாம். அவற்றை இப்போது நாம் பார்க்கலாம்.

எச்சரிக்கையாக இருங்கள்

நீங்கள் ஒரு குகையிலோ அல்லது ஓர் அத்துவானத் தீவிலோ வசித்துக் கொண்டிருந்தால் ஒழிய, உங்களுடைய டம்ளர் அழுக்கு நீரால் நிரப்பப்படுவதை உங்களால் தவிர்க்க முடியாது. நீங்கள் பயணிக்கும் பாதையில் இருக்கும் பெரிய விளம்பரப் பலகைகள் உங்கள் பார்வையில் படுவதை உங்களால் தவிர்க்க முடியாது. விமான நிலையத்திலோ அல்லது உணவகத்திலோ, அங்குள்ள தொலைக்காட்சியில் ஒளிபரப்பாகிக் கொண்டிருக்கும் செய்திகளைக் கேட்பதை உங்களால் தவிர்க்க முடியாது. உங்களுடைய சுயபேச்சின் மூலமாகவும், உங்களுடைய உறவினர்கள் மற்றும் நண்பர்களின் பேச்சுகளின் மூலமாகவும் உங்களுடைய டம்ளரின் நீர் அழுக்காகிக் கொண்டிருப்பதை உங்களால் தவிர்க்க முடியாது.

அதற்காக அதை உங்களால் குறைக்க முடியாது என்று எடுத்துக் கொள்ளத் தேவையில்லை. சமூக வலைத்தளங்களிலுள்ள எதிர்மறைச் செய்திகளை உங்களால் தவிர்க்க முடியாமல் போகலாம் என்றாலும், நீங்கள் அவற்றில் உலாவிக் கொண்டிருக்கின்ற நேரத்தை உங்களால் கண்டிப்பாகக் குறைத்துக் கொள்ள முடியும். காரில் பயணிக்கும்போது வானொலிச் செய்திகளைக் கேட்பதற்கு பதிலாக, ஊக்குவிப்பு ஒலிப்பதிவையோ அல்லது ஓர் ஒலிப்புத்தகத்தையோ கேட்பதை உங்களால் தேர்ந்தெடுக்க முடியும். உங்களுடைய அலைபேசியை அணைத்து வைத்துவிட்டு, உங்களுக்குப் பிடித்தமானவர்களுடன் உங்களால் பேசிக் கொண்டிருக்க முடியும்.

எங்கள் வீட்டில் தொலைக்காட்சிக்கு ஒருபோதும் பிரதான இடம் கொடுக்கப்பட்டதில்லை. அது இல்லாமலேயே எப்படியோ என் வாழ்க்கையும் சுவாரசியமாகத்தான் சென்று கொண்டிருந்தது. எப்போதாவது யாருடனாவது சேர்ந்து அமர்ந்து ஒரு

தொலைக்காட்சி நகைச்சுவை நிகழ்ச்சியைப் பார்க்க நேரிடும்போது நானும் அவர்களோடு சேர்ந்து சிரிக்கத்தான் செய்வேன். ஆனால், அதற்குப் பிறகு, ஊட்டச்சத்து இல்லாத உணவை உண்டுவிட்டு அவஸ்தைப்படுவது போன்ற உணர்வே எனக்கு ஏற்படும். தொலைக்காட்சிகளில் வருகின்ற விளம்பரங்கள் நம்முடைய பயங்கள், வலிகள், தேவைகள் மற்றும் பலவீனங்களைப் பயன்படுத்தி நம்மைத் தமக்கு இரையாக்கிக் கொண்டிருப்பதை என்னால் சகித்துக் கொள்ள முடிவதில்லை. நான் போதுமானவன் அல்லன் என்ற நினைப்போடும், அந்த உணர்வைப் பெறுவதற்கு நான் அதை வாங்க வேண்டும், இதை வாங்க வேண்டும் என்ற உணர்வோடுமே எப்போதும் நான் நடமாடிக் கொண்டிருந்தால், என்னால் எவ்வாறு அபாரமான விஷயங்களைச் சாதிக்க முடியும்?

ஊடக விரதம் இருங்கள்

நம்மைப் பிணையாளியாகப் பிடித்து வைத்திருப்பதன் மூலமாகத்தான் ஊடகங்கள் கொழித்துக் கொண்டிருக்கின்றன. விரைவுச்சாலை ஒன்றில் காரில் பயணித்துக் கொண்டிருக்கும்போது, எப்போதாவது கடும் போக்குவரத்து நெரிசலில் மாட்டிக் கொண்டு, கார்கள் ஊர்ந்து சென்று கொண்டிருப்பதைப் பார்த்து நொந்து போய், "முன்னால் என்னதான் நடக்கிறது?" என்று மண்டையைப் பிய்த்துக் கொண்டு அமர்ந்திருந்த அனுபவம் கண்டிப்பாக உங்களுக்கு நேர்ந்திருக்கும். நெரிசலை ஏற்படுத்தியிருந்த இடத்தை அணுகும்போது, ஒரு விபத்துதான் அதற்குக் காரணம் என்பதை நீங்கள் அறிவீர்கள். ஆனால் விபத்து நடந்து வெகு நேரமாகியிருப்பதையும், அந்த இடம் ஒழுங்குபடுத்தப்பட்டிருப்பதையும் நீங்கள் உணர்ந்து கொள்வீர்கள். அப்படியிருந்தும், அதைக் கடக்கும்போது கார்கள் ஏன் இன்னமும் மெதுவாகச் செல்கின்றன என்பதை அறிய நீங்கள் ஆவல் காட்டுவீர்கள். அந்த இடத்தைக் கடக்கும் ஒவ்வொரு காரோட்டியும் முன்னால் சாலை காலியாக இருந்தும் வேகமாகச் செல்லாமல், காரின் வேகத்தை வெகுவாகக் குறைத்து, கழுத்தை வளைத்து அந்த விபத்தைப் பார்த்துக் கொண்டே செல்வதுதான் அதற்குக்

காரணம் என்பதை அறிந்து நீங்கள் வியப்பீர்கள். அது உண்மையிலேயே உங்களை எரிச்சல்படுத்தும். ஆனால் நீங்கள் அந்த இடத்தைக் கடக்கும்போது என்ன நிகழும்? நீங்களும் உங்களுடைய காரின் வேகத்தை வெகுவாகக் குறைத்து, கழுத்தை வளைத்து அந்த விபத்தைப் பார்ப்பீர்கள்!

நல்ல, நாகரீகமான மக்கள்கூட ஏன் கார் விபத்து போன்ற பயங்கரமான, சோகமான விஷயங்களைப் பார்க்க இவ்வளவு ஆர்வம் காட்டுகின்றனர்? இது நம்முடைய மரபியலில் ஊறிப் போயிருக்கிறது. தன்னைப் பாதுகாத்துக் கொள்வதற்காக ஆதி காலத்திலிருந்தே மனிதன் கடைபிடித்து வரும் ஒரு பழக்கம் இது. அதை நம்மால் தவிர்க்க முடியாது. எதிர்மறைகளைத் தவிர்க்க நம்மை நாமே பயிற்றுவித்துக் கொண்டாலும், எப்போதும் நேர்மறையாக இருப்பது என்று உறுதி பூண்டு கொண்டாலும், பரபரப்பான, கிளர்ச்சியூட்டுகின்ற விஷயங்களை நாம் எதிர்கொள்கின்றபோது, அடிப்படை மனித இயல்பு நம்மை வெற்றி கொண்டுவிடுகிறது. ஊடகங்களை நடத்திக் கொண்டிருப்பவர்கள் இதை மிக நன்றாகவே அறிந்து வைத்திருக்கின்றனர். அவர்கள் உங்களுடைய இயல்பைப் பற்றி உங்களைவிட அதிகமாக அறிந்து வைத்திருக்கின்றனர். ஊடகங்கள் உங்களைக் கவர்வதற்காக, அதிர்ச்சியூட்டுகின்ற, பரபரப்பான தலைப்புச் செய்திகளைப் பயன்படுத்துகின்றன. ஆனால், முன்பு மூன்று நான்கு செய்தி ஊடகங்களும் வானொலிகளும் இருந்த இடத்தில், இன்று ஒரு நாளின் இருபத்து நான்கு மணிநேரமும் நூற்றுக்கணக்கான செய்தி ஊடகங்கள் இயங்கிக் கொண்டிருக்கின்றன. நூற்றுக்கணக்கான வலைத்தளங்கள் நம்முடைய கணனி மற்றும் அலைபேசி வாயிலாக நம்மைத் திணறடித்துக் கொண்டிருக்கின்றன. உங்களைக் கவர்ந்திழுப்பதற்கான போட்டி இப்போது இரத்தக்களரியாக மாறிவிட்டிருப்பதால், உங்களுக்கு எப்படி அதிக அதிர்ச்சியூட்டுவது, எப்படிச் செய்திகளை அதிகப் பரபரப்பாக மாற்றுவது என்பதில் பெரும் கவனம் செலுத்தப்பட்டுக் கொண்டிருக்கிறது. அவர்கள் தினமும் உலகெங்கும் நடக்கின்ற பத்துப் பன்னிரண்டு மிகக் கொடூரமான, பயங்கரமான, இருண்ட செய்திகளைச்

சேகரித்து, அவற்றைச் செய்திப் பத்திரிகைகள், தொலைக்காட்சிச் செய்திகள், வலைத்தளச் செய்திகள் வாயிலாக அந்த நாள் முழுவதும் மீண்டும் மீண்டும் நம்முன் வலம் வரச் செய்கின்றனர். இது போதாதென்று, மக்கள் எதிர்மறைச் செய்திகளைப் பிறருடன் பகிர்ந்து கொள்வதைச் சமூக ஊடகங்கள் நேர்மறையாகவும் மறைமுகமாகவும் ஊக்குவித்து வருகின்றன.

இதற்கிடையே, அதே இருபத்து நான்கு மணிநேரத்தில், இலட்சக்கணக்கான, அற்புதமான, நேர்மறையான, நம்புதற்கரிய விஷயங்களும் அரங்கேறிக் கொண்டுதான் இருக்கின்றன. ஆனால் அவற்றைப் பற்றி நாம் அரிதாகவே கேள்விப்படுகிறோம். எதிர்மறையான செய்திகளைத் தெரிந்து கொள்ள மரபியல்ரீதியாக நாம் வடிவமைக்கப்பட்டுள்ளதால், அதற்கான தேவையை நாம் மேலும் மேலும் அதிகரித்துக் கொண்டே இருக்கிறோம். எதிர்மறையான செய்திகள் ஊடகங்களுக்கு அள்ளிக் கொடுக்கின்ற கோடிக்கணக்கான டாலர்களோடு எப்படி நேர்மறையான செய்திகளால் போட்டி போட முடியும்?

நாம் முன்பு பார்த்த விபத்துக் காட்சியில், அங்கு ஒரு கோர விபத்துக் காட்சிக்கு பதிலாக, ஓர் அழகான சூரிய அஸ்தமனக் காட்சி இருந்தால் என்ன நடந்திருக்கும் என்று நீங்கள் நினைக்கிறீர்கள். நான் பல முறை அப்படிப்பட்டக் காட்சிகளைக் கண்டிருக்கிறேன். அந்த அந்திச் சூரியனை அலட்சியம் செய்துவிட்டுக் கார்கள் படுவேகமாகப் போய்க் கொண்டிருக்கும்!

இந்த ஊடகங்கள் விளைவித்துக் கொண்டிருக்கும் ஆபத்துகளில் மிகப் பெரிய ஆபத்து, அவை, ஒரு வக்கிரமான உலகப் பார்வையை நமக்கு வழங்கிக் கொண்டிருப்பதுதான். அவற்றின் கவனக்குவிப்பு மீண்டும் மீண்டும் எதிர்மறைச் செய்திகளைக் கொடுப்பதில் இருப்பதால், நம்முடைய மனமும் அவற்றையே நம்பத் தலைப்பட்டுவிடுகின்றன. எவையெல்லாம் வேலை செய்யாது என்பது குறித்த இந்தக் குறுகலான, திரிக்கப்பட்டக் கண்ணோட்டம் நம்முடைய படைப்பாற்றலின் இறக்கைகளைக் கத்தரித்துவிடுகின்றன.

குப்பைகளைக் களைய நான் பயன்படுத்துகின்ற வடிகட்டி

என் மனத்தைப் பாதுகாக்க நான் என்ன செய்து கொண்டிருக்கிறேன் என்பதை உங்களுடன் நான் பகிர்ந்து கொள்கிறேன். ஆனால் நான் இதில் மிகவும் கண்டிப்புடன் நடந்து கொள்கிறேன். நீங்கள் உங்களுக்கு ஏற்றபடி அதை வடிவமைத்துக் கொள்ளுங்கள். ஆனால் அது அருமையாக வேலை செய்கிறது என்பதை மட்டும் என்னால் உறுதிபடக் கூற முடியும்.

நான் எந்தவிதமான செய்திகளையும் பார்ப்பதும் கிடையாது, கேட்பதும் கிடையாது, படிப்பதும் கிடையாது. 99 சதவீதச் செய்திகள் என்னுடைய தனிப்பட்ட வாழ்க்கையின்மீதோ, என்னுடைய இலக்குகள்மீதோ, அல்லது என்னுடைய கனவுகள்மீதோ எந்தவிதமான தாக்கத்தையும் ஏற்படுத்துவதில்லை. இப்படி வடிகட்டுவதன் மூலம் என்னுடைய டம்ளரில் அழுக்கு நீர் சேராமல் நான் பார்த்துக் கொள்கிறேன். என்னுடைய தொழில் தொடர்பான ஒருசில செய்திகளை நான் சந்தா செலுத்திப் படித்துக் கொள்கிறேன். இதற்கு எனக்கு ஒரு நாளைக்குப் பதினைந்து நிமிடங்களுக்கு மேல் தேவைப்படுவதில்லை.

நேர்மறையான செய்திகளைப் புகுத்துங்கள்

எதிர்மறையான உள்ளீடுகளை நிறுத்திவிட்டால் மட்டும் போதாது. நேர்மறையான செய்திகளைக் கொண்டு அவற்றை நிரப்ப வேண்டும். நான் என் காரை இரண்டு விஷயங்களைக் கொண்டு நிரப்புகிறேன். ஒன்று பெட்ரோல். மற்றொன்று உதவேகமூட்டக்கூடிய ஒலிப்புத்தகங்கள், ஒலிநாடாக்கள் மற்றும் ஊக்குவிப்பு ஒலித்தொகுப்புகள். நான் காரில் பயணிக்கும்போது இவற்றை மட்டுமே கேட்கிறேன். ஒரு சராசரி அமெரிக்கன் ஆண்டுக்குப் பன்னிரண்டாயிரம் மைல்கள் கார் ஓட்டுகிறான். அதாவது, நல்ல விஷயங்களைச் செவிமடுப்பதற்கு உங்களுக்கு முந்நூறு மணிநேரம் கிடைக்கிறது. என்னுடைய காரை ஒரு நடமாடும் வகுப்பறையாக மாற்ற பிரையன் டிரேசி எனக்குக் கற்றுக் கொடுத்துள்ளார். நான் காரில்

பயணித்துக் கொண்டிருக்கும்போதெல்லாம் உத்வேகமிக்க விஷயங்களைக் கேட்டுக் கொண்டிருந்தால், முதுகலைப் பட்டப்படிப்பு மாணவர்கள் ஓர் ஆண்டில் கற்றுக் கொள்ளும் அறிவுக்கு நிகரான அறிவை ஒவ்வோர் ஆண்டும் என்னால் பெற முடியும் என்று அவர் என்னிடம் கூறினார். இதைப் பற்றி யோசித்துப் பாருங்கள். நீங்கள் காரில் பயணிக்கும்போது வீணாக்குகின்ற நேரத்தைக் கொண்டு, தலைமைத்துவத்தில், விற்பனையில், செல்வச் சேகரிப்பில், உறவுகளின் மேம்பாட்டில் ஒரு முனைவர் பட்டம் பெறுவதற்குச் சமமான அறிவை உங்களால் பெற முடியும்! இதுவும் பிற நேரங்களில் நீங்கள் வாசிக்கின்ற புத்தகங்களும் சேர்ந்து உங்களை ஆட்டுமந்தைக் கூட்டத்திலிருந்து வேறுபடுத்திக் காட்டும்.

2. தொடர்புகள்: யார் உங்கள்மீது தாக்கம் விளைவிக்கிறார்கள்?

"இனம் இனத்தோடே, பணம் பணத்தோடே," என்ற பழமொழியை நீங்கள் கேள்விப்பட்டிருப்பீர்கள். நீங்கள் வழமையாக யாருடன் அதிகமாகச் சேர்ந்து இருக்கிறீர்களோ அவர்கள் உங்களுடைய "குறியீட்டுக் குழுவினர்" என்று அழைக்கப்படுகின்றனர். ஹார்வர்டு பல்கலைக்கழகத்தைச் சேர்ந்த உளவியலாளர் டேவிட் மெக்லீலேன்ட், "உங்களுடைய வாழ்க்கையின் வெற்றி தோல்வியை நிர்ணயிப்பதில் உங்களுடைய குறியீட்டுக் குழுவினர் 95 சதவீதம் பங்களிக்கின்றனர்," என்று குறிப்பிடுகிறார்.

உங்களுடைய நேரத்தின் பெரும்பகுதியை நீங்கள் யாருடன் செலவிடுகிறீர்கள்? நீங்கள் வியந்து நோக்குகின்ற மனிதர்கள் யார்? இந்த இரண்டு குழுவினரும் ஒன்றுதானா? அப்படி இல்லையெனில், ஏனில்லை? நாம் எந்த ஐந்து நபர்களுடன் சகவாசம் வைத்திருக்கிறோமோ அந்த ஐந்து நபர்களின் சராசரியாக நாம் ஆகிவிடுகிறோம் என்று ஜிம் ரான் கூறியுள்ளார். நம்மைச் சூழ்ந்துள்ள மனிதர்களை அவதானித்தே நம்முடைய ஆரோக்கியம், மனப்போக்கு மற்றும் வருவாயின் தரத்தைத் தெரிந்து கொண்டுவிட முடியும் என்று அவர் மேலும் கூறுவார். படிப்படியாக நாமும்

அவர்கள் சாப்பிடுவதையே சாப்பிடத் தொடங்குகிறோம், அவர்கள் பேசுவதைப்போலப் பேசத் தொடங்குகிறோம், அவர்கள் படிப்பதையே படிக்கத் தொடங்குகிறோம், அவர்கள் பார்ப்பதையே பார்க்கத் தொடங்குகிறோம், பிறரை அவர்கள் எவ்வாறு நடத்துகிறோர்களோ அதேபோல நாம் பிறரை நடத்தத் தொடங்குகிறோம், அவர்களைப்போலச் சிந்திக்கத் தொடங்குகிறோம், அவர்களைப்போலவே உடையணியக்கூடத் தொடங்குகிறோம். நமக்கும் நம்முடைய வட்டத்தில் இருக்கும் அந்த ஐவருக்கும் இடையே உள்ள ஒற்றுமையைப் பற்றிய பிரக்ஞைகூட நமக்கு இல்லாமல் போய்விடுகிறது என்பது இதிலுள்ள விநோதமாகும்.

அது குறித்தப் பிரக்ஞை நமக்கு எப்படி இல்லாமல் போய்விடும்? அவர்களுடைய தாக்கம் படிப்படியாக உங்கள்மீது படிவதுதான் அதற்குக் காரணம். நீங்கள் அது குறித்த விழிப்புணர்வை அடைகின்றபோது நீங்கள் வெகுவாக மாறியிருப்பீர்கள்.

நீங்கள் அதிகமாக நேரம் செலவிடுகின்ற உங்களுடைய நண்பர்களை நினைத்துப் பாருங்கள். அவர்கள் எப்போதும் எண்ணெயில் பொரித்த உணவுப் பதார்த்தங்களை உட்கொள்பவர்களாக இருந்தால், நீங்களும் அப்பழக்கத்திற்கு விரைவில் அடிமையாகிவிடுவீர்கள். அதே நேரம், உங்களுடைய நண்பர்கள் ஆரோக்கியமான உணவை உட்கொள்பவர்களாகவும், ஊக்குவிக்கின்ற நூல்களைப் படிப்பவர்களாகவும் அவை பற்றி விவாதிப்பவர்களாகவும் இருந்தால், ஒரு கட்டத்தில் நீங்களும் அவர்களைப்போல ஆகிவிடுவீர்கள். உங்களுடைய நண்பர்கள் உங்கள்மீது ஏற்படுத்துகின்ற தாக்கம் நேர்மறையானதாக இருந்தாலும் சரி, எதிர்மறையானதாக இருந்தாலும் சரி, அது மெதுவாகவும் கண்களுக்கு உடனடியாகப் புலப்படாத விதத்திலுமே நடைபெறும். எது எப்படியிருந்தாலும் சரி, அவர்களுடைய தாக்கம் ஆற்றல்மிக்கதாக இருக்கும் என்பதில் சந்தேகம் இருக்க முடியாது. நீங்கள் ஒரு நேர்மறையான வாழ்க்கையை வாழ விரும்பினால், நீங்கள் எதிர்மறையாளர்களோடு உறவாடிக் கொண்டிருக்க முடியாது.

நீங்கள் எந்த ஐந்து நபர்களுடன் சுற்றித் திரிகிறீர்களோ அவர்களின் சராசரியாக ஆகிவிடுவீர்கள் என்ற கூற்று

உங்களை அச்சுறுத்துகிறதா? அப்படியெனில் உங்களுடைய சராசரியை உயர்த்திக் கொள்ள நீங்கள் விரும்புகின்ற குணாதிசயங்களைக் கொண்ட நபர்களுடன் தொடர்பை வளர்த்து கொள்ள நீங்கள் முயற்சிக்க வேண்டும். அப்போது அவர்களின் தாக்கம் உங்களைச் சீரழிப்பதற்கு பதிலாக உங்களுடைய முன்னேற்றத்துக்கு உறுதுணையாக இருக்கும். அவர்களுடன் நீங்கள் நீண்ட காலம் செலவழித்தால், அவர்கள் அடைந்துள்ள அதே வெற்றியை உங்களாலும் அடைய முடியும்.

இப்போது நீங்கள் எந்த ஐவருடன் உங்கள் நேரத்தின் பெரும்பகுதியைச் செலவிட்டுக் கொண்டிருக்கிறீர்களோ, அவர்களுடைய பெயர்களை ஒரு காகிதத்தில் குறித்துக் கொள்ளுங்கள். அவர்களுடைய முக்கியமான நேர்மறையான மற்றும் எதிர்மறையான பண்புநலன்களையும் அதில் குறித்துக் கொள்ளுங்கள். அவர்கள் யாரென்பது முக்கியமல்ல. உங்களுடைய வாழ்க்கைத்துணைவர், உங்களுடைய உடன்பிறப்புகள், உங்களுடைய சக ஊழியர்கள், அண்டை வீட்டுக்காரர்கள், உங்களுடைய உதவியாளர்கள் என்று அவர்கள் யாராக வேண்டுமானாலும் இருக்கலாம். அவர்களுடைய சராசரி வருவாய் என்ன? அவர்களுடைய சராசரி ஆரோக்கியத் தரம் என்ன? அவர்கள் பிறருடன் கொண்டிருக்கும் உறவு சராசரியாக எப்படி இருக்கிறது? நீங்கள் இந்தப் பட்டியலைத் தயாரித்து முடித்ததும், “இந்த அளவு எனக்குப் போதுமா?” என்று உங்களை நீங்களே கேட்டுக் கொள்ளுங்கள்.

நீங்கள் யாருடன் உங்கள் நேரத்தைச் செலவிட்டுக் கொண்டிருக்கிறீர்களோ அவர்களை மறுபரிசீலனை செய்வதற்கான வேளை இது. இப்போது நீங்கள் யாருடன் உங்களுடைய நேரத்தைச் செலவிடுகிறீர்கள் என்பது குறித்துப் பிரக்ஞையுடன் இருப்பதால், இனி நாம் இதன் அடுத்தக் கட்டத்திற்குச் செல்லலாம். உங்களுடைய தொடர்புகளை நன்றாக அலசி ஆராய்ந்து அவற்றைக் கீழ்க்கண்ட மூன்று பிரிவுகளில் ஒன்றுக்குள் அடக்குங்கள்.

- தவிர்க்கப்பட வேண்டிய தொடர்புகள்
- மட்டாக வைத்துக் கொள்ள வேண்டிய தொடர்புகள்
- விரிவுபடுத்த வேண்டிய தொடர்புகள்

இனி இவற்றை ஒவ்வொன்றாகப் பார்க்கலாம்.

தவிர்க்கப்பட வேண்டிய தொடர்புகள்

உங்கள் குழந்தைகள் யாருடன் சகவாசம் வைத்திருக்கிறார்கள் என்பது குறித்துப் பொதுவாக நீங்கள் விழிப்புடன் இருப்பீர்கள். அவர்கள் உங்கள் குழந்தைகளின்மீது ஏற்படுத்தக்கூடிய தாக்கங்கள் மற்றும் அதன் விளைவாக அக்குழந்தைகள் தங்கள் வாழ்க்கையில் தேர்ந்தெடுக்கவிருக்கின்ற விஷயங்கள் குறித்து நீங்கள் அக்கறை கொண்டிருப்பீர்கள். இது உங்களுக்கும் பொருந்தும்தானே! இதை நீங்களே அறிவீர்கள். ஒருசிலரை நீங்கள் உங்கள் வாழ்க்கையிலிருந்து முற்றிலுமாகக் கத்தரித்துவிட வேண்டும். அது எளிதான காரியமாக இருக்காது. ஆனால் அது இன்றியமையாதது. சில குறிப்பிட்ட எதிர்மறையான தாக்கங்கள் உங்களை பாதிக்க நீங்கள் அனுமதிக்கக்கூடாது. நீங்கள் எத்தகைய தரமான வாழ்க்கையை விரும்புகிறீர்கள் என்பதைத் தீர்மானித்து, அதற்கு ஆதரவளிக்கின்ற மக்கள் உங்களைச் சூழ்ந்திருப்பதை நீங்கள் உறுதி செய்து கொள்ள வேண்டும்.

நேர்மறையாக வாழ விரும்பாதிருக்கும் மக்களை நான் என் வாழ்க்கையிலிருந்து அவ்வப்போது அப்புறப்படுத்திக் கொண்டிருக்கிறேன். உங்களுடைய நட்பு வட்டத்தைப் பெருக்கிக் கொண்டும் மாற்றிக் கொண்டும் இருப்பதை நீங்கள் உங்களுடைய வாழ்நாள் முழுவதும் செய்து கொண்டிருக்க வேண்டும். நான் இவ்விஷயத்தில் மிகவும் தீவிரமாக இருக்கிறேன். எனக்குத் தொழில்ரீதியாக ஒருவருடன் தொடர்பு இருந்தது. அவரை எனக்கு மிகவும் பிடிக்கும். ஆனால் நாட்டின் பொருளாதாரம் சரியத் தொடங்கியதும் அவருடைய உரையாடல்கள் பெருமளவுக்கு எதிர்மறையாக மாறத் தொடங்கின. சரிந்து போன பொருளாதாரத்தால் எவ்வாறு தன்னுடைய நிறுவனம் கீழ்முகமாகச் சென்று கொண்டிருந்தது என்பது பற்றியும், நாட்டில் இப்போது எல்லாமே எவ்வாறு கடினமாகிக் கொண்டிருந்தது என்பது பற்றியும் அவர் புலம்பத் தொடங்கினார். அதனால் நான் அவரிடம், "நண்பா, வாழ்க்கை எவ்வளவு கடினமாக இருக்கிறது என்ற

உன்னுடைய புலம்பலை நிறுத்து. அது உன் நிலைமையை இன்னும் மோசமாக்குமே தவிர அதனால் வேறு எந்தப் பிரயோஜனமும் இல்லை," என்று கூறினேன். ஆனால் அவர் கேட்கவில்லை. நான் அவருடனான என்னுடைய தொழில் உறவைத் துண்டித்துக் கொண்டேன்.

உங்களைக் கீழே இழுக்க முயன்று கொண்டிருக்கும் நபர்களுடனான உறவுகளைத் துண்டித்துக் கொள்ள நீங்கள் விரும்பினாலும், அவர்கள் அவ்வளவு எளிதாக உங்களை விட்டுவிட மாட்டார்கள். ஏனெனில், தாங்கள் மோசமான தேர்ந்தெடுப்புகளை மேற்கொண்டுள்ளதை அவர்கள் ஒப்புக் கொள்ள வேண்டி வரும், அது அவர்களை அசௌகரியப்படுத்தும். அவர்கள் இதற்கு எதிர்ப்புத் தெரிவிப்பது உங்களுக்காக அல்ல, தங்களுக்காகத்தான். துண்டித்துக் கொள்ளப்பட வேண்டியவற்றைத் துண்டித்துக் கொள்வதுகூட அவ்வளவு எளிதாக இருக்காது என்பதை நினைவில் வைத்திருங்கள்.

மட்டாக வைத்துக் கொள்ள வேண்டிய தொடர்புகள்

சில நபர்களுடன் உங்களால் மூன்று மணிநேரத்தைச் செலவிட முடியும். ஆனால் அவர்களோடு எக்காரணம் கொண்டும் மூன்று நாட்களைச் செலவிட முடியாது. வேறு சிலருடன் உங்களால் மூன்று நிமிடங்களைச் செலவிட முடியும், ஆனால் மூன்று மணிநேரம் செலவிட முடியாது. பிறர் நம்மீது செலுத்துகின்ற ஆதிக்கங்கள் வெளிப்படையாக இல்லாமல் இருக்கும் அதே நேரத்தில் ஆற்றல்மிக்கவையாக இருக்கும் என்பதை நீங்கள் எப்போதும் நினைவில் வைத்திருக்க வேண்டும்.

ஒருவர் உங்கள்மீது எந்த அளவு தாக்கம் விளைவிக்க நீங்கள் அனுமதிக்கலாம் என்பதை நீங்கள் தீர்மானிக்க வேண்டும். ஆனால் அது கடினமானது என்பது எனக்கு நன்றாகவே தெரியும். ஏனெனில், பல நேரங்களில் நான் என்னுடைய நெருங்கிய குடும்ப உறுப்பினர்களிடமே இதைச் செய்ய வேண்டியிருந்தது. எவரொருவருடைய மனப்போக்கும் நடவடிக்கையும் என்மீது பேராதிக்கம் செலுத்த நான் ஒருபோதும் அனுமதிப்பதில்லை.

எனக்கு ஓர் அண்டை வீட்டுக்காரர் இருந்தார்.

மூன்று நிமிட நண்பர் என்ற பிரிவுக்குள் அடைக்கப்பட வேண்டியவர் அவர். மூன்று நிமிடங்கள் அவருடன் தாராளமாகப் பேசிக் கொண்டிருக்கலாம். என்னுடன் பள்ளியில் ஒன்றாகப் படித்த ஒருவர் எனக்கு நண்பராக இருந்தார். அவருடன் மூன்று மணிநேரத்திற்கு மேல் என்னால் காலந்தள்ள முடியாது. ஒருசில பேர்களுடன் என்னால் ஓரிரு நாட்கள் சமாளிக்க முடியும். ஆனால் அவர்களுடன் சேர்ந்து ஓர் உல்லாசப் பயணத்தை என்னால் மேற்கொள்ள முடியாது. உங்களுடைய மூன்று நிமிட ஆசாமியோடு நீங்கள் மூன்று மணிநேரம் செலவழிக்காமல் இருப்பதை உறுதிப்படுத்திக் கொள்ளுங்கள்.

விரிவுபடுத்த வேண்டிய தொடர்புகள்

நம்மீது எதிர்மறைத் தாக்கம் ஏற்படுத்துகின்ற மக்களைக் களையெடுக்கின்ற அதே நேரத்தில், நாம் மேம்பாடு அடைய விரும்புகின்ற அம்சங்களில் சிறப்பாகச் செயல்பட்டுக் கொண்டிருக்கின்ற நபர்களை அடையாளம் காண நாம் முயல வேண்டும். தொழில்ரீதியாகவும் பொருளாதாரரீதியாகவும் நீங்கள் அடைய விரும்புகின்ற வெற்றிகள், நீங்கள் வளர்த்துக் கொள்ள விரும்புகின்ற குழந்தை வளர்ப்புத் திறமைகள், உருவாக்கிக் கொள்ளத் துடித்துக் கொண்டிருக்கின்ற உறவுகள், நீங்கள் அனுபவிக்க விரும்புகின்ற வாழ்க்கைமுறை போன்ற அம்சங்கள் அவற்றில் அடங்கும். பின் நீங்கள் அடையாளம் கண்டுள்ளவர்களோடு நேரத்தைச் செலவழிக்க நீங்கள் முயல வேண்டும். இந்த நபர்கள் உறுப்பினர்களாக இருக்கின்ற அமைப்புகள், கிளப்புகள் போன்றவற்றில் நீங்கள் ஓர் உறுப்பினராக ஆகுங்கள். இது தொடர்பான என்னுடைய அனுபவம் ஒன்றை உங்களோடு இப்போது நான் பகிர்ந்து கொள்கிறேன்.

இப்புத்தகம் நெடுகிலும் நான் ஜிம் ரானைப் பற்றி அடிக்கடி சிலாகித்துக் கொண்டிருக்கிறேன் என்பதை நீங்கள் கவனித்திருப்பீர்கள். என் அப்பாவிற்கு அடுத்து, என்னுடைய முக்கியமான வழிகாட்டியாகவும், என்மீது தாக்கம் ஏற்படுத்தியவருமாக விளங்கியவர் ஜிம் ரான்தான். விரிவுபடுத்த வேண்டிய தொடர்புக்கான

ஒரு கச்சிதமான எடுத்துக்காட்டு அவர். நான் அவரை ஒரு முறை பேட்டி கண்டுள்ளேன், அவருடன் ஓரிரு முறை உணவருந்தியிருக்கிறேன் என்றாலும், நான் அவரோடு செலவழித்திருக்கும் நேரத்தின் பெரும்பகுதி அவருடைய ஒலிநாடாக்கள் மூலமாகவும் அவருடைய புத்தகங்கள் மூலமாகவும்தான். இதை எவரொருவராலும் செய்ய முடியும். இந்த முறையில் நீங்கள் யாரை வேண்டுமென்றாலும் உங்களுடைய வழிகாட்டியாக வரித்துக் கொண்டு அவருடைய படைப்புகளால் பயனடைய முடியும். இந்த வாய்ப்புகளைச் செம்மையாகப் பயன்படுத்திக் கொள்ளுங்கள்.

நீங்கள் மேம்பட்ட, ஆழமான, அர்த்தமுள்ள உறவை வளர்த்துக் கொள்ள விரும்பினால், "நான் விரும்புகின்ற அப்படிப்பட்ட உறவை யார் கொண்டிருக்கிறார்கள்? அவரோடு நான் எப்படி நேரம் செலவிடுவது?" என்று உங்களை நீங்களே கேட்டுக் கொள்ளுங்கள். அவருடன் நட்பை வளர்த்துக் கொள்ள முயற்சி செய்யுங்கள். அவர்கள் எந்தவிதமான புத்தகங்களைப் படிக்கின்றனர்? அவர்கள் எத்தகைய உணவகங்களுக்குச் செல்கின்றனர்? அவர்களுடனான நெருக்கம் உங்களுக்கு எந்தவிதத்தில் உதவக்கூடும்? இதுபோன்ற விஷயங்களைத் தெரிந்து கொள்ள முயலுங்கள். அவர்கள் அடிக்கடிச் செல்கின்ற இடங்கள், சங்கங்கள், அறக்கட்டளை அமைப்புகள் போன்றவற்றைக் கண்டுபிடிக்க முயலுங்கள்.

ஒத்திசைவான கூட்டாளியைக் கண்டுபிடியுங்கள்

உங்களுடைய தொடர்புகளை விரிவுபடுத்திக் கொள்வதற்கு இன்னொரு சிறந்த வழி, ஒத்திசைவான கூட்டாளி ஒருவரோடு கூட்டு வைத்துக் கொள்வதாகும். அவர் உங்களைப்போலவே தனிமனித முன்னேற்றத்தில் அர்ப்பணிப்புக் கொண்டவராக இருக்க வேண்டும். அந்த நபர் உங்களைப் பற்றியும், உங்களுடைய நடத்தைகளைப் பற்றியும், உங்களுடைய செயற்திறனைப் பற்றியும் தான் உண்மையிலேயே என்ன நினைக்கிறார் என்பதைத் துணிச்சலுடனும் ஒளிவுமறைவின்றியும் உங்களிடம் கூறுபவராக இருக்க வேண்டும். அவர் உங்களுடைய

நீண்டகால நண்பராக இருக்கலாம் அல்லது உங்களைப் பற்றி எதுவுமே தெரியாதவராக இருக்கலாம். நேர்மறையான, வெளிப்படையான, வெளியிலிருந்து நோக்கப்படுகின்ற கண்ணோட்டங்களை நீங்கள் இருவரும் ஒருவருக்கொருவர் பரிமாறிக் கொள்ள வேண்டும், அவ்வளவுதான்.

என்னுடைய ஒத்திசைவான கூட்டாளியாகச் செயல்பட்டுக் கொண்டிருப்பவர் என்னுடைய நீண்டகால நண்பர் லேன்டன் டெய்லர். ஒவ்வொரு வெள்ளியன்றும் நானும் ஒரு நபரும் முப்பது நிமிடங்கள் கருத்துப் பரிமாற்றம் செய்து கொள்வோம் என்று முந்தைய அத்தியாயம் ஒன்றில் நான் கூறியிருந்தேன் அல்லவா? அவர்தான் இவர். வெள்ளியன்று அவரிடம் பேசியாக வேண்டும் என்று எனக்கு நானே விதித்துக் கொண்ட கட்டாயம், அந்த வாரம் முழுவதும் எனக்குக் கூடுதல் அர்ப்பணிப்பு உணர்வைக் கொடுக்கிறது. அவரும் அப்படியே உணர்கிறார்.

நாங்கள் இருவருமே ஏகப்பட்ட வேலைகளைக் கொண்டுள்ள நிர்வாக அதிகாரிகளாக இருந்தும் வாரந்தவறாமல் இதைச் செய்து வருகிறோம். எல்லா நேரங்களிலும் இது சுலபமாக இருப்பதில்லை. வேலைப்பளு வழக்கத்தைவிட அதிகமாக இருக்கின்ற நாட்களில், “ஐயோ, இன்று இரவு லேன்டனிடம் பேசியாக வேண்டுமே!” என்று நான் நினைப்பதுண்டு. ஆனால் அன்று இரவு அவரிடம் உரையாடலில் ஈடுபட்டிருக்கும்போது, அது குறித்து ஒரு நல்ல உணர்வு என்னுள் பரவும். அவரிடம் எதைப் பற்றி பேச இருக்கிறோம் என்பது குறித்து நான் அசைபோடுவதுகூட என்னைப் பற்றி நான் மேலும் கற்றுக் கொள்ள வழி வகுத்திருக்கிறது.

இந்தச் சவாலுக்கு நீங்கள் தயாராக இருக்கிறீர்களா? உண்மையான பின்னூட்டக்கருத்தை அறிந்து கொள்ள ஆவலாக இருக்கிறீர்களா? அப்படியானால், உங்கள்மீது அக்கறை கொண்டுள்ள, அதே சமயம் ஒளிவுமறைவின்றி உங்களிடம் பேசத் தயங்காத ஒருவரைக் கண்டுபிடியுங்கள். “என்னுடைய பலங்கள் எதுவென்று நீங்கள் நினைக்கிறீர்கள்? எந்த விஷயங்களில் நான் என்னை மேம்படுத்திக் கொள்ள வேண்டும்? எங்கு எனக்கு நானே குழி பறித்துக் கொள்கிறேன்? நான் ஒன்றை விட்டொழித்தால் அது எனக்குப் பெரும் நன்மையளிக்கக்கூடும் என்றால், அது எதுவாக இருக்கும்?

எந்த ஒரு காரியத்தை நான் தொடங்கினால் அது எனக்குப் பெரும் நன்மையளிக்கும்?” என்று அவரிடம் கேளுங்கள்.

வழிகாட்டி ஒருவரை நியமித்துக் கொள்ளுங்கள்

என்னுடைய வழிகாட்டிகளில் பால் ஜெ. மேயரும் ஒருவர். அவர் 2009ம் ஆண்டு தன்னுடைய 81வது வயதில் மறைந்துவிட்டார். தினமும் மதிய உணவுக்கு முன்பாக அவர் செய்து முடித்துவிடுகின்ற காரியங்களைக் கணக்கில் எடுத்துக் கொண்டால் மலைப்பாக இருக்கும். நான் அவரோடு ஏராளமான நேரத்தைச் செலவிட்டிருக்கிறேன். அவரிடம் பேசிக் கொண்டிருக்கும்போது அவர் தன்னுடைய திட்டங்கள், தான் தொடங்கவிருக்கும் புதிய தொழில்கள், தன்னுடைய செயல்நடவடிக்கைகள் போன்றவற்றைக் குறித்துப் பேசுவார். அதைக் கேட்டு எனக்குத் தலை சுற்றும். அவருடனான தொடர்பு நான் என்னுடைய நிலையை மேலும் உயர்த்திக் கொள்ள வேண்டும் என்ற உந்துதலை எனக்குக் கொடுக்கும். அவருடைய நடை வேகத்திற்கு ஈடுகொடுக்க நான் ஓட வேண்டியிருக்கும். என்னால் எந்த அளவு பிரம்மாண்டமாக உயர முடியும், எந்த அளவு என் இலட்சியங்களை உயர்த்திக் கொள்ள முடியும் என்பதை அது எனக்கு உணர்த்தும். நீங்களும் இதுபோன்ற நபர்களோடு நட்பு வைத்துக் கொள்ள வேண்டும்.

நீங்கள் எந்த நிலையில் இருந்தாலும் வழிகாட்டி ஒருவர் உங்களுக்கு அவசியம் தேவைப்படுவார். என்னுடைய நண்பர் ஹார்வி மெக்கே என்னிடம் இவ்வாறு தெரிவித்தார்: “இதை நம்புவது உங்களுக்குச் சிரமமாக இருக்கும். ஆனால் நான் உண்மையில் இருபது வழிகாட்டிகளை வைத்திருக்கிறேன். பேசுவதற்கு ஒரு வழிகாட்டி இருக்கிறார், எழுதுவதற்கு ஒரு வழிகாட்டி இருக்கிறார். நகைச்சுவையாகப் பேச எனக்குக் கற்றுக் கொடுப்பதற்கு என்று தனியாக ஒரு வழிகாட்டியை வைத்திருக்கிறேன். மொழியை மேம்படுத்திக் கொள்ள ஒரு வழிகாட்டியை வைத்திருக்கிறேன்.” பெரும் சாதனையாளர்களில் பெரும்பாலானோர், மிகச் சிறந்த வழிகாட்டிகளை அமர்த்திக் கொள்ளப் பணம் செலவழிக்க அஞ்சுவதில்லை. தங்களுடைய செயற்திறனை

மேம்படுத்திக் கொள்வதற்கான முதலீடாக அதை அவர்கள் கருதுகின்றனர்.

ஒரு வழிகாட்டியைக் கண்டுபிடிப்பது ஒரு கடினமான காரியமாக இருக்க வேண்டியதில்லை. நான் கென் பிளான்ச்சார்டிடம் பேசிக் கொண்டிருந்தபோது அவர் இவ்வாறு கூறினார்: "நீங்கள் ஒருவரை வழிகாட்டியாக வைத்துக் கொள்ளும்போது அவர் உங்களுடன் நீண்ட நேரம் செலவழிக்க வேண்டும் என்ற அவசியம் கிடையாது. எனக்குக் கிடைத்தச் சிறந்த அறிவுரைகள் எல்லாம் நான் என் வழிகாட்டிகளோடு சேர்ந்து அமர்ந்து காலை உணவையோ அல்லது மதிய உணவையோ உண்டு கொண்டிருந்தபோது எனக்குக் கிடைத்தவையே. ஒருவர் தங்களிடமிருந்து மிகக் குறைவான நேரத்தையே எதிர்பார்க்கிறார் என்பதை அறிந்து கொண்டால், பெரும்பாலான வெற்றிகரமான தொழிலதிபர்கள் பிறருக்கு வழிகாட்டிகளாக இருக்கத் தயங்குவதில்லை."

ஜான் ஊடன் இது குறித்து இவ்வாறு கூறியிருக்கிறார்: "பிறருக்கு வழிகாட்டுவதுதான் நீங்கள் உண்மையாக விட்டுச் செல்கின்ற சீதனம். நீங்கள் பிறரிடமிருந்து கற்றுக் கொள்வதோடு நிறுத்திக் கொள்ளாமல், பிறருக்குக் கற்றுக் கொடுக்கவும் வேண்டும்."

ஆலோசனைக் குழு ஒன்றை உருவாக்கிக் கொள்ளுங்கள்

நான் எனக்கென்று ஓர் ஆலோசனைக் குழுவை வைத்திருக்கிறேன். அந்த ஒரு டஜன் பேரை நான் தேடித் தேடித் தேர்ந்தெடுத்துள்ளேன். அவர்களில் சிலரை நான் வாரத்திற்கு ஒரு முறை தொடர்பு கொண்டு, என் யோசனைகளை அவர்களோடு பகிர்ந்து கொண்டு, அவர்களிடமிருந்து பின்னூட்டக்கருத்துகளைக் கேட்பேன். அவற்றிலிருந்து நான் வெகுவாகப் பயன் பெற்றுள்ளேன். நீங்கள் உண்மையான அக்கறை காட்டினால், தங்களுடைய கருத்துகளை உங்களிடம் பகிர்ந்து கொள்ள எத்தனை மேதைகள் தயாராக இருக்கிறார்கள் என்பதைக் கண்டு நீங்கள் வியப்படைவீர்கள்.

யார் உங்களுடைய ஆலோசனைக் குழுவில் இடம் பெற்றிருக்க வேண்டும்? உங்களுடைய வாழ்வில் நீங்கள் உருவாக்க இருக்கின்ற வெற்றிக்கனியை ஏற்கனவே சுவைத்தவர்களாக அவர்கள் இருக்க வேண்டும்.

யாருடைய இடத்தை அடைய நீங்கள் ஒருபோதும் விரும்ப மாட்டீர்களோ, அவர்களிடமிருந்து ஒருபோதும் அறிவுரையைப் பெறாதீர்கள்.

3. சுற்றுச்சூழல்: உங்களுடைய சூழல் மாறும்போது உங்களுடைய கண்ணோட்டம் மாறும்

நான் சான்பிரான்சிஸ்கோ கடற்கரைப் பகுதியில் வீடுமனை விற்பனை செய்யும் தொழிலில் ஈடுபட்டிருந்தபோது, கிட்டத்தட்ட ஒரே மாதிரியான மக்கள் நிறைந்திருந்த ஒரு சூழலில் நான் இயங்கிக் கொண்டிருந்தேன். அங்கிருந்த அனைவரும் ஒரே விதமான தரத்தில், அதே வேலையை மீண்டும் மீண்டும் செய்து கொண்டிருந்தனர். நான் சென்றடைய விரும்பிய இடத்தை அடைவதற்கு, உயர்தரமான தொடர்புகளை உருவாக்கிக் கொள்ள நான் விரும்பினேன்.

அதனால் நான் அப்பகுதியில் இருந்த பெரும் பணக்காரர்கள் வழமையாகச் சென்ற உணவகத்திற்கு அடிக்கடிச் சென்றேன். அதோடு, அந்தக் கடற்கரையில் அமர்ந்து அங்கிருக்கும் பல கோடி டாலர்கள் மதிப்புள்ள மாளிகை வீடுகளைப் பார்த்துக் கொண்டிருப்பேன். அதில் ஒரு குறிப்பிட்ட வீட்டை எனக்கு மிகவும் பிடிக்கும். யாராவது ஒருவர், இங்கிருக்கும் வீடுகளில் ஏதாவது ஒன்றை நான் இலவசமாக எடுத்துக் கொள்ளலாம் என்று கூறினால், நான் எதைத் தேர்ந்தெடுப்பேன் என்று என்னை நானே கேட்டுக் கொள்வேன். எப்போதும் அந்தக் குறிப்பிட்ட வீடுதான் என் நினைவில் தோன்றும்.

ஒரு நாள் நான் அப்பகுதி வழியாக வந்து கொண்டிருந்தபோது, ஒரு தெருவில் ஒரு வீட்டின் விற்பனைக்கான வழிகாட்டிப் பலகை ஒன்று தொங்கிக் கொண்டிருந்ததை நான் கண்டேன். அந்த அம்புக்குறி காட்டிய திசையில் நான் தொடர்ந்து பயணித்தேன். இறுதியில் அது ஒரு வீட்டை அடைந்தது. மிகச் சிறப்பாக இருந்த அந்த வீட்டை நான் சுற்றிப் பார்த்தேன். அதன் பால்கனியிலிருந்து நான் தொலைதூரத்தில்

பார்த்தபோதுதான், நான் எப்போதும் கனவு கண்டு கொண்டிருந்த வீடு அது என்பது எனக்குப் புரிந்தது. நான் உடனே அதற்கு முன்பணம் கட்டிவிட்டேன். இப்போது நான் அதன் சொந்தக்காரனாக இருக்கிறேன்.

நான் சென்ற உணவகத்தில் நான் சந்தித்த எவரும் என் வாழ்க்கையை மாற்றியிருக்கவில்லை. மாறாக, அச்சூழல் என்மீது சிறப்பான தாக்கத்தை ஏற்படுத்தியது. அது என் கனவுகளைத் தீவிரப்படுத்தியது. அக்கனவுகளை நனவாக்குவதற்காக நான் மேன்மேலும் அதிகக் கடினமாக உழைக்கத் தொடங்கினேன்.

நீங்கள் தற்போது இருக்கின்ற சுற்றுச்சூழலைவிட உங்களுடைய கனவு பிரம்மாண்டமாக இருக்கக்கூடும். சில சமயங்களில் அந்தக் கனவை நனவாக்க நீங்கள் உங்களுடைய சுற்றுச்சூழலை மாற்றிக் கொள்ள வேண்டியிருக்கும். ஒரு பெரிய ஓக் மரக் கன்றை ஒரு தொட்டியில் நட்டு வளர்ப்பதற்கு ஒப்பானது அது. ஒரு கட்டத்திற்குப் பிறகு அதனால் அத்தொட்டியில் வளர முடியாது. உங்களுடைய கனவும் அப்படித்தான்.

உங்களுடைய சுற்றுச்சூழல் என்று நான் குறிப்பிடுவது நீங்கள் இப்போது வசித்துக் கொண்டிருக்கின்ற இடத்தைப் பற்றி அல்ல. உங்களைச் சுற்றியுள்ள அனைத்தையும் பற்றித்தான் நான் குறிப்பிடுகிறேன். உங்களுடைய வெற்றிக்கு ஆதரவளிக்கின்ற ஒரு சூழலை உருவாக்கிக் கொள்ள நீங்கள் உங்களைச் சுற்றியுள்ள குப்பைகளை அகற்றியாக வேண்டும். பௌதிகரீதியான குப்பைகளை மட்டுமல்லாமல், மனரீதியான குப்பைகளையும் நீங்கள் தூக்கியெறிய வேண்டும். எதுவெல்லாம் வேலை செய்யவில்லையோ அதையெல்லாம் களைந்தெறிய வேண்டும். உங்களுடைய வாழ்க்கையில் முழுமையற்றதாக விளங்குகின்ற ஒவ்வொரு பகுதியும் உங்களுடைய ஆற்றலை உறிஞ்சிவிடும். நீங்கள் நிறைவேற்றாத வாக்குறுதிகள் உங்களுடைய முன்னேற்ற வேகத்தைத் தடை செய்யும். முழுமையடைந்திருக்காத வேலைகள் உங்களை மீண்டும் மீண்டும் பின்னோக்கி இழுக்கும். அதனால் அவற்றையெல்லாம் முடித்துவிடுவது நல்லது.

வாழ்க்கையில் நீங்கள் எவற்றையெல்லாம் சகித்துக் கொள்கிறீர்களோ, அவற்றை நீங்கள் உங்கள் வாழ்க்கையில்

பெறுவீர்கள் என்பதை நினைவில் வைத்துக் கொள்ளுங்கள். அவை உங்கள் சூழலில் வெளிப்படும். வாழ்க்கையில் நீங்கள் எதை ஏற்றுக் கொண்டு, எதை எதிர்பார்த்துக் கொண்டு, எதற்கு நீங்கள் தகுதியானவர் என்று உங்களைப் பற்றி நினைத்துக் கொண்டிருக்கிறீர்களோ, அதைத்தான் நீங்கள் உங்கள் வாழ்க்கையில் பெறுவீர்கள்.

மரியாதையற்ற முறையில் நடத்தப்படுவதை நீங்கள் சகித்துக் கொள்வீர்களேயானால், நீங்கள் மரியாதையற்ற முறையில்தான் நடத்தப்படுவீர்கள். உங்களைச் சந்திக்க வரும் நபர்கள் தாமதமாக வருவதை நீங்கள் சகித்துக் கொள்வீர்களேயானால், மக்கள் உங்களைப் பார்க்க வரும்போது தாமதமாகத்தான் வருவார்கள். நீங்கள் கடினமாக உழைத்தும் அதற்குக் குறைவான ஊதியம் பெறுவதை நீங்கள் சகித்துக் கொள்வீர்களேயானால், அது எப்போதும் தொடர்ந்து கொண்டுதான் இருக்கும். உங்கள் உடலில் எடை அதிகமாக இருப்பதை நீங்கள் சகித்துக் கொள்வீர்களேயானால், நீங்கள் எப்போதும் நோய்வாய்ப்பட்டே இருப்பீர்கள்.

உங்களுக்கு நீங்கள் எந்தவிதமான தரத்தை நிர்ணயித்துக் கொண்டுள்ளீர்களோ, உங்களுடைய வாழ்க்கை அதே தரத்தைச் சுற்றி இயங்கிக் கொண்டிருப்பதை உங்களால் தவிர்க்க முடியாது. தாங்கள் பிறருடைய நடத்தையின் பலிகடாக்கள் என்று சிலர் நினைத்துக் கொண்டிருக்கின்றனர். ஆனால் உண்மையில் மக்கள் நம்மை எப்படி நடத்துகிறார்கள் என்பதில் நமக்கு முழுக் கட்டுப்பாடு இருக்கிறது. உங்களுடைய பௌதிகரீதியான, மனரீதியான, மற்றும் உணர்வுரீதியான இடத்தைப் பாதுகாத்துக் கொள்ளுங்கள். அப்போது இந்த உலகம் உங்களை நோக்கி வீசியெறிகின்ற குழப்பத்திலிருந்தும் மன அழுத்தத்திலிருந்தும் விடுபட்டு உங்களால் அமைதியாக வாழ முடியும்.

நீங்கள் உங்களுடைய கனவுகளை நனவாக்க வேண்டுமென்றால், உங்களுடைய சூழல் அதற்கு ஆதரவளிக்கின்ற நிலையில் இருப்பதை நீங்கள் உறுதி செய்து கொள்ள வேண்டும்.

கூட்டு விளைவை உங்களுக்காக வேலை செய்ய வையுங்கள்

செயல்முறைப் பயிற்சிகள்

- ► உங்களுடைய வாழ்க்கையில் ஊடகங்கள் ஏற்படுத்துகின்ற தாக்கத்தை அடையாளம் காணுங்கள். உங்களுடைய டம்ளர் அழுக்கு நீரால் நிரப்பப்படாமல் இருக்கவும், சுத்தமான நீரால் நிரப்பப்படவும் நீங்கள் என்ன செய்ய வேண்டும் என்பதைக் கண்டுபிடியுங்கள்.
- ► உங்களுடைய தற்போதைய தொடர்புகளை அலசி ஆராயுங்கள். யாருடனான தொடர்புகளை நீங்கள் குறைத்துக் கொள்ள வேண்டும்? யாருடனான தொடர்புகளை நீங்கள் முழுமையாகத் துண்டித்துக் கொள்ள வேண்டும்? உங்களுடைய தொடர்புகளை விரிவாக்கிக் கொள்வதற்குத் தேவையான உத்திகளை வடிவமைத்துக் கொள்ளுங்கள்.
- ► ஒத்திசைவான கூட்டாளி ஒருவரைத் தேர்ந்தெடுத்துக் கொள்ளுங்கள். எப்போது நீங்கள் இருவரும் ஒருவருக்கொருவர் கருத்துகளைப் பரிமாறிக் கொள்வது என்பதைத் தீர்மானித்துக் கொள்ளுங்கள்.
- ► ஒரு வழிகாட்டியை வைத்துக் கொள்ளுங்கள். தேடினால் அவர் எளிதாகக் கிடைப்பார்.

அத்தியாயம் 6

முடுக்கு வேகம்

நான் கலிபோர்னியாவிலுள்ள லா ஜோலா என்ற இடத்தில் வசித்து வந்தபோது, சோல்டாட் மலையில் உடற்பயிற்சிக்காக தினமும் இரண்டு மைல்கள் சைக்கிள் ஓட்டுவேன். நிறுத்தாமல் சைக்கிளில் மலை ஏறுவது என்பது மிகவும் கடினமான உடற்பயிற்சியாகும். ஒரு கட்டத்தில் இதற்கு மேல் உங்களால் முடியாது என்ற நிலையை நீங்கள் அடைவீர்கள். அதற்கு மேல் அதைத் தொடராமல் இருப்பது ஏன் நல்லது என்று உங்களுடைய மனம் எல்லாவிதமான சாக்குப்போக்குகளையும் உங்களை நோக்கி வீசும். அப்போதுதான் வாழ்க்கை உங்கள் முன் வீசுகின்ற மிகச் சவாலான இக்கேள்வியை நீங்கள் எதிர்கொள்வீர்கள்: வலியையும் மீறி இதை நான் தொடர வேண்டுமா அல்லது இத்துடன் நிறுத்திக் கொண்டு எடுத்த காரியத்தைக் கைவிட்டுவிட வேண்டுமா?

2018ல் பாஸ்டன் நெடுந்தூர ஓட்டப் பந்தயத்தில் கலந்து கொண்டிருந்த டெஸிரீ லின்டன், பந்தயத்திலிருந்து பாதியிலேயே நின்றுவிடலாமா என்று யோசித்துக் கொண்டிருந்தாள். அப்போது மழை பெய்து கொண்டிருந்தது. அதற்கு முந்தைய முப்பது ஆண்டுகளில் இல்லாத அளவு அன்று குளிராக இருந்தது. தான் போதுமான அளவு நீரைப் பருகியிருக்கவில்லை என்று உறுதியாக நம்பிய அவள், தன் கால்களில் தசைப்பிடிப்பு

ஏற்படக்கூடும் என்று பயந்தாள்.

அப்போது அப்போட்டியில் அவளுடன் ஓடிக் கொண்டிருந்த ஷலேன் ஃப்ளானகனிடம், "நான் ஒருவேளை இப்போட்டியிலிருந்து விலகிக் கொள்ளக்கூடும். அதற்கு முன்னால் உனக்கு ஏதேனும் உதவி தேவைப்பட்டால் என்னிடம் கேள். என்னால் முடிந்ததைச் செய்கிறேன்," என்று லின்டன் கூறினாள். முன்னால் ஓடிக் கொண்டிருந்த கூட்டத்தினரை அடையத் தனக்கு உதவுமாறு ஷலேன் லின்டனிடம் கேட்டுக் கொண்டாள். அதற்கு உதவுவதாக உறுதியளித்த லின்டன், அதிகரித்துக் கொண்டிருந்த மழையையும் குளிர்க்காற்றையும் பொருட்படுத்தாமல் ஷலேனுடன் ஓடி முன்னால் சென்று கொண்டிருந்தவர்களை அடைந்தாள்.

அதற்குப் பிறகு ஓட்டம் கடினமாக இருந்தாலும், இனி அதிலிருந்து தான் விலகப் போவதில்லை என்றும் தொடர்ந்து ஓடுவது என்றும் லின்டன் முடிவெடுத்தாள். பின்னர் படிப்படியாகத் தன் வேகத்தை அதிகரித்து, முன்னால் ஓடிக் கொண்டிருந்தவர்களைக் கடந்து அவள் ஓடிக் கொண்டிருந்தாள். இறுதியில் அவள் அப்போட்டியில் முதலாவதாக வந்து, முப்பத்து மூன்று ஆண்டுகளுக்குப் பிறகு பாஸ்டன் நெடுந்தூர ஓட்டப் பந்தயத்தில் வெற்றி பெற்ற முதல் அமெரிக்கப் பெண்மணி என்ற பெருமையையும் பெற்றாள்.

யதார்த்த நிலை கடினமானதாக இருந்தாலும் நம் முயற்சிகளை நாம் தொடர்ந்தால், கூட்டு விளைவின் காரணமாக வெற்றி நம் வசப்படும். அந்த யதார்த்தக் கணத்தில், நீங்கள் யார் என்பதையும் நீங்கள் யாராக ஆக விரும்புகிறீர்கள் என்பதையும் நீங்கள் தீர்மானிக்க வேண்டியிருக்கும். நீங்கள் முன்னே செல்லப் போகிறீர்களா அல்லது பின்வாங்கப் போகிறீர்களா என்பதைத் தீர்மானிக்கின்ற கணமும் அதுவாகத்தான் இருக்கும்.

யதார்த்தக் கணம்

பாஸ்டன் நெடுந்தூர ஓட்டப் பந்தயத்தில் வெற்றி பெற்றப் பிறகு, லின்டன், "அது கடினமாக இருக்கும் என்பது தெரிந்த விஷயம்தான்," என்று கூறினாள்.

அதற்கு ஓராண்டுக்கு முன்பு, ஓட்டத்தை அடியோடு நிறுத்திவிடலாமா என்று அவள் யோசித்துக் கொண்டிருந்தாள். பிறகு ஒரு மாதம் அவள் ஓடாமல் இருந்தாள். அதற்குப் பிறகு அவள் தன் ஓட்டத்தை மெதுவாகத் தொடங்கினாள். "எனக்குப் போட்டியிடுவது பிடிக்கும். என் விளைவுகளில் கவனம் செலுத்தாமல், பந்தயங்களில் ஓடி ஒருசிலரைத் தோற்கடிக்கப் போவதாக எனக்கு நானே கூறிக் கொண்டேன்," என்று அவள் கூறினாள். அதற்குச் சில மாதங்களுக்குப் பின்னர்தான் அவள் பாஸ்டன் பந்தயத்தில் வெற்றி பெற்றாள்.

நான் வீடுமனை விற்பனைத் தொழிலில் ஈடுபட்டிருந்தபோது, சில நேரங்களில் பல விதமான சூழல்கள் பின்வாங்கிவிடலாமா என்று என்னை யோசிக்க வைக்கும். ஏற்கனவே விற்பனையாகிவிட்டது என்று தெரியாமல் ஒரு வீட்டின் முன் போய் நிற்பது, கடைசியாக நீங்கள் சந்தித்த நபர் உங்களை எரிச்சலடைய வைப்பது, அடைமழை கொட்டுவது, தாமதமாகச் சென்று வீட்டின் சொந்தக்காரரிடம் வாங்கிக் கட்டிக் கொள்வது போன்றவை அவற்றுக்கான எடுத்துக்காட்டுகள். என் போட்டியாளர்களும் இதே போன்ற சவால்களை எதிர்கொள்வார்கள்தானே என்று நான் யோசிப்பேன். இக்கணத்தில் நான் பின்வாங்காமல் முன்னேறிக் கொண்டிருந்தால், போட்டியில் அவர்களை என்னால் தோற்கடிக்க முடியும் என்று நான் நினைத்துக் கொள்வேன். வெற்றியையும் முன்னேற்றத்தையும் தீர்மானிக்கின்ற கணங்கள் இவைதாம். கூட்டத்தோடு கூட்டமாக ஓடிக் கொண்டிருப்பதில் எந்தவிதமான கஷ்டங்களும் சவால்களும் இல்லை. ஒரு பெரிய தடையை எதிர்கொள்ளும்போது தொடர்ந்து செல்வதுதான் இங்கு முக்கியம்.

"நீங்கள் உங்களால் முடிந்த அளவு சிறப்பாக முயற்சித்தப் பிறகு நீங்கள் செய்கின்ற விஷயங்கள்தாம் வெற்றிகளை உருவாக்குகின்றன," என்று பிரபல கால்பந்துப் பயிற்றுவிப்பாளர் லூ ஹோல்ட்ஸ் கூறியிருக்கிறார். ஒரு போட்டியின் இடைவேளையின்போது அவருடைய அணி 420 என்ற கோல் கணக்கில் பின்தங்கி இருந்தது. இடைவேளையின்போது அவர் தன் ஆட்டக்காரர்களிடையே உரையாற்றினார். "நீங்கள் உங்களால் முடிந்த அளவு

சிறப்பாக விளையாடுகிறீர்கள் என்பதால் நீங்கள் இந்த அணியில் சேர்த்துக் கொள்ளப்படவில்லை. ஏனெனில், எல்லா அணிகளிலும் வீரர்கள் தங்களால் இயன்ற அளவு சிறப்பாகவே விளையாடுகின்றனர். நீங்கள் உங்களால் முடிந்த அளவு சிறப்பாக விளையாடுவதையும் தாண்டி மேலும் கூடுதலாக முயற்சிக்க வேண்டும் என்பதற்காகவே உங்களை நான் இந்த அணியில் இடம் பெறச் செய்துள்ளேன். இந்தக் கூடுதல் முயற்சிதான் உங்களை மற்றவர்களிடமிருந்து வேறுபடுத்திக் காட்டும்," என்று அவர் கூறினார். அவருடைய அணி அப்போட்டியின் இரண்டாம் பாதியில் மிகச் சிறப்பாக விளையாடி அதில் வெற்றி பெற்றது.

குத்துச் சண்டை என்றால் முதலில் எல்லோருடைய மனத்திலும் தோன்றுகின்ற நபர் முகமது அலிதான். அவர் தன்னுடைய வேகத்திற்கும் வளைந்து கொடுக்கின்ற திறமைக்கும் மட்டும் பெயர் போனவரில்லை. அவருடைய உத்திக்கும் பெயர் போனவர் அவர். 1974ல் முகமது அலி ஜார்ஜ் ஃபோர்மேனைத் தோற்கடித்து மீண்டும் உலகக் குத்துச்சண்டை ஹெவி வெயிட் சாம்பியனாக ஆனார். ஆனால், முகமது அலி வெற்றி பெறுவார் என்று அவருடைய நீண்டகால ஆதரவாளரான ஹோவர்டு கோசெல் உட்பட எவரும் நம்பவில்லை. ஜோ ஃபிரேசியர், கென் நார்ட்டன் இருவருமே முகமது அலியை ஏற்கனவே தோற்கடித்திருந்தனர். அவர்கள் இருவரையுமே ஜார்ஜ் ஃபோர்மேன் இரண்டாவது சுற்றிலேயே தோற்கடித்திருந்தார். முகமது அலி ஜார்ஜை வெற்றி கொள்ள எந்த உத்தியைக் கடைபிடித்தார்? தன்னைவிட இளையவராக இருந்த ஜார்ஜின் பலவீனத்தை அவர் தனக்குச் சாதகமாகப் பயன்படுத்திக் கொண்டார். நீண்டநேரம் தாக்குப் பிடிக்க முடியாமல் இருந்தது ஜார்ஜின் பலவீனம். அதனால் முகமது அலி அந்த ஆட்டத்தை இழுத்துக் கொண்டே சென்றார். தன் உடலில் நூற்றுக்கணக்கான குத்துகளை வாங்கிக் கொண்டாலும், முகமது அலி தன் முகத்தில் அடி விழாதவாறு பார்த்துக் கொண்டார். எட்டாவது சுற்று வந்தபோது ஜார்ஜ் மிகவும் களைத்துப் போயிருந்தார். அதைத் தொடர்ந்து முகமது அலி ஜார்ஜைக் கீழே சாய்த்துவிட்டார்.

சூழல்கள் செம்மையானவையாக இருக்கும்வரை பிரச்சனைகள் ஏதும் இருப்பதில்லை. ஆனால் அவை மோசமடையும்போது பிரச்சனைகள் தலைதூக்குகின்றன. கூடவே சபலங்களும் தலைதூக்குகின்றன. அப்போதுதான் நீங்கள் முன்னேற்றத்திற்குத் தகுதியானவர்கள் என்பதை நிரூபிக்க வேண்டும். "நிலைமை எளிதாக இருந்திருக்க வேண்டும் என்று பிரார்த்தனை செய்யாதீர்கள், மேம்பட்டதாக இருந்திருக்க வேண்டும் என்று வேண்டிக் கொள்ளுங்கள்," என்று ஜிம் ரான் கூறியுள்ளார்.

ஒன்றுக்கு மேற்பட்ட விளைவுகள்

நீண்டகாலத்திற்குத் தொடர்ச்சியாக மேற்கொள்ளப்படுகின்ற சிறிய மாற்றங்கள் அபாரமான விளைவுகளை ஏற்படுத்தும் என்பதை நாம் ஏற்கனவே பார்த்தோம். உங்களால் அவற்றை விரைவுபடுத்தவும் உங்கள் விளைவுகளைப் பன்மடங்காகப் பெருக்கவும் முடிந்தால் எப்படி இருக்கும்? உங்களுடைய முயற்சியை மிகச் சிறிய அளவு அதிகரிப்பதன் மூலம் விளைவுகளைப் பல மடங்கு பெருக்குவது எப்படி என்பதை நான் உங்களுக்குக் காட்டுகிறேன்.

நீங்கள் பளு தூக்குகின்ற உடற்பயிற்சியைச் செய்கிறீர்கள் என்று வைத்துக் கொள்வோம். ஒரு குறிப்பிட்ட எடையைக் கொண்டு பன்னிரண்டு முறை நீங்கள் உடற்பயிற்சி செய்ய வேண்டும் என்பது திட்டம். நீங்கள் பன்னிரண்டு முறை அதைச் செய்துவிட்டால், உங்களுடைய திட்ட எதிர்பார்ப்பு நிறைவேறிவிடும். அதை நீங்கள் தொடர்ந்து செய்து வந்தால், நீங்கள் எதிர்பார்க்கின்ற விளைவைப் பெறுவீர்கள். ஆனால் பன்னிரண்டு முறை பளு தூக்கிய பிறகு, கூடுதலாக மூன்றிலிருந்து ஐந்து முறை அதே எடையைத் தூக்கினால், உங்களுடைய விளைவுகள் பல மடங்காக அதிகரிக்கும். நீங்கள் உங்களுடைய உச்சபட்ச நிலையை அடைந்த பிறகு இதைச் செய்வதால், இது உங்களுடைய விளைவுகளைப் பன்மடங்கு பெருக்குகிறது.

அர்னால்டு ஸ்வார்ஸனெக்கர் இந்த முறையை வெகுவாகப் பயன்படுத்தினார். உங்களால் இதைத் தனியாகச் செய்ய முடியாவிட்டால், உடற்பயிற்சிக்

கூட்டாளி ஒருவரின் உதவியை நீங்கள் நாடலாம். ஓட்டக்காரர்களும் இதைப் பயன்படுத்துகின்றனர்.

உங்களை ஒரு வலிமையான போட்டியாளராகக் கருதிக் கொள்வது உங்களுடைய விளைவுகளைப் பல மடங்கு பெருக்க உதவும். உங்களுடைய விளைவுகளைப் பெருக்க மற்றொரு வழி அடுத்தவர்களின் எதிர்பார்ப்புகளை மீறுவதாகும்.

எதிர்பார்ப்புகளை முறியடியுங்கள்

பிரம்மாண்டமான அளவில் வாழ்வதாகட்டும், பிரம்மாண்டமான அளவில் பிறருக்கு உதவுவதாகட்டும், பிறருடைய எதிர்பார்ப்புகளை மீறுவதில் ஓப்ரா வின்ஃபிரேயை எவரும் விஞ்ச முடியாது. அவர் தன் தொலைக்காட்சித் தொடரின் 19வது பருவத்தை எவ்வாறு தொடங்கினார் தெரியுமா? அவர் அதை பிரம்மாண்டமாகச் செய்வார் என்பது எல்லோரும் எதிர்பார்த்திருந்த ஒன்றுதான் என்றாலும், அவர் அதைப் பல மடங்கு விஞ்சியிருந்தார். அதற்குப் பல நாட்களுக்குப் பிறகும் ஊடகங்கள் அனைத்தும் அதைப் பற்றியே பேசிக் கொண்டிருந்தன.

அந்நிகழ்ச்சியில் கலந்து கொண்டிருந்தவர்களின் பெயர்கள் உறவினர்களாலும் நண்பர்களாலும் பரிந்துரைக்கப்பட்டிருந்தன. அத்தியாவசியமாகக் கார் தேவைப்பட்டவர்கள், ஆனால் அதை வாங்குகின்ற நிலையில் இல்லாதவர்கள் அவர்கள். ஓப்ரா 11 பேரை மேடைக்கு அழைத்து அவர்கள் ஒவ்வொருவருக்கும் ஒரு 'பான்டியாக் ஜி6' காரைப் பரிசளித்து அந்த நிகழ்ச்சியைத் தொடங்கினார். பிறகு, அங்கு பார்வையாளர்களாக வீற்றிருந்த அனைவருக்கும் ஒரு பரிசுப் பெட்டியைக் கொடுத்துவிட்டு, அதில் ஏதோ ஒரு பெட்டியில் 12வது காருக்கான சாவி இருந்ததாக அவர் அறிவித்தார். ஆனால் பார்வையாளர்கள் தங்களுடைய பெட்டியைத் திறந்து பார்த்தபோது, தங்கள் ஒவ்வொருவருடைய பெட்டியிலும் ஒரு கார் சாவி இருந்ததைக் கண்டனர். ஆம்! ஓப்ரா அங்கு வந்திருந்த அனைவருக்கும் ஒரு காரைப் பரிசளித்திருந்தார். இதைப் போன்ற பல பெரிய உதவிகளை அவர் பலருக்குச் செய்திருக்கிறார்.

ஓப்ரா ஒரு பெரிய பணக்காரர் என்பதால் இது அவருக்குக் கட்டுப்படியாகும் என்று நீங்கள் கூறலாம். ஆனால் ஓப்ரா அளவுக்கோ அல்லது அவரைவிடக் கூடுதலாகவோ பணம் வைத்திருப்பவர்களில் பலர் அல்லது பிரபலத்துவம் அடைந்திருப்பவர்கள் அசாதாரணமான விஷயங்களைச் செய்ய முன்வருவதில்லையே! ஆனால் அது அவரைப் பிறரிடமிருந்து வேறுபடுத்திக் காட்டுகிறது. நீங்களும் அவரிடமிருந்து பாடம் கற்றுக் கொண்டு, உங்கள் வாழ்வின் ஒவ்வோர் அம்சத்திலும் எதிர்பார்ப்பை விஞ்சிச் செயல்படலாம்.

நான் ஜார்ஜியாவைத் திருமணம் செய்து கொள்ள முடிவு செய்தபோது, வழக்கமாக நடைபெறுவதுபோல, அவருடைய தந்தையிடம் சென்று, நான் அவருடைய மகளைத் திருமணம் செய்து கொள்ள விரும்பியதாகக் கூறியிருக்கலாம். ஆனால் அவர் ஒரு போர்ச்சுகீசியர் என்பதால், நான் அவரிடம் கூற விரும்பியதைப் போர்ச்சுகீசிய மொழியில் மொழிபெயர்த்து அந்த மொழியில் அவரிடம் பேசினேன். அவருக்கு ஆங்கிலம் தெரியும் என்றாலும், அது அவருடைய சௌகரியமான மொழி அல்ல. நான் என்னுடைய இடத்திலிருந்து அவருடைய இடம்வரை காரில் சென்று கொண்டிருந்தபோது நான் மனப்பாடம் செய்து வைத்திருந்த வரிகளை மீண்டும் மீண்டும் சத்தமாகப் பேசிக் கொண்டே வந்தேன். நான் அவருக்குப் பூக்களையும் சில இனிப்புகளையும் எடுத்துச் சென்றிருந்தேன். அவர்களுடைய வரவேற்பறையில், அவருடைய தந்தையின் முன் நான் உட்கார வைக்கப்பட்ட பின், நான் என்னுடைய வருங்கால மாமனாரிடம் என் உரையைப் போர்ச்சுகீசிய மொழியில் ஒப்பித்தேன். சிறிது நேரம் என்னைக் குறுக்கு விசாரணை செய்த பிறகு, இறுதியாகத் தன்னுடைய மகளை எனக்குத் திருமணம் செய்து கொடுக்க அவர் ஒப்புக் கொண்டார்.

ஆனால் நான் அதோடு நிறுத்தவில்லை. அடுத்த சில நாட்களில் நான் ஜார்ஜியாவின் ஐந்து சகோதரர்களையும் தனித்தனியாக அழைத்து, அவர்களுடைய குடும்பத்தில் என்னையும் ஒருவனாகச் சேர்த்துக் கொண்டு எனக்கு ஆசீர்வாதம் வழங்குமாறு கேட்டேன். அவர்களில் ஓரிருவர் எளிதாக என்னை ஏற்றுக் கொண்டனர். மற்றவர்களின்

அங்கீகாரத்தைப் பெற என்னை நான் நிரூபிக்க வேண்டியிருந்தது. நான் ஜார்ஜியாவைத் திருமணம் செய்து கொள்ள விரும்பிய செய்தியை அவளுடைய அப்பாவிடமும் அவளுடைய சகோதரர்களிடமும் நான் தெரிவித்த விதம் தனித்துவமாக இருந்ததாக ஜார்ஜியா பின்னர் தெரிவித்தார். நான் மேற்கொண்ட அசாதாரணமான முயற்சி, அவர்களுடன் உறவுரீதியாகப் பெரும் பலன்களைக் கொடுத்தது.

உங்களுடைய வாடிக்கையாளர்களாக ஆக வாய்ப்புள்ளவர்களுக்கு நீங்கள் ஒரு தொலைபேசி அழைப்பு விடுவிக்கும்போதும், உங்களுடைய வாடிக்கையாளர்களுக்குச் சேவை செய்யும்போதும், உங்களுடைய குழுவை உருவாக்கிக் கொள்ளும்போதும், உங்களுடைய வாழ்க்கைத்துணைவரை அங்கீகரிக்கின்றபோதும், ஓடுகின்றபோதும், பளு தூக்குகின்றபோதும், உங்களுடைய குழந்தைகளுடன் நேரம் செலவழிக்கின்றபோதும், உங்களால் எதிர்பார்ப்புகளை எவ்வாறு விஞ்ச முடியும் என்று யோசியுங்கள். அது பல மடங்கு விளைவுகளைக் கொண்டு வரும் என்பதில் ஐயமில்லை.

எதிர்பாராததைச் செய்யுங்கள்

நான் இயல்பிலேயே எதிரிடையான மனப்போக்குக் கொண்டவன். பெரும்பாலான மக்கள் இப்படித்தான் செய்வார்கள் என்று நீங்கள் என்னிடம் கூறினால், நான் அதற்கு நேரெதிரானதையே செய்வேன். ஒரு காரியத்தைப் பெரும்பாலானோர் செய்கிறார்கள் என்றால், என்னைப் பொறுத்தவரை அது சராசரித்தனமானது. சராசரியான விஷயங்கள் சராசரித்தனமான விளைவுகளையே ஏற்படுத்தும். அமெரிக்காவிலேயே மிகப் பிரபலமான உணவகம் மெக்டொனால்ட்ஸ்தான்; மிகப் பிரபலமான பானம் கோகோகோலாதான். இந்தப் "பிரபலமானவற்றை" நீங்கள் உட்கொண்டாலோ அல்லது பருகினாலோ, நீங்கள் சராசரி மனிதக் கூட்டத்தில் ஒருவராகத்தான் இருப்பீர்கள். அது சாதாரணமானது. சாதாரணமானதாக இருப்பதில் எந்தத் தவறும் இல்லை, ஆனால் நான் அசாதாரணமானவனாக இருக்கவே விரும்புகிறேன்.

எடுத்துக்காட்டாக, எல்லோரும் கிறிஸ்துமஸ் வாழ்த்துகள் அனுப்புகின்றனர். அதை எல்லோருமே செய்வதால் அதில் உணர்வுபூர்வமான அம்சங்கள் ஏதுமில்லை என்பது என்னுடைய அபிப்பிராயம். அதனால் நான் எல்லோருக்கும் "நன்றித் திருவிழா" வாழ்த்துகளை அனுப்புகிறேன். நமக்கு எத்தனை நன்றித் திருவிழா வாழ்த்து அட்டைகள் வருகின்றன? மிகமிகக் குறைவு என்பதே உண்மை. நான் சொல்ல வருவது அதைத்தான். அச்செயல் உங்களைத் தனித்துவப்படுத்திக் காட்டுகிறது. அச்சிடப்பட்ட அட்டைகளை அனுப்புவதற்கு பதிலாக, தனிப்பட்ட முறையில் கையால் எழுதப்பட்ட அட்டைகளை நான் அனுப்புகிறேன். அந்த அட்டைகளில் அவர்களுடைய உறவு எனக்கு எவ்வளவு முக்கியமானது என்பதையும், அது குறித்து நான் எவ்வளவு நன்றியுடையவனாக இருக்கிறேன் என்பதையும் நான் குறிப்பிடுகிறேன். அதற்குக் கூடுதல் முயற்சி தேவைப்படும் என்பது உண்மைதான். ஆனால் அது ஏற்படுத்துகின்ற விளைவுகள் சிறப்பாக இருக்கும்.

பெரும்பாலான சமயங்களில் அந்தக் கூடுதலான முயற்சிக்குப் பெரும் பணமோ அல்லது ஆற்றலோ தேவைப்படுவதில்லை. நான் வீடுமனை விற்பனைத் தொழிலில் ஈடுபட்டிருந்தபோது, ஒரு வீட்டின் விற்பனைப் பேரம் முடிந்துவிட்டால், பிற முகவர்களைப்போல அச்செய்தியை அவர்களுக்குத் தொலைபேசியில் தெரிவிக்காமல், அந்த வீட்டின் சொந்தக்காரர்களின் வீட்டுக்கு நேராகச் சென்று "விற்பனை முடிந்துவிட்டது" என்ற வாசகம் அடங்கிய அட்டை ஒன்றைக் கொடுத்துவிட்டு அச்செய்தியை அவர்களிடம் கூறுவேன். அந்த அட்டையில் என்னுடைய தொலைபேசி எண்ணையும் முகவரியையும் அச்சிட்டிருப்பேன். பின்னாளில் வேறு ஏதாவது சொத்துகளை வாங்கவோ அல்லது விற்கவோ அவர்களுக்கு என்னுடைய உதவி தேவைப்பட்டால் என்னை அவர்கள் அணுகலாம் என்று கூறி அவர்களிடமிருந்து நான் விடைபெறுவேன். அவர்களை நேரில் பார்த்து வர எனக்குச் சிறிதளவு பெட்ரோல் செலவும் ஒரு சிறிய பயணமும் தேவைப்படும் என்றாலும் அது பின்னாளில் பெரும் விளைவுகளை எனக்குக் கொடுக்கும்.

சிறிது காலத்திற்கு முன்பு என்னுடைய நண்பன்

அலெக்ஸ் வேறு வேலை தேடிக் கொண்டிருந்தான். அவன் கலிபோர்னியாவில் வசித்து வந்தான். அவனுக்கு பாஸ்டன் நகரிலிருந்து ஒரு வேலை வாய்ப்பு வந்தது. அதற்கு நிறையப் பேர் விண்ணப்பித்திருந்தபோதும், இறுதிச் சுற்றுக்குத் தேர்ந்தெடுக்கப்பட்டிருந்த பன்னிரண்டு பேர்களில் அவனும் ஒருவனாக இருந்தான். அந்த நிறுவனம் உள்ளூர் விண்ணப்பதாரர்களை நேரிலும் வெளியூர்க்காரர்களை வீடியோ கான்பரன்ஸ் மூலமும் பேட்டி காணத் தீர்மானித்திருந்தது. அந்தப் பேட்டிக்கு வெப் கேமராவை நிறுவுவது தொடர்பாக அவன் என்னை அணுகினான்.

நான் அவனிடம், "நீ இந்த வேலையை எந்த அளவுக்கு முக்கியமானதாகக் கருதுகிறாய்?" என்று கேட்டேன்.

"இது என்னுடைய கனவு வேலை. இதற்காக நான் கடந்த நாற்பத்தைந்து ஆண்டுகளாக என்னைத் தயாரித்துக் கொண்டிருக்கிறேன்," என்று அலெக்ஸ் பதிலளித்தான்.

"அப்படியெனில் உடனடியாக ஒரு விமானத்தைப் பிடித்து நேராக அங்கு செல்," என்று நான் அவனுக்குப் பரிந்துரைத்தேன்.

"அது தேவையில்லை. இந்தப் பன்னிரண்டு பேர்களில் அவர்கள் தேர்ந்தெடுக்கின்ற மூன்று பேரை அவர்கள் தங்கள் சொந்தச் செலவில் அங்கு வரவழைக்கப் போவதாகத் தெரிவித்திருக்கின்றனர்," என்று அவன் பதிலளித்தான்.

நான் அவனிடம், "நீ அந்த இறுதி மூன்று பேரில் ஒருவனாக இருக்க விரும்பினால், எதிர்பாராத ஒன்றைச் செய்து உன்னைத் தனித்துவப்படுத்திக் கொள்ள வேண்டும். உடனடியாக விமானத்தைப் பிடித்து நாட்டின் ஒரு கோடியிலிருந்து மறு கோடிக்குப் பறந்து சென்று, உன்னுடைய நோக்கத்தைப் பறைசாற்று," என்று வலியுறுத்தினேன்.

நான் ஒரு விஷயத்தைக் குறி வைத்துவிட்டால், எப்பாடு பட்டாவது அதில் வெற்றி பெற முயற்சி செய்வேன். பிறரை "அதிர்ச்சிக்கும் வியப்புக்கும்" உள்ளாக்க நான் தவற மாட்டேன். இதைத்தான் நான் அலெக்ஸிடம் பரிந்துரைத்தேன்.

நான் அலெக்ஸிடம் இவ்வாறு கூறினேன். "அந்த வேலையை யாருக்குக் கொடுப்பது என்பதைத் தீர்மானிக்கும் நபர்கள் குறித்து ஆய்வு செய். அவர்கள் விரும்பக்கூடும்

என்று நீ நினைக்கின்ற புத்தகங்கள் போன்றவற்றை அவர்களுக்கு அனுப்பி வை. இது அளவுக்கு மீறிய செயலாக இருக்கிறது என்று நினைக்கிறாயா? அதில் உண்மை இருக்கக்கூடும். ஆனால் கச்சிதமாக அதைச் செய்யத்தான் நாம் முயற்சி செய்கிறோம். நீ அவர்களுக்கு சோப்புப் போட முயற்சி செய்வதாக அவர்கள் நினைக்கக்கூடும் என்று அஞ்சுகிறாயா? அப்படியோர் எண்ணம் அவர்களுக்கு வரக்கூடும் என்றாலும் நீ அவர்களுடைய கவனத்தை நிச்சயமாகக் கவர்வாய். அதோடு சேர்த்து உன்மீது அவர்கள் வைத்திருக்கும் மரியாதையும் உயரும். அதில் உள்ளவர்கள் எவருக்காவது உன்னுடைய தொடர்பு வட்டத்தில் உள்ளவர்கள் எவரையாவது தெரியுமா என்று பார். உன்னைப் பற்றி ஓரிரு வார்த்தைகளை அவர்கள் காதில் போடும்படி உனக்குத் தெரிந்தவர்களிடம் கூறு. இது வரம்பு மீறுகின்ற செயலாகப் படலாம். ஆனால் இப்படி வரம்பு மீறிச் செய்கின்ற காரியங்களில் ஐந்தில் ஒன்று தோல்வியைத் தழுவும் என்று என்னுடைய வழிகாட்டிகளில் ஒருவர் கூறியிருக்கிறார். அப்படியெனில் மற்ற நான்கும் வெற்றி பெறும் என்றுதானே அர்த்தம்?"

இப்போது நான் உங்களிடம் ஒரு விஷயத்தைப் போட்டு உடைத்துவிடுகிறேன். அலெக்ஸ் என் அறிவுரையைக் கேட்க மறுத்துவிட்டான். அவனுக்கு அந்த வேலையும் கிடைக்கவில்லை. இறுதியாகத் தேர்ந்தெடுக்கப்பட்ட மூன்று பேரில் ஒருவனாகக்கூட அவன் வரவில்லை. அந்த நிறுவனத்திடம் தன்மீது ஒரு சிறப்பான கண்ணோட்டத்தை உருவாக்க அவன் தவறிவிட்டிருந்தான். அதனால் அவன் தன்னுடைய கனவு வேலையை இழந்துவிட்டான்.

சில காலத்திற்கு முன் நான் ஒரு நிறுவனத்தின் நிர்வாகக் குழுவில் ஓர் உறுப்பினராக இடம் பெற்றிருந்தேன். அந்த நிறுவனம் ஒரு முக்கியமான திட்டத்தைச் செயல்படுத்துவதற்கு அமெரிக்கக் காங்கிரஸ்காரர் ஒருவரிடமிருந்து சட்டப்பூர்வமான ஒப்புதலைப் பெற வேண்டியிருந்தது. ஆனால் அவர் அதற்கு அசைந்து கொடுப்பதாக இல்லை. அத்திட்டம் பிரச்சனைக்குரியது என்பது அதற்கான காரணம் அல்ல. மாறாக, அதற்கு அரசியல் காரணங்கள் இருந்தன. அவரை ஒப்புக் கொள்ள வைப்பதற்கு பதிலாக அவருடைய எஜமானரை

நேரடியாகச் சென்று பார்த்துப் பேசலாம் என்று நான் பரிந்துரைத்தேன். நான் எஜமானர் என்று குறிப்பிட்டது வேறு யாருமல்ல, அவருடைய மனைவியைத்தான்!

எங்களுடைய தொடர்பு வட்டத்தை அலசி ஆராய்ந்து கடைசியில் அவருடைய மனைவியுடன் தோழமையாக இருந்த ஒரு நண்பரை நாங்கள் அடையாளம் கண்டோம். பின்னர் ஒரு ஞாயிறன்று அப்பெண்மணி வழக்கமாகச் செல்லும் தேவாலயத்திற்கு நாங்களும் சென்றோம். பிரார்த்தனைக் கூட்டம் முடிவடைந்து அவர் வெளியே வந்தபோது எங்களுடைய நண்பர் அவரை எங்களுக்கு அறிமுகம் செய்து வைத்தார். ஓர் ஏழ்மையான பகுதியில் பள்ளிக்கூட நேரத்திற்குப் பிறகு மாணவர்கள் தங்கி கல்வி சாரா விஷயங்களைக் கற்றுக் கொள்வதற்கு உதவுகின்ற ஒரு கட்டடத்தைக் கட்ட நாங்கள் விரும்பியதாகவும், அது நூற்றுக்கணக்கானோருக்கு உதவும் என்றும், அதற்கு அவருடைய கணவரின் ஒத்துழைப்புத் தேவையென்றும் நாங்கள் அவரிடம் எடுத்துரைத்தோம். அந்த வாரச் செவ்வாயன்று அத்திட்டத்திற்கான அனுமதி எங்களுடைய நிறுவனத்தை வந்தடைந்தது.

நம்முடைய சமுதாயத்தில், உங்களுடைய குரலைப் பிறர் கேட்கும்படி செய்வதற்கு, சில நேரங்களில் எதிர்பாராத விஷயங்களை நீங்கள் மேற்கொள்ள வேண்டியிருக்கும். இதே போன்ற சூழலை நீங்கள் எதிர்கொண்டால், இதே போன்ற அணுகுமுறையை நீங்களும் கடைபிடித்து வெற்றியடையலாம்.

எதிர்பார்ப்பை மீறுங்கள்

உங்களிடமிருந்து எது எதிர்பார்க்கப்படுகிறது என்பதை அறிந்து கொண்டு அதைவிட அதிகமானவற்றைச் செய்யுங்கள். நிகழ்ச்சிகளுக்குச் செல்லும்போது, அங்கு எதிர்பார்க்கப்படுவதைவிடக் கூடுதலான விதத்தில் ஆடை அணிவதை நான் வழக்கமாகக் கொண்டுள்ளேன்.

நான் நிறுவனங்களுக்குச் சொற்பொழிவாற்றச் செல்லும்போது, அந்த உரையைத் தயாரிக்க நான் ஏராளமான நேரத்தைச் செலவிடுவேன். அந்த நிறுவனத்தைப் பற்றி, அவர்களுடைய பொருட்களைப் பற்றி,

சந்தையைப் பற்றி, அவர்கள் என்னுடைய உரையிலிருந்து என்ன எதிர்பார்க்கின்றனர் என்பதைப் பற்றி நான் அலசி ஆராய்வேன். அவர்களுடைய எதிர்பார்ப்பை மீறிச் செயல்படுவதுதான் என்னுடைய நோக்கமாக இருக்கும். அது உங்களுடைய பிரபலத்துவத்தின் ஒரு பகுதியாக ஆகிவிடும். சந்தையில் உங்களுடைய மதிப்பு பன்மடங்கு அதிகரிக்கும்.

பிரபலத் தொழிலதிபர் மார்க் ஸ்பார்க்ஸுடன் சேர்ந்து ஒரு திட்டத்தில் ஈடுபடும் வாய்ப்பு ஒன்று எனக்குக் கிட்டியது. மதிப்பு வாய்ந்த ஒரு தத்துவத்தை நான் அவரிடமிருந்து கற்றுக் கொண்டேன். அவர் தனக்குப் பொருட்களைக் கொடுத்தவர்கள் மற்றும் சேவை வழங்கியவர்கள் அனைவருக்கும் என்றைக்குப் பணம் கொடுக்கப்படும் என்று ஒப்புக் கொண்டுள்ளாரோ அதற்கு முன்பாகவே அப்பணத்தைக் கொடுத்துவிடுவார். ஒரு மாதத்திற்கான தொகையை அவர் அதற்கு முந்தைய மாதத்தின் இருபத்தேழாம் தேதியே எனக்கு அனுப்பி வைத்திருந்ததைக் கண்டு நான் பெரும் வியப்படைந்தேன். அது குறித்து நான் அவரிடம் கேட்டபோது, அவர், “அதே பணத்தைத்தான் ஒருசில நாட்களுக்குப் பிறகு நான் கொடுக்கப் போகிறேன். ஆனால் அதை நான் முன்னதாகவே கொடுக்கும்போது, அது உருவாக்குகின்ற வியப்பும் நல்லெண்ணமும் விலைமதிக்கப்பட முடியாதவை,” என்று விளக்கினார்.

என்னுடைய நிறுவனத்தின் மூத்த நிர்வாகிகளின் மாதாந்திர ஊதியத்தை நான் நேரடியாக அவர்களுடைய கணக்கில் போட்டுவிடுவேன். ஆனால் அவர்களுக்கு ஆண்டு இறுதி ஊக்கத் தொகை கொடுக்கும்போது மட்டும் நான் அவர்களுடைய காசோலையை அச்சடித்து, அதனோடு என்னுடைய கையெழுத்தில் தனிப்பட்டக் குறிப்பு ஒன்றையும் இணைத்து, மறுநாள் காலையில் அவர்களுடைய வீட்டில் சேர்ப்பிக்கும் விதத்தில் கூரியரில் அனுப்பிவிடுவேன். தங்களுடைய பெற்றோரின் சாதனைகளை அவர்களுடைய குழந்தைகள் அறிந்து கொள்ளவும் அதைக் கொண்டாடவும் இது வழிவகுக்கும்.

அமெரிக்க ஆடம்பரப் பல்பொருள் அங்காடியான நார்ட்ஸ்ட்ராம், வாடிக்கையாளர்கள் ஏதாவது ஒரு

காரணத்திற்காக, தாங்கள் அவர்களிடம் வாங்கியிருக்கும் பொருட்களைத் திருப்பிக் கொடுக்க விரும்பினால், ஓராண்டு கழித்துக்கூட அவற்றை ஏற்றுக் கொள்ளும். அவர்களிடம் அதற்கான ரசீது இல்லையென்றாலும்கூட அவர்கள் அதைப் பொருட்படுத்துவதில்லை. சில சமயங்களில் வேறு நிறுவனங்களில் வாங்கியுள்ள பொருட்களைக்கூட அவர்கள் ஏற்றுக் கொள்வதுண்டு. ஏன் அவர்கள் அப்படிச் செய்கின்றனர்? வாடிக்கையாளர்களின் எதிர்பார்ப்பை நீங்கள் விஞ்சும்போது, வாடிக்கையாளர்கள் உங்களிடம் வைத்திருக்கும் நம்பிக்கை அதிகரிக்கிறது, உங்கள்மீதான விசுவாசம் உயர்கிறது, உங்களுடைய நற்பெயர் பல மடங்கு அதிகரிக்கிறது என்பதை அவர்கள் அறிந்து வைத்திருப்பதுதான் அதற்குக் காரணம்.

இந்தத் தத்துவங்களை நீங்கள் உங்களுடைய சொந்த வாழ்க்கையில் நடைமுறைப்படுத்திக் கொள்ளுமாறு நான் உங்களைக் கேட்டுக் கொள்கிறேன். உங்களுடைய முயற்சிக்குச் சிறிது கூடுதல் நேரத்தையும் ஆற்றலையும் நீங்கள் வழங்கும்போது அதன் விளைவுகள் வெறுமனே அதிகரிப்பதில்லை, மாறாக, அவை பன்மடங்கு பெருகுகின்றன. அசாதாரணமான செயல்களைச் செய்வதற்கு மிகச் சிறிய அளவிலான முயற்சிகளே போதுமானது. எங்கெல்லாம் உங்களால் எதிர்பார்ப்பை விஞ்சிச் செயல்பட முடியும்? எங்கெல்லாம் முற்றிலும் எதிர்பார்த்திராத விதத்தில் உங்களால் இயங்க முடியும்? உங்களுடைய வாழ்க்கையின் அனைத்து அம்சங்களிலும் இதற்கான வாய்ப்புகளை எப்போதும் தேடிக் கொண்டிருங்கள். உங்களுடைய சாதனை வேகமெடுக்கின்ற விதத்தைக் கண்டு நீங்கள் பெரும் வியப்படைவீர்கள். உங்களைச் சுற்றியுள்ளவர்களும்தான்!

கூட்டு விளைவை உங்களுக்காக வேலை செய்ய வையுங்கள்

செயல்முறைப் பயிற்சிகள்

- யதார்த்தக் கணங்களை நீங்கள் எப்போது உணர்கிறீர்கள் என்பதைக் கண்டறியுங்கள். (வாடிக்கையாளர்களுக்குத் தொலைபேசி அழைப்புகளை விடுப்பது, உடற்பயிற்சி செய்வது, உங்களுடைய வாழ்க்கைத்துணைவர் அல்லது குழந்தைகளுடன் உரையாடுவது போன்றவை அதற்கான எடுத்துக்காட்டுகள்.) அப்போதுதான், உங்களை எப்படிப் பிறரிடமிருந்து தனித்துவப்படுத்திக் கொள்ள முடியும் என்பதை உங்களால் பிரித்தறிய இயலும்.
- உங்கள் வாழ்க்கையில் நீங்கள் கூடுதலாகச் செயல்படக்கூடிய மூன்று பகுதிகளைக் கண்டறியுங்கள். (பளு தூக்குதல், பிறரை அங்கீகரித்தல், பாராட்டுதல் போன்றவை இதற்கான எடுத்துக்காட்டுகள்.)
- உங்கள் வாழ்க்கையில் நீங்கள் எதிர்பார்ப்பை முறியடிக்கக்கூடிய மூன்று விஷயங்களை அடையாளம் காணுங்கள். அப்பகுதிகளில் எவ்வாறு உங்களால் பிறரை வியப்பின் உச்சிக்குக் கொண்டு செல்ல முடியும் என்று ஆராயுங்கள்.
- உங்கள் வாழ்க்கையில் எந்த மூன்று விஷயங்களில் உங்களால் எதிர்பாராத விதத்தில் நடந்து கொள்ள முடியும் என்பதைக் கண்டறியுங்கள். எந்த இடங்களில் உங்களால் உங்களைத் தனித்துவப்படுத்திக் கொள்ள முடியும்?

முடிவுரை

படித்தவற்றைச் செயல்படுத்தாமல் இருப்பதால் எந்தவிதமான பயனும் ஏற்படாது. நான் என்னைக் குஷிப்படுத்திக் கொள்வதற்காக இந்நூலை எழுதவில்லை. புத்தகம் எழுதுவது என்பது கடினமான வேலை! உங்களை வெறுமனே ஊக்குவிப்பதற்காகவும் நான் இதை எழுதவில்லை. செயல்நடவடிக்கை இல்லாத வெற்று ஊக்குவிப்பு சுய ஏமாற்றத்திற்கே வழி வகுக்கும். நான் ஏற்கனவே குறிப்பிட்டிருந்ததுபோல, கூட்டு விளைவு உங்கள் வாழ்க்கையில் ஏற்படுத்தக்கூடிய விளைவுகள் நிஜமானவை. இதற்குப் பிறகு, வெற்றி உங்களைத் தேடி வரும் என்று நீங்கள் ஒருபோதும் காத்துக் கொண்டிருக்க மாட்டீர்கள். தொடர்ச்சியான, நேர்மறையான செயல்நடவடிக்கைகளுடன் இணைந்து செயல்படும்போது கூட்டு விளைவு என்ற உத்தி, உங்கள் வாழ்க்கையில் நீடித்து நிலைத்திருக்கின்ற, நிஜமான வித்தியாசங்களை ஏற்படுத்தும். இந்தப் புத்தகமும் இதன் தத்துவமும் உங்களுடைய வாழ்க்கைக்கான வழிகாட்டியாக விளங்கட்டும். இதில் கூறப்பட்டுள்ள யோசனைகளும் வெற்றி உத்திகளும், உங்களுக்குள் படிந்து, நிஜமான, அளவிடத்தக்க விளைவுகளை உங்கள் வாழ்க்கையில் ஏற்படுத்தட்டும். எப்போதெல்லாம் சிறிய, வெளிப்பார்வைக்கு ஆபத்தில்லாததுபோலத் தோன்றுகின்ற மோசமான பழக்கங்கள் உங்கள் வாழ்க்கைக்குள் ஊடுருவுகின்றனவோ, அப்போதெல்லாம் இந்தப் புத்தகத்தை நீங்கள் வெளியே எடுங்கள். தொடர்ச்சியிலிருந்து எப்போதெல்லாம் நீங்கள் தடம் புரள்கிறீர்களோ, அப்போதெல்லாம் நீங்கள் இந்தப் புத்தகத்தை வெளியே எடுங்கள். எப்போதெல்லாம் உங்களுடைய நோக்கத்தை உறுதிப்படுத்திக் கொள்வதற்கு

ஊக்குவிப்புத் தேவைப்படுகிறதோ, அப்போதெல்லாம் இந்தப் புத்தகத்தை வெளியே எடுங்கள். இப்புத்தகத்தை நீங்கள் எப்போதெல்லாம் படிக்கிறீர்களோ அப்போதெல்லாம் திருவாளர் உந்துசக்தி உங்களை நேரடியாக வந்து சந்திப்பார்.

என்னை எது ஊக்குவிக்கிறது என்பதை இப்போது நான் உங்களுடன் பகிர்ந்து கொள்கிறேன். பிறருடைய வாழ்க்கையின்மீது நேர்மறையான தாக்கத்தை ஏற்படுத்துவதைத்தான் என்னுடைய வாழ்வின் அடிப்படையான விழுமியமாக நான் கருதுகிறேன். நீங்கள் உங்களுடைய இலக்கை அடைந்தால்தான் என்னால் என்னுடைய இலக்கை அடைய முடியும். உங்களுடைய வாழ்க்கை பிரமாதமாக மாறியிருக்கிறது என்ற உங்களுடைய பாராட்டுரைகளைப் பெறவே நான் ஏங்கிக் கொண்டிருக்கிறேன். என்னுடைய உள்ளார்ந்த விழுமியத்தின்படி நான் வாழ்ந்து கொண்டிருக்கிறேன் என்பதை அவை உறுதிப்படுத்தும்.

உங்கள் வாழ்க்கையில் நீங்கள் விரும்புகின்ற விளைவைப் பெற வேண்டுமென்றால், நீங்கள் உடனடியாகச் செயல்நடவடிக்கையில் குதிக்க வேண்டும். உங்கள் வாழ்க்கையில் தேவையான மாற்றங்களைச் செய்ய நீங்கள் தயாராக இருப்பதற்கும், உண்மையிலேயே அதற்கான செயலில் இறங்குவதற்கும் ஏகப்பட்ட வித்தியாசங்கள் இருக்கின்றன என்பதை இந்நேரம் நீங்கள் அறிந்திருக்க வேண்டும். நீங்கள் வித்தியாசமான விளைவுகளைப் பெற விரும்பினால், விஷயங்களை நீங்கள் வித்தியாசமான முறையில் செய்ய வேண்டும், தனித்துவமாக இருப்பதைத் தேர்ந்தெடுக்க வேண்டும்.

நீங்கள் எங்கு இருந்தாலும் சரி, எப்போது இந்தப் புத்தகம் உங்கள் கரங்களை வந்தடைந்தாலும் சரி, நீங்கள் அனுமதித்தால், நான் உங்களிடம் இந்தக் கேள்விகளைக் கேட்க விரும்புகிறேன்:

"ஐந்து ஆண்டுகள் பின்னோக்கிப் பாருங்கள். ஐந்து ஆண்டுகள் கழித்து நீங்கள் எங்கு இருப்பீர்கள் என்று அப்போது நீங்கள் நினைத்திருந்த இடத்தில் நீங்கள் இப்போது இருக்கிறீர்களா? கண்டிப்பாகத் தலை முழுகப் போகிறேன் என்று நீங்கள் சூளுரைத்திருந்த

மோசமான பழக்கங்களை உதறி எறிந்துவிட்டுள்ளீர்களா? எந்த அளவு உடல் எடை இருக்க வேண்டும் என்று நீங்கள் நினைத்திருந்தீர்களோ அந்த எடை உங்களுக்குக் கைகூடியுள்ளதா? நீங்கள் எதிர்பார்த்திருந்த உயர்வான வருவாய், பிறர் பார்த்துப் பொறாமைப்படக்கூடிய வாழ்க்கைமுறை, தனிநபர் சுதந்திரம் ஆகியவற்றை நீங்கள் அடைந்துவிட்டீர்களா? நீங்கள் கைப்பற்றிவிடுவீர்கள் என்று நினைத்திருந்த துடிப்பான ஆரோக்கியம், அன்பான உறவுகள், உலகத் தரம் வாய்ந்த திறமைகள் ஆகியவற்றை உங்கள் வசப்படுத்திவிட்டீர்களா?"

இல்லையெனில், அது ஏன் நடைபெறவில்லை? அதற்கான விடை எளிது. தேர்ந்தெடுப்புகள். நீங்கள் மேற்கொண்ட தேர்ந்தெடுப்புகள். புதிய தேர்ந்தெடுப்புகளை மேற்கொள்வதற்கான வேளை வந்துவிட்டது. வரவிருக்கின்ற ஐந்து ஆண்டுகளும் கடந்த ஐந்து ஆண்டுகளைப்போலவே இல்லாதிருப்பதைத் தேர்ந்தெடுங்கள். ஒரேயடியாய் உங்கள் வாழ்க்கையில் மாற்றம் ஏற்படுவதைத் தேர்ந்தெடுங்கள்.

உங்களுடைய அடுத்த ஐந்து ஆண்டுகள், கடந்த ஐந்து ஆண்டுகளிலிருந்து முற்றிலும் வேறுபட்டு இருப்பதை நாம் உறுதி செய்வோமாக! உங்கள் கண்களை மறைத்துக் கொண்டிருந்த பட்டிகள் இப்போது அகற்றப்பட்டுவிட்டன என்று நான் நம்புகிறேன். வெற்றி பெறுவதற்கு உண்மையிலேயே என்ன தேவை என்பதை இப்போது நீங்கள் அறிவீர்கள். இதற்கு மேலும் கூறிக் கொண்டிருப்பதற்கு உங்களிடம் எந்தவிதமான சாக்குப்போக்குகளும் இல்லை. என்னைப்போலவே நீங்களும் உடனடித் தீர்வுகளுக்குப் பலியாகிவிடாமல் எச்சரிக்கையாக இருப்பீர்கள் என்று நான் நம்புகிறேன். உங்களுடைய ஆழ்விருப்பங்களை நோக்கி உங்களை நகர்த்துகின்ற, சிறிய, எளிய நடவடிக்கைகளில் நீங்கள் தொடர்ந்து ஈடுபட்டுக் கொண்டிருப்பீர்கள். வெற்றி எளிதானதோ அல்லது ஒரே இரவில் நடந்துவிடுகின்ற ஒன்றோ அல்ல என்பதை நீங்கள் அறிவீர்கள். விளைவுகள் உடனடியாக வெளிப்படையாகத் தெரியாதபோதிலும், ஒவ்வொரு கணமும் சரியான, நேர்மறையான தேர்ந்தெடுப்புகளை மேற்கொள்வதற்கு நீங்கள் உங்களை அர்ப்பணித்துக் கொள்ளும்போது, உங்கள் தலை கிறுகிறுக்கும் அளவு உயரத்திற்குக் கூட்டு விளைவு

உங்களைத் தூக்கிச் செல்லும். உங்களுடைய குடும்பத்தார், நண்பர்கள், மற்றும் உங்களுடைய போட்டியாளர்கள்கூட உங்களுடைய முன்னேற்றத்தைப் பார்த்து மூக்கின்மீது விரல் வைப்பார்கள்.

உங்களிடம் பகிர்ந்து கொள்வதற்கு என்னிடம் மற்றொரு வெற்றிக் கொள்கையும் உள்ளது. என்னுடைய வாழ்க்கையில் நான் எதையெல்லாம் விரும்பினேனோ, அதைப் பிறருக்குக் கொடுப்பதில் என்னுடைய ஆற்றலை நான் ஒருமுகப்படுத்துகின்றபோது என்னால் அவற்றை எளிதாகப் பெற முடிந்திருக்கிறது. நான் என்னுடைய தன்னம்பிக்கையை உயர்த்திக் கொள்ள விரும்பினால், வேறு ஒருவர் தன்னுடைய தன்னம்பிக்கையை உயர்த்திக் கொள்ள என்னால் என்ன செய்ய முடியும் என்று நான் யோசிப்பேன். நான் மேலும் ஊக்குவிப்புடன் இருக்க நினைத்தால், பிறரை எவ்வாறு ஊக்குவிக்கலாம் என்று யோசிப்பேன். நான் என் வாழ்க்கையில் கூடுதலாக வெற்றி பெற வேண்டும் என்று விரும்பினால், பிறர் வெற்றி பெற உதவுவதன் மூலம் அதை என்னால் விரைவாக அடைந்துவிட முடியும்.

பிறருக்கு உதவுவது, உங்களுடைய நேரத்தையும் ஆற்றலையும் அவர்களுக்காகப் பெருந்தன்மையுடன் செலவழிப்பது போன்றவற்றால் அதிகப் பயன் பெறப் போவது நீங்களாகத்தான் இருக்கும்.

இப்புத்தகத்தைப் படிப்பதற்கு உங்களுடைய பொன்னான நேரத்தை ஒதுக்கியதன் மூலம் என்னை கௌரவப்படுத்தியதற்கு உங்களுக்கு என்னுடைய மனமார்ந்த நன்றி. உங்களுடைய வெற்றிக் கதையைக் கேட்க நான் ஆவலுடன் இருக்கிறேன்.

உங்களுடைய வெற்றிக்காக!

- டேரன் ஹார்டி

நன்றியுரை

சக்சஸ் மீடியா மற்றும் சக்சஸ் பத்திரிகையில் என்னுடன் இருந்த முன்னாள் குழுவினருக்கு நான் என் நன்றியைத் தெரிவித்துக் கொள்கிறேன். இந்நூல் 2010ல் முதன்முதலாக வெளிவந்தபோது அவர்கள் அனைவரும் எனக்கு உறுதுணையாக இருந்தனர்.

கடந்த பல ஆண்டுகளாக நான் இணைந்து பணியாற்றியுள்ள தனிநபர் வளர்ச்சி வல்லுனர்களுக்கு நன்றி. அவர்களிடமிருந்து நான் எண்ணற்ற விஷயங்களைக் கற்றுக் கொண்டுள்ளேன். என் பத்திரிகைக்காக நான் சந்தித்திருந்த உலகத் தலைவர்களுக்கு நன்றி. தங்களைப் பேட்டி எடுக்கவும் தங்களுடன் நேரத்தைச் செலவழிக்கவும் என்னை அவர்கள் அனுமதித்தது நான் அவர்களுடைய யோசனைகளையும், முன்னோக்குகளையும், அவர்கள் பயன்படுத்திய உத்திகளையும் உள்வாங்கிக் கொண்டு, அவற்றை என் பத்திரிகை வாயிலாக உலகோடு பகிர்ந்து கொள்ள எனக்கு உதவியது.

வித்தியாசமானவர்களாக இருக்க வேண்டும் என்பதைத் தேர்ந்தெடுக்கத் துணிந்த சாதனையாளர்களுக்கு நன்றி. என்னுடைய ஊடகத் தளங்களுக்கு தினமும் வருகை தந்தவர்களுக்கு நன்றி.

அர்ப்பணிப்புடன் செயல்பட்டுக் கொண்டிருக்கும் என் குழுவினருக்கு நன்றி. அவர்களுடைய பண்புநலன்கள், விடாமுயற்சி மற்றும் மன உறுதி காரணமாகவே எங்களால் ஆண்டுதோறும் உலகெங்குமுள்ள 160 கோடி மக்கள்மீது தாக்கம் ஏற்படுத்த முடிகிறது.

எல்லாவற்றுக்கும் மேலாக, என்னுடைய அழகான, அற்புதமான மனைவி ஜார்ஜியாவுக்கு நன்றி. நான்

என் வேலையை மெருகேற்றிக் கொள்வதற்காக அவர் எண்ணற்ற இரவுகளையும் வார இறுதி நாட்களையும் அர்ப்பணித்துள்ளார். அதில் இந்தப் பத்தாண்டு நினைவுப் பதிப்பும் அடங்கும்.

PSV குமாரசாமி

மொழிபெயர்ப்பாளர்

மொழிபெயர்ப்பாளரான இவர் தனக்குத் தெரிய வரும் நல்ல விஷயங்களை, அவற்றைத் தெரிந்து கொள்ள வாய்ப்பு இல்லாதவர்களுடன் பகிர்ந்து கொள்வதை இலட்சியமாகக் கொண்டவர். மொழிபெயர்ப்பின்மீது இவருக்கு நாட்டம் வந்ததற்கு இந்த ஆர்வம்தான் காரணம்.

இவரது முப்பதாண்டுகால மொழிபெயர்ப்பு அனுபவத்தில் எண்பதுக்கும் மேற்பட்ட நூல்கள், எண்ணற்றக் கட்டுரைகள் மற்றும் கவிதைகள் வெளிவந்துள்ளன. இலக்கியம், சுயமுன்னேற்றம், சுற்றுச்சூழல், பொருளாதாரம், அறிவியல், அரசியல் போன்ற பல்வேறு துறைகள் தொடர்பான நூல்கள் அவற்றில் அடங்கும். ரோன்டா பைர்னின் உலகப் புகழ்பெற்ற நூலான 'இரகசியம்,' ஜே. கே. ரோலிங்கின் புகழ்பெற்ற ஹாரி பாட்டர் நூல் வரிசையில் முதல் இரண்டு நூல்கள், ஸ்டீபன் ஹாக்கிங்கின் 'ஆழமான கேள்விகள், அறிவார்ந்த பதில்கள்,' டோனி ஜோசஃபின் 'ஆதி இந்தியர்கள்,' ஹெக்டர் கார்சியா மற்றும் பிரான்செஸ்க் மிராயியஸ் இணைந்து எழுதிய 'இக்கிகய்' ஆகியவை இவருடைய மொழியாக்கத்தில் வெளிவந்துள்ள நூல்களில் குறிப்பிடத்தக்கவை.

இவர் தன் மனைவி நாகலட்சுமி சண்முகத்துடனும் தன் மகன்கள் இருவருடனும் தற்போது மும்பையில் வசித்து வருகிறார்.